*भयंकर, हलवून सोडणारं कथन... हे कथन मानवी हक्कांची कशी पायमल्ली केली जाते, याचं ज्वलंत उदाहरण आहे...!!*

**– संडे टेलिग्राफ**

*प्रत्येक संवेदनशील व्यक्तीने वाचावं, असं पुस्तक! ज्या समाजामध्ये स्त्रियांना दुय्यम, हीन दर्जाची वागणूक दिली जाते, त्याबद्दलचं हे कथन खिळवून ठेवतं, हादरवतं!*

**– कॅथरिन जेसित, amazon.com**

*प्रत्येकाने वाचलंच पाहिजे असं पुस्तक. हे पुस्तक आपल्या समाजात अजूनही 'ऑनर किलिंग'सारख्या अनिष्ट प्रथा सुरू आहेत याची जाणीव करून देतं, आणि आपल्याला विचारप्रवृत्त करतं.*

**– बार्बरा रोज, amazon.com**

*दुःखद, हृदयद्रावक आणि डोळे उघडणारं पुस्तक! अजूनही 'ऑनर किलिंग'सारखे प्रकार घडतात, हे हादरवून सोडणारं सत्य आहे, आणि ते जगासमोर आणल्याबद्दल आभार. प्रत्येकाने हे पुस्तक वाचायलाच हवं!*

**– मीरा, goodreads.com**

*सुआद ही एक पॅलेस्टिनी तरुणी. तिचं उभं जीवन म्हणजे महाकादबंरीच. महिलांच्या हक्कांची पायमल्ली कशी काय करण्यात येते त्याची थरारकथा यात चांगली चित्रित केलीय. प्रत्येक संवेदनशील व्यक्तीने वाचावं असे हे पुस्तक.*

**सामना, उत्सव, १६ नोव्हेंबर २०१४**

**फिनिक्स भरारी**

*ऑनर किलिंगच्या अशा पेटवून दिल्या गेलेल्या घटनांमधून वाचलेली, जिवंत असलेली एकमेव साक्षीदार म्हणून सुआद तिची कहाणी लिहिण्यासाठी प्रवृत्त होते हा पुस्तकाचा गाभा आहे. सुआदच्या धैर्याची, दुर्दम्य इच्छाशक्तीची, जगण्याच्या चिवट महत्त्वाकांक्षेची व पॅलेस्टिनी भूमीतील स्त्रियांच्या जगण्याच्या आलेखाची कल्पना येण्यासाठी 'तरीही जिवंत मी' हे पुस्तक वाचावयास हवे.*

**लोकप्रभा, ९ जानेवारी २०१५**

*पॅलेस्टिनी भागातील एका छोट्याशा गावात जन्मलेल्या मुस्लीम कुटुंबातील मुलीची परवड या पुस्तकात त्याच मुलीने मांडली आहे. सुआद हा तरुण, सुंदर मुलीने सुमारे पस्तीस वर्षांपूर्वी मरणसदृश परिस्थितीचे वर्णन या पुस्तकात केले आहे. सुआदची ही हृदयद्रावक कहाणी अंगावर काटा आणणारी आहे. 'ऑनर किलीग'ला आळा बसावा या एकाच हेतूने तिने ही कथा पुस्तकरूपाने सांगितली आहे.*

**सागर, २५ मे २०१४**

**हे पुस्तक देशादेशांत पोहोचायला हवं!**

*हे पुस्तक लिहिल्याबद्दल सुआदचे मनापासून आभार मानायला हवेत. तिनं जे भोगलं ते शहारे आणणारं आहे. जगातल्या कितीतरी महिलांचे मानवाधिकार कसे पायदळी तुडवले जात असतील, याचं हे ज्वलंत उदाहरण आहे. या महिलांना काय काय सोसावं लागत असेल, या विचारानंच थरकाप उडतो.*

*हे पुस्तक प्रत्येक शाळेत, प्रत्येक देशात वाचलं गेलं पाहिजे. स्त्रियांवरचा अन्याय आणि अत्याचार संपेपर्यंत हे पुस्तक सगळीकडं पोहोचलं पाहिजे, असं मला वाटतं. हे पुस्तक नक्की वाचा! ते वाचताना कदाचित 'असं कसं काय घडू शकतं?', हा प्रश्न तुमच्या मनात निर्माण होईल. मग त्यावर उत्तर असेल, असं पुन्हा कधीच घडणार नाही, याची काळजी आपण घेतली पाहिजे.*

*पॅलेस्टाइन या देशात संकुचित विचारांचा समाज आहे. तिथे महिलांवर प्रचंड बंधनं लादलेली असतात. अशा वातावरणात एका छोट्याशा खेड्यात १९५७-५८च्या सुमारास जन्मलेल्या सुआद या तरुण, सुंदर, मुस्लीम मुलीच्या वाट्याला आलं. 'ऑनर किलिंग'. त्यातून ती बचावली 'तरीही जिवंत मी!' ही सुआदची आत्मकथा विलक्षण आहे.*

**झी मराठी दिशा : २३ फेब्रुवारी - १ मार्च २०१९**

'बर्न्ड अलाइव्ह' या इंग्रजी पुस्तकाचा मराठी अनुवाद

# ...तरीही जिवंत मी!

अत्याचाराच्या धगीतून सोन्याप्रमाणे तेजाळून निघालेल्या मुलीची आत्मकथा

लेखक

**सुआद**

अनुवाद

**गौरी देशपांडे**

**मेहता पब्लिशिंग हाऊस**

**Mehta Publishing House,** Pune 411030.
© +91 020-24476924 / 24460313 / Mob. No. 9545000513
Email : production@mehtapublishinghouse.com
Website : www.mehtapublishinghouse.com

◆ *या पुस्तकातील लेखकाची मते, घटना, वर्णने ही त्या लेखकाची असून त्याच्याशी प्रकाशव सहमत असतीलच असे नाही.*

**BRÛLÉE VIVE** (original title)
**BURNED ALIVE** by SOUAD

Translated into Marathi Language by Gauri Kelkar

**...तरीही जिवंत मी!** / अनुवादित सत्यकथन

अनुवाद : गौरी देशपांडे

Email : author@mehtapublishinghouse.com

मराठी अनुवादकाचे व प्रकाशनाचे हक्क : मेहता पब्लिशिंग हाऊस, पुणे.

प्रकाशक : सुनील अनिल मेहता, मेहता पब्लिशिंग हाऊस,
१९४१ सदाशिव पेठ, माडीवाले कॉलनी, पुणे ४११०३०.

मुद्रक : पार्कसन्स ग्राफिक्स

मुखपृष्ठ : फाल्गुन ग्राफिक्स

प्रथमावृत्ती : फेब्रुवारी, २०१४

किंमत : ₹ २५०

P Book ISBN 9788184985269

---

# प्रस्तावना

पॅलेस्टिनी भागातील एका छोट्याशा गावात जन्मलेल्या मुस्लीम कुटुंबातील मुलीची परवड या पुस्तकात त्याच मुलीने मांडली आहे. सुआद या तरुण, सुंदर मुलीने सुमारे पस्तीस वर्षांपूर्वी भोगलेल्या मरणसदृश परिस्थितीचे वर्णन या पुस्तकात केले आहे.

अत्यंत मागास विचारसरणीमुळे मुलगी किंवा स्त्री यांना प्राण्यांपेक्षाही हीन वागणूक देणाऱ्या समाजात सुआदला शिक्षण मिळाले नाही ही आश्चर्याची बाब नव्हती. शेळ्या, मेंढ्या चरायला नेणे हाच काय तो तिचा बाहेर पडण्याचा एकमेव मार्ग होता.

पॅलेस्टिनी भागातील त्या गावात घरची सर्व कामे करणे आणि मुलांना जन्म देणे एवढीच स्त्रियांची कर्तव्ये असतात. शिक्षण, व्यवसाय व बाहेरची सर्व कामे पुरुषच करतात. पुरुषांच्या मनाविरुद्ध वागणाऱ्या किंवा लग्नाआधी पुरुषाशी संबंध ठेवणाऱ्या स्त्रिला ठार मारून टाकले जाते. हे काम तिचे वडील, भाऊ, नवरा, मेव्हणा करतात.

सुआदच्या घरातही तिच्या चार सख्ख्या आणि दोन सावत्र बहिणी होत्या आणि तिला एक मोठा भाऊ होता. पुरुषांच्या गुलाम म्हणूनच वागणाऱ्या स्त्रिया तिला तिच्या आजूबाजूला आणि घरात दिसत होत्या. सुआदच्या मोठ्या बहिणीचे लग्न झाले होते. घरात भावाचे राज्य होते. वडील अत्यंत क्रूर होते. त्यांचे आणि सुआदच्या भावाचे सतत भांडण होत असे. सुआदची एक हळूहळू, मंद गतीने काम करणारी बहीण होती. तिने नेमके काय केले होते, ते सुआदला आठवत नाही पण घरातील सर्व जण बाहेर गेलेले असताना तिच्या भावाने त्या बहिणीचा टेलिफोनची वायर तिच्या गळ्याभोवती आवळून खून केल्याचे सुआदने पाहिले होते. एखाद्या मुलीचे पाऊल वाकडे पडले किंवा तिच्या हातून काही चुकले तर घरचे सर्व जण बाहेर जात आणि त्या मुलीला तिचा भाऊ, वडील किंवा नात्यातील पुरुष ठार मारून टाकत.

लग्नानंतर पहिल्या रात्री मुलीला होणारा रक्तस्राव हे मुलीच्या कौमार्याचे प्रतीक समजले जाते. या समाजात सर्वांना ते दिसावे म्हणून नवरा सकाळी रक्ताचे डाग असलेली चादर सर्वांना दिसेल अशा ठिकाणी लावून ठेवतो. तसे घडले नाही तर

नववधूचा खून केला जातो.

सुआदला एक स्थळ सांगून आले. तो मुलगा समोरच राहात होता. श्रीमंत, देखणा होता. त्याच्याकडे कार होती. सुआदची मोठी बहीण दिसायला फारशी चांगली नसल्यामुळे तिला मागण्या येत नव्हत्या. तिचे लग्न झाल्याशिवाय सुआदला लग्न करता येणार नव्हते. काही महिने गेल्यावर सुआदने त्या मुलाच्या लक्षात येईल असे समोर जाण्यास सुरुवात केली. त्याच्याशी तिची चांगलीच ओळख झाली आणि त्याने लग्नाची खात्री देऊन तिच्याशी शरीरसंबंध ठेवले.

त्यानंतर तीन वेळा ते एकत्र आले आणि त्यातूनच सुआद गर्भवती राहिली. त्या मुलाने एक-दोनदा घरी येऊन लग्नाविषयी तिच्या वडलांना विचारले होते पण मोठीचे लग्न झाल्याशिवाय हिचे लग्न करता येत नसल्याचे त्याला सांगण्यात आले होते. ती गर्भवती असल्याचे कळल्यावर तो तिला सोडून तिथून निघून गेला. आता सुआदसमोर मरण अटळ होते. तिच्या घरी हे समजले. अपेक्षेप्रमाणे तिच्या मृत्यूचा फतवा तिच्या वडलांनी काढला आणि तिच्या मेव्हण्याला तिला ठार मारण्यास सांगण्यात आले.

ठरल्याप्रमाणे बाकी सर्व जण बाहेर गेले आणि एकट्या असलेल्या सुआदच्या अंगावर पेट्रोल ओतून तिच्या मेव्हण्याने तिला पेटवून दिले. सैरावैरा पळणाऱ्या सुआदने घराच्या भिंतीवरून उडी मारली. त्यानंतर रस्त्यावर असलेल्या स्त्रियांनी तिला हॉस्पिटलमध्ये पोहोचवले. तिथेच तिने मुलाला जन्म दिला. त्या हॉस्पिटलमध्ये या 'पापी' समजल्या गेलेल्या एकोणीस वर्षांच्या मुलीला भयाण अवस्थेत राहावे लागले. तिच्याकडे कोणीही लक्ष देत नव्हते.

एके दिवशी तेरे देस होम्सच्या जॅकलिन या कार्यकर्तीला ही गोष्ट समजली. हॉस्पिटलमधील एक लंडनहून शिकून आलेल्या पुरुष डॉक्टरच्या साहाय्याने तिने सुआदच्या घरी भेटी दिल्या आणि तिला परदेशी नेण्यासाठी तिच्या वडलांची परवानगी मिळवली. तिने जिवंत राहू नये म्हणून हॉस्पिटलमध्ये तिच्या आईने तिला विष पाजण्याचा प्रयत्न केला. वडलांनी धमक्या दिल्या होत्या.

फक्त भावाला तिच्या परिस्थितीचे दु:ख होते पण तो काहीही करू शकत नव्हता. त्याने तिची चोरून भेट घेतली व केळी दिली. त्याचेही लग्न झाले होते. अखेरीस मृत्यू यावा म्हणून सुआदला आपण दुसरीकडे नेत असल्याचे सांगून तिला स्वित्झर्लंडला नेण्यात आले. तिच्या घरच्यांच्या दृष्टीने ती मरणच पावली होती.

पण तिच्यावर उत्तम उपचार करून तिला बरे करण्यात आले. तिचा चेहरा सुधारला पण शरीरभर डाग कायमचेच राहिले. ते चट्टे आणि जळलेले व्रण यामुळे तिला बाहेर पडण्याची लाज वाटत होती. तेरे देस होम्सने तिला नोकरी मिळवून दिली. तिच्या मुलालाही अनाथाश्रमातून शोधून तिच्याबरोबर आणण्यात आले होते.

पण तिच्या भविष्याचा विचार करून तिच्या मुलाला दत्तक कुटुंबात ठेवण्यात आले. सुआदला अँटोनिओ भेटला. सात वर्षे एकत्र राहिल्यावर दोघांनी लग्न केले. त्यांना दोन मुली झाल्या. सुआदच्या मुलाचे नाव मारुआन होते. तो सुमारे २८ वर्षांचा असताना सुआदची त्याने भेट घेऊन आपली संपूर्ण जन्मकथा ऐकली. अत्यंत समजूतदार असलेल्या मारुआनने आपल्या आईला दोष तर दिला नाहीच; उलट तितक्याच समजूतदार असलेल्या अँटोनिओंनी बोलावल्यावर तो आपल्या कुटुंबात जाऊन राहू लागला. तिन्ही भावंडांचे उत्तम जमू लागले.

सुआद 'ऑनर किलिंग'च्या प्रकाराचे उदाहरण म्हणून जॅकलिनबरोबर सर्वत्र फिरते. लोकांना माहिती देते. हे अत्याचार बंद व्हावेत अशी तिची इच्छा आहे. तिच्या मुलाप्रमाणे, नवऱ्याप्रमाणे आणि मुलींप्रमाणेच आपल्याला जिवंतपणीच जाळणाऱ्यांना आपण अद्याप जिवंत असून सुखाने जगत असल्याचे दाखवण्याची तिचीही इच्छा आहे पण तसे झाले तर आपल्याला आणि आपल्या मुलांनाही धोका असल्याचे ती जाणून आहे. 'ऑनर किलिंग'ला आळा बसावा या एकाच हेतूने तिने ही कथा सांगितली आहे.

# अनुवादिकेचे मनोगत

आजच्या काळातही ऑनर क्राइमसारखे क्रूर प्रकार घडतात, हे पाहून थक्क व्हायला होतं. पॅलेस्टाइनसारखा धार्मिक पगडा असलेला देश, अतिशय संकुचित विचारांचा समाज, महिलांवर लादलेली प्रचंड बंधनं यामुळे सुआदच्या कहाणीविषयी खूप उत्सुकता होती. तिनं काय काय मांडलं असेल याचं कुतूहल होतं.

सुआदच्या आयुष्यात घडलेल्या प्रत्येक प्रसंगातून, तिच्या प्रत्येक अनुभवातून सुआदचं आयुष्य उलगडत गेलं. अवखळ वयातली स्वप्नाळू सुआद... तारुण्यात येऊ लागल्यावर रेशमी विचार करणारी सुआद... प्रियकरानं फसवल्यावर खाईत लोटली गेलेली सुआद... लग्नापूर्वी आणि शरीर संपूर्ण भाजलेल्या अवस्थेत आई झालेली सुआद... जॅकलिनच्या साथीनं स्वित्झर्लंडमध्ये येऊन तिथल्या संस्कृतीत मिसळून जाण्यासाठी धडपडणारी सुआद... लग्न, संसारात रमल्यावर वेगवेगळ्या भावनिक-मानसिक आंदोलनांतून जाणारी सुआद... आपली कथा धैर्यानं जगासमोर मांडणारी सुआद... आणि या सगळ्या टप्प्यांवर तिच्या मनात उमटणाऱ्या भावना, विचारांची-भावनांची वादळं, नातेसंबंधांचा गुंता आणि त्यांचा उलगडा हा सगळा प्रवास म्हणजे माझ्यासाठी अपूर्व अनुभव होता. आयुष्य कुठून कुठे जाऊ शकतं, याची कल्पनाच करता येत नाही. सुआदच्या बाबतीत हे तंतोतंत खरं आहे. गावाच्या वेशीबाहेरही क्वचित गेलेल्या आणि कायम घरातल्या पुरुषी वर्चस्वाच्या तुरुंगात असलेल्या सुआदचं जीवन इतकं झंझावाती असेल आणि तिचं नवं आयुष्य थेट युरोपात सुरू होईल याची पुसटशी चाहूलही तिला वा तिच्या कुटुंबीयांना नसेल. त्यामुळेच ती आगीच्या ज्वाळांतून वाचल्यावर तिला युरोपात कसं नेलं गेलं असेल, त्यासाठी व्हिसा, पासपोर्ट अशा किचकट प्रक्रिया कशा झाल्या असतील, याविषयी माझी उत्सुकता शिगेला पोहचली होती.

सुआदनं दिलेल्या वेगवेगळ्या उदाहरणांतून आणि प्रसंगांतून त्या वेळचं सामाजिक चित्रंही डोळ्यासमोर उभं राहतं. पॅलेस्टिन-इस्राइल यांचे संबंध, महिलांच्या नशिबी येत असलेलं अत्यंत हीन आयुष्य, त्यांचे सण-समारंभ साजरे करण्याची पद्धत, अतिशय क्रूर प्रथा यातून तिथली संस्कृती, समाजजीवन जवळून अनुभवता आलं.

सुआद शिकलेली नव्हती. मोडकं-तोडकं लिहायला युरोपात शिकली असली

तरी पुस्तक लिहिण्याइतकं शिक्षण आणि भाषेवर पकड तिच्याकडे नव्हती. पण, पुस्तक लिहिता आलं नाही तरी सांगता वा बोलता नक्की येईल, असा विचार करून हा पुस्तकप्रपंच केल्याचं तिनच एके ठिकाणी म्हटलंय. हा संपूर्ण अनुभव कुणालातरी सांगणं हे खरंच आव्हानात्मक वाटतं. बालपणापासून पुरुषांच्या स्वैराचाराचे भयानक प्रकार तिनं अनुभवलेले असल्याने सुखद अशा आठवणी जवळजवळ नव्हत्याच. कायम जीवघेण्या छळाचं सावट तिच्यावर असायचं आणि तेच मनावर खोलवर कोरलेलं होतं. या सगळ्या गोष्टी वयाच्या चाळिशीनंतर आठवायच्या, आठवणींचे तुकडे सलग लावण्याचा प्रयत्न करायचा, जखमांच्या खपल्या निघाल्याचा मानसिक ताण सहन करायचा हे विशेष वाटतं. प्रियकरासोबत शेतात अनुभवलेले संबंध आणि त्यानंतर निर्माण झालेल्या सगळ्या प्रकारच्या भावना कुणाला तरी लिहायला सांगायच्या यासाठी सुआदला किती बळ एकवटावं लागलं असेल आणि त्याहीपेक्षा विशेष वाटतं ते याचं की, सुआदचं आयुष्य अतिशय सुसंगत आणि उत्तम स्वरूपात ते लिहिणाऱ्यानं मांडलंय. सुआदनं हे कुणाला लिहायला सांगितलं असेल, याचा उल्लेख पुस्तकात सापडला नाही, पण ते लिहिणाऱ्यानं तिच्याशी नेमका संवाद साधल्याचं आणि बालपणापासून आतापर्यंतचा सुआदचा प्रवास तिच्यासोबत केल्याचं सतत जाणवत राहिलं.

ऑनर क्राइमवरचं पुस्तक म्हणजे रडकं, तक्रारखोर आणि नैराश्याकडे नेणारं असणार, असा समज होऊ शकतो. पण पुस्तक एकदा चाळल्यावर ही भावना नाहीशी झाली होती आणि आता काय होईल, सुआदचं काय झालं असेल, हे कुतूहल शेवटपर्यंत कायम राहिलं.

इतके दिवस सुआद एका अर्थी माझ्यासोबत होती. ती एक धैर्य, इच्छाशक्ती आणि आयुष्याला सामोरं जाण्यासाठी एक बळ देऊन गेली, हे नक्की!

**गौरी देशपांडे**

hellogouri@gmail.com

# अनुक्रमणिका

# भाग १

# सुआद

# मी ज्वाळांमध्ये धगधगत होते

मी एक मुलगी आहे. मुलीनं पटापट चालायचं असतं; नजर खाली ठेवून चालताना जणू ती पावलं मोजत असावी, अशा प्रकारे. तिनं चालताना कधीही रस्ता भरकटू द्यायचा नसतो वा वर पहायचं नसतं. एखाद्या पुरुषाशी तिची नजरानजर झालीच तर अवघं गाव तिच्यावर 'चारमुटा' असा शिक्का मारायला टपलेलं असतं. शेजारची विवाहित महिला किंवा वयस्क महिला किंवा अन्य कोणतीही स्त्री तिच्या आईशिवाय किंवा मोठ्या बहिणीशिवाय वा तिच्या मेंढ्यांशिवाय, गवताच्या भाऱ्याशिवाय वा अंजिरांशिवाय दिसली तर तिला 'चारमुटा' म्हटलं जातं. मुलीनं नजर वर करून पाहण्यापूर्वी किंवा ती दुकानात जाण्यापूर्वी, भुवया कोरू लागण्यापूर्वी किंवा दागिने घालण्यापूर्वी तिचं लग्न झालंच पाहिजे, असं मानलं जातं. माझ्या आईचं लग्न वयाच्या चौदाव्या वर्षीच झालं. या वयापर्यंत मुलीचे हात पिवळे झाले नाहीत तर गावातले लोक तिची खिल्ली उडवू लागतात. पण घरातल्या मोठ्या मुलीचं लग्न आधी होतं, त्यामुळं बाकीच्या मुलींना आपला नंबर येईपर्यंत थांबावं लागतं.

आमच्या वडलांच्या घरात आम्ही बऱ्याच मुली होतो. चौघी जणी लग्नाच्या वयाच्या होतो. दोन सावत्र बहिणीही होत्या. वडलांच्या दुसऱ्या पत्नीच्या या मुली. त्या आमच्यापेक्षा तशा लहान होत्या. आमचा भाऊ असाद हा कुटुंबात एकच मुलगा होता. एकुलता एक असल्यानं सगळ्यांचा लाडका होता. भावंडांमध्ये त्याचा नंबर चौथा होता. माझा तिसरा.

माझ्या वडलांचं नाव अदनान आणि आईचं लैला. माझ्या आईच्या पोटी सगळ्या मुलीच जन्माला आल्यामुळं माझे वडील नाराज होते. त्यांची दुसरी पत्नी आयेशानंही त्यांना सगळ्या मुलीच दिल्यामुळं तिच्याविषयीही ते समाधानी नव्हते. सगळ्यात मोठी बहीण नूरा हिचा विवाह काहीसा उशिरा, म्हणजे मी पंधरा वर्षांची असताना झाला. माझ्यापेक्षा साधारण वर्षभरानं मोठ्या असलेल्या दुसऱ्या क्रमांकाच्या कैनातला अजून कुणी लग्नाविषयी विचारलं नव्हतं. माझ्यासाठी एकानं माझ्या वडलांकडं विषय काढल्याचं मी उडत उडत ऐकलं होतं, पण माझं लग्न होण्यापूर्वी कैनातचा विवाह व्हायला हवा. त्यामुळं तिचं लग्न होईपर्यंत माझ्यासाठी थांबावं

लागेल, असं त्या पुरुषाला सांगण्यात आलं. कैनात कदाचित तितकी सुंदर नसावी आणि कामातही जरा हळूबाईच होती. माझ्या मनात यायचं, तिला कुणाकडूनही मागणी का येत नाहीये कोण जाणे, पण ती अशीच अविवाहित राहिली असती तर गावकऱ्यांच्या थट्टेचा विषय बनली असती आणि मग तिच्यामुळं मीही.

मुलगी म्हणून जन्माला येणं हा आमच्या गावात जणू शाप होता. लहान असताना खेळ खेळल्याचं किंवा धमाल केल्याचं मला आठवतच नाही. मुलींना केवळ एकच स्वप्न बघण्याचं स्वातंत्र्य होतं ते म्हणजे आपलं लग्न झाल्याचं स्वप्न. पतीच्या घरी जाण्यासाठी आपल्या वडलांचं घर सोडायचं आणि त्या घरी पुन्हा परतून यायचं नाही; कितीही छळ, मारहाण झाली तरीही. लग्न झालेली मुलगी वडलांच्या घरी परत येणं फार लाजिरवाणं समजलं जाई. नवऱ्याच्या घराच्या उंबरठ्याबाहेर येऊन संरक्षण मागण्याचा हक्क तिला नसे. पतीचं घर सोडून ती वडलांच्या घरी परत आलीच तर तिला पुन्हा सासरी पाठवण्याची जबाबदारी तिच्या माहेरच्या कुटुंबाची असते. माझ्या बहिणीला तिचा पती खूप मारत असे म्हणून ती माहेरी आली आणि नवऱ्याची तक्रार करू लागली तेव्हा आमच्या कुटुंबालाही असंच लाजिरवाणं वाटलं.

पण तेव्हा वाटायचं, ती नशीबवान आहे की तिला नवरा तरी आहे. मी फक्त याबाबत स्वप्नच बघत होते. एकानं माझ्याविषयी माझ्या वडलांना विचारल्याचं ज्या दिवशी समजलं तेव्हापासून माझी उत्सुकता आणि उतावळेपणा शिगेला पोहोचला. तो आमच्या घराजवळच राहतो, ते मला माहीत होतं. मी कपडे वाळत घालायला वरच्या गच्चीत जायची तेव्हा कधी कधी तो दृष्टीस पडायचा. त्याचा पोशाख कधीही साध्या कामगारासारखा नसायचा. म्हणजे कदाचित त्याला चांगली नोकरी असावी. तो नेहमी सुटाबुटात असायचा. त्याच्या हातात ब्रीफकेस असायची. त्याच्याकडं गाडीही होती. मला त्याचा चेहरा समोरून बघायचा होता पण माझ्या घरच्यांना कळलं तर, याचीच भीती वाटायची. तबेल्यातल्या मेंढ्यांसाठी गवत आणायला मी झपाझप पावलं टाकत जात असे. त्याला जवळून पाहता येईल असं वाटत राहायचं. पण तो त्याची गाडी फार लांब उभी करायचा. तो कामाला जाण्यासाठी किती वाजता बाहेर यायचा ते मला माहीत झालं होतं. त्यामुळं त्याची एक तरी झलक पाहण्यासाठी सकाळी सात वाजताच मी गच्चीत जाऊन कपड्यांच्या घड्या घालण्याचा आव आणत असे किंवा अंजीर बघायला जात असे किंवा रग झटकण्याचा बहाणा करत असे. माझ्याकडं कुणाची नजर जाऊ नये म्हणून मला हे पटकन करावं लागत असे. मी झटपट जिना चढून जात असे आणि खोल्या पार करत मी गच्चीकडं जात असे. तिथं जोरात रग झटकत असे आणि सिमेंटच्या भिंतीकडं पाहत असे. नजर थोडी उजवीकडं वळवायची. मला लांबून कुणी पाहिलं

असतं तरी मी रस्त्याकडं बघतेय, हे कुणाच्या लक्षातही आलं नसतं.

त्याच्याकडं पाहिलं की मी त्याच्या आणि त्याच्या कारच्या प्रेमात पडलेय असं मला वाटायचं. गच्चीवरच मी त्याच्याभोवती सुखस्वप्नं गुंफू लागत असे. त्याच्याशी माझं लग्न झालंय... त्याला मी कारमधून लांबवर जाईपर्यंत पाहत उभी राहीन... अगदी तो नजरेआड होईपर्यंत. संध्याकाळी तो कामावरून घरी येईल. मग मी त्याचे बूट काढून ठेवेन. बाबांचे पाय माझी आई स्वच्छ करते त्याप्रमाणे माझ्या गुडघ्यावर घेऊन मी त्याचे पाय स्वच्छ करेन. त्याच्यासाठी चहा करेन. त्याच्या घराच्या दरवाजासमोर बसून एखाद्या राजाप्रमाणे पाइप ओढत असलेल्या त्याला निरखत राहीन. मलाही नवरा असेल!

...आणि मग मला कदाचित मेकअपही करता येईल. माझ्या नवऱ्यासोबत त्याच्या कारमधून जाता येईल आणि शहरात आणि दुकानांतही जाता येईल. ब्रेड खरेदी करण्यासाठी बाहेर जाण्याची सवलत मिळण्यासाठी मी बाकी काहीही सहन करायला तयार आहे. पण मी 'चारमुटा' कधीच नसेन. मी इतर पुरुषांकडं अजिबात बघणार नाही. मी झटपट चालणं कायम ठेवेन, अभिमान बाळगेन, पण नजर खाली करून माझी पावलं पाहत राहणार नाही. मी विवाहित स्त्री असेन त्यामुळं या गावातली माणसं माझ्याविषयी वाईटसाईट बोलू शकणार नाहीत. असे विचार मला गुदगुल्या करू लागायचे.

याच गच्चीवरून माझी भयानक कहाणी सुरू झाली. माझी मोठी बहीण तिच्या लग्नाच्या दिवशी होती त्याहीपेक्षा मी मोठी झाले होते. मी तेव्हा अठरा वर्षांची किंवा कदाचित त्याहून मोठी असेन. मला नेमकं आठवत नाही. मला आशा वाटत होती आणि मी निराशही झाले होते. मला आगीच्या ज्वाळांनी वेढलं त्या दिवशीच्या माझ्या आठवणी आता धूसर झाल्या आहेत, पण त्या दिवशी काय घडलं होतं ते आठवण्याचा मी प्रयत्न केलाय.

■

# जुन्या आठवणी

माझा जन्म एका लहानशा गावातला. हे गाव पॅलेस्टिनी भूमीत कुठंसं असल्याचं मला कुणीतरी सांगितलं होतं. मी कधीच शाळेत गेले नसल्यानं मला माझ्या देशाच्या इतिहासाविषयी काहीच माहीत नाही. माझा जन्म १९५७ किंवा १९५८ साली झाल्याचं सांगण्यात आलं. त्यामुळं मी आज ५४ वर्षांची आहे. २५ वर्षांपूर्वी मी केवळ अरबी बोलत असे. मी शेवटचं ज्या घरात राहिले त्या घरापासून फार लांब गेल्याचंही मला आठवत नाही. दूरवर काही शहरं आहेत ते मला माहीत होतं पण मी ती कधीही बघितली नाहीत. पृथ्वी गोल आहे की सपाट मला माहीत नाही आणि जगाविषयी मला काहीही कल्पना नव्हती. मला एकच माहीत होतं की, ज्यूंनी आमच्या जमिनी बळकावल्या. त्यामुळं आम्ही त्यांचा तिरस्कार करायलाच हवा. माझे वडील त्यांना डुकरं म्हणायचे. आम्हीही त्यांच्यासारखेच होऊ म्हणून त्यांच्याजवळ जायला, त्यांच्याशी बोलायला किंवा त्यांच्या संपर्कात यायला आम्हाला बंदी होती.

मला दिवसातून किमान दोनवेळा नमाज पढावा लागत असे. मी तो पाठ केला होता. माझी आई आणि बहिणीबरोबर मी नमाज पढत असे. काही वर्षांनंतर युरोपमध्ये मी पवित्र कुराणाविषयी थोडंफार शिकले. माझा एकुलता एक भाऊ राजासारखा वावरायचा. तो शाळेत जायचा. घरातल्या मुलींना मात्र शाळेत जायची परवानगी नव्हती. मी आधी म्हटल्याप्रमाणं, मुलगी म्हणून जन्माला येणं हा शाप असलेल्या ठिकाणी माझा जन्म झाला. स्त्रीनं एका तरी मुलाला जन्म द्यायला हवा. तिनं केवळ मुली जन्माला घातल्या तर तिची खैर नसे. घरातली कामं करण्यासाठी, शेतात राबण्यासाठी आणि पाळीव प्राण्यांची काळजी घेण्यासाठी दोन किंवा तीन मुलींची गरज असायची. पण यापेक्षा जास्त मुली जन्माला आल्या तर ते दुर्दैव समजलं जाई आणि त्यांच्यापासून लवकरात लवकर सुटका करून घेतली जाई. वयाच्या सतराव्या वर्षापर्यंत मी अशाच प्रकारे जगले. मी मुलगी असल्यानं माझी किंमत एखाद्या प्राण्यापेक्षाही कमी होती, इतकीच जाणीव होती.

तर, पॅलेस्टिनी भूमीवर एक अरब महिला म्हणून असं होतं माझं पूर्वायुष्य! २० वर्षं मी अशीच जगले आणि एक व्यक्ती म्हणून नंतर माझा तिथं मृत्यू झाला. माझ्या रूपातली तेव्हाची ती मुलगी आता हयात नाही.

१९७० च्या शेवटी युरोपमध्ये माझं दुसरं आयुष्य सुरू झालं. आंतरराष्ट्रीय विमानतळावर स्ट्रेचरवर पडलेली आणि वेदनांनी विव्हळत असलेली व्यक्ती, यापेक्षा माझी वेगळी ओळख नव्हती. माझ्या शरीराला इतकी दुर्गंधी येत होती की मला पॅलेस्टाइनहून युरोपला घेऊन जात असलेल्या त्या विमानातील अन्य प्रवाशांनी चक्क निषेध नोंदवला. मला पडद्यामागे लपवून ठेवलं होतं तरी त्या प्रवाशांना माझं तिथं असणं असह्य होत होतं. माझ्यासोबतचे मला सांगत होते की, यातूनही मी जिवंत राहीन. पण माझा त्यावर विश्वास नव्हता. मी मृत्यूची वाट बघत होते. मरण यावं म्हणून याचना करत होते. हा प्रचंड त्रास आणि अपमान सोसण्यापेक्षा मरण पत्करणं बरं असं वाटत होतं. माझ्या शरीरातलं जवळजवळ काहीच शिल्लक राहिलेलं नव्हतं. शरीरानं आणि मनानंही जगण्याची इच्छा राहिलेली नव्हती, तरीही ते मला जिवंत ठेवण्याचा प्रयत्न का करत होते, माहीत नाही.

मी अजूनही त्या दिवसांविषयी विचार करते. ते लोक मला देऊ करत असलेलं दुसरं आयुष्य स्वीकारण्यापेक्षा मी मृत्यूला सामोरं जाणं पसंत केलं असतं, हे खरं आहे. पण तोपर्यंत मी जिवंत कशी राहिले होते ही जादूच होती. ज्यांना असं दुसरं आयुष्य सुरू करण्याची संधी मिळत नाही आणि ज्या महिला केवळ महिला आहेत म्हणून क्षणोक्षणी मरत असतात त्या सगळ्या स्त्रियांच्या वतीनं मला उभं राहायचं होतं.

लोकांना बोलताना ऐकून आणि त्यांनी मला खुणांच्या साहाय्यानं शिकवलेले शब्द पुन:पुन्हा घोकून मला फ्रेंच भाषा शिकावी लागली. ते शब्द असायचे : वाईट, चांगलं, खाणं, झोपणं, चालणं. मी हो किंवा नाही, अशा खुणा करून उत्तरं देत असे. खूप नंतर मी वर्तमानपत्रातले शब्द वाचायला शिकले. अथक प्रयत्नांनी एकेक अक्षर वाचून सुरुवातीला मी केवळ लहान लहान घोषवाक्य, श्रद्धांजलीच्या बातम्या किंवा कमी शब्द असलेली लहान वाक्यं वाचू शकत असे. त्यातले शब्द म्हणून बघत असे. काही वेळा मी माणूस नसून प्राणी आहे असं मला वाटायचं. प्राण्यांना माणसाप्रमाणं बोलायला शिकवलं तर कसं होईल, तसं मला वाटायचं. माझ्या डोक्यात विचारचक्र सुरू असायचं. अरबीमध्ये मी स्वत:ला विचारत असे, मी कुठं होते, कुठल्या देशात होते, मी माझ्या गावातच का मेले नाही? मी जिवंत असल्याचं कुणालाही माहीत नसलं तरी अजूनही जिवंत असल्याची मला लाज वाटत होती. मला जगण्याचीच भीती वाटत होती पण आजूबाजूच्या कुणालाही हे कळलं नव्हतं.

माझे अनुभव पुस्तकरूपात लिहिले गेले पाहिजेत, असं मला वाटायचं.

त्यामुळं माझ्या आठवणींचे विखुरलेले तुकडे एकत्र करून जोडण्याचा प्रयत्न करण्यापूर्वी मला हे सगळं सांगायला पाहिजे.

माझ्या बालपणाच्या सुरुवातीच्या दिवसांविषयी मला फारच थोडं आठवतं. त्या सगळ्या आठवणींमध्ये सलगता नाही. माझं पूर्वायुष्य विचित्र आणि हिंसक प्रतिमांनी भरलेलं आहे; एखाद्या सिनेमातली किंवा टीव्हीवरची दृश्यं असतात त्याप्रमाणं. मागं जाऊन या सगळ्या प्रतिमा सलगपणे जोडणं मला फार कठीण वाटतं. काही वेळा या प्रतिमा अवास्तव वाटतात. उदाहरणार्थ, मी माझ्या एका बहिणीचं नाव विसरलेय किंवा माझ्या भावाच्या लग्नाच्या वेळी त्याचं वय किती होतं ते मला आठवत नाही. पण शेळ्या, कोकरू, गाई, ब्रेड ओव्हन, बागेतली लाँड्री याविषयी, तसंच टोमॅटो, अंजीर, फुलकोबी याविषयीचं सगळं काही आठवतं. स्वयंपाकघर... गव्हाच्या गोण्या... साप... किंवा माझ्या प्रियकरावर मी लक्ष ठेवत असे ती गच्ची, मी 'पाप' केलं ते गव्हाचं शेत... सगळं सगळं आठवतं.

काही वेळा एखादा रंग वा एखादी वस्तू माझ्यासमोर चमकून जाते. मग एखादी प्रतिमा लक्षात येते. ती प्रतिमा म्हणजे एखादी व्यक्ती, आवाज वा चेहरा असू शकतो. या सर्व प्रतिमा एकमेकांत मिसळून जातात. अनेकदा मला एखादा प्रश्न विचारला की माझं मन पूर्णपणे कोरं होऊन जातं. त्या प्रश्नाचं उत्तर शोधण्यासाठी मी अधीर होते आणि ते उत्तर काही मिळत नाही. किंवा दुसरी एखादी प्रतिमा अचानक माझ्यासमोर थडकते आणि मला तिचा संदर्भच लावता येत नाही. पण या प्रतिमा माझ्या डोक्यात पक्क्या बसल्या आहेत. मी त्या कधीही विसरू शकणार नाही. शेवटी, तुम्ही स्वत:चा मृत्यू विसरूच शकत नाही!

माझं नाव सुआद. मी पॅलेस्टिनी मुलगी आहे. माझ्या वडलांकडं शेळ्यांचा कळप आहे. मी माझ्या बहिणींच्या मदतीनं मेंढ्या आणि शेळ्या पाळत असे. बेसुमार काम करत असे. आठव्या किंवा नवव्या वर्षी मी काम करायला सुरुवात केली. साधारण दहाव्या वर्षी मला पहिल्यांदा पाळी आली. पाळी येते तेव्हा मुलगी वयात आली, मोठी झाली असं आमच्यात म्हटलं जातं. पाळीच्या त्या रक्ताची मला लाज वाटायची. मी ते लपवण्याचा प्रयत्न करत असे, अगदी माझ्या आईपासूनही. गुपचूप जाऊन मी कपडे धूत असे आणि कपडे पुन्हा पूर्वीसारखे स्वच्छ करत असे. पुरुष आणि शेजारच्या मंडळींच्या लक्षात येऊ नये म्हणून उन्हात जाऊन कपडे वाळवून टाकत असे. माझ्याकडं दोनच जोडी कपडे होते. या 'वाईट' दिवसांत संरक्षण म्हणून मी वापरलेले कागद मला अजून आठवतात. नंतर ते कागद, माझ्या अशुद्धतेच्या त्या खुणा मी कुणाच्याही नकळत कचऱ्याच्या डब्यात दडवून टाकत असे. या काळात मला वेदना झाल्या तर आई कसलीशी पानं उकळवायची आणि मला प्यायला द्यायची. माझं डोकं ती स्कार्फनं घट्ट गुंडाळायची. दुसऱ्या दिवशी

सगळ्या वेदना गायब व्हायच्या. मला आठवत असलेलं हे एकमेव औषध. ते गुणकारी होतं. त्यामुळं आजही मी ते वापरते.

पहाटे उठून मी गोठ्यात जात असे. गोठ्यातल्या मेंढ्या माझ्याजवळ याव्यात म्हणून बोटांनी शिटी वाजवत असे. नंतर माझी बहीण कैनात हिच्यासोबत मेंढ्यांना चरायला घेऊन जात असे. कैनात माझ्यापेक्षा साधारण वर्षभरानं लहान होती. मुलींना एकटीला जायची परवानगी नसायची. कुणीतरी मोठं सोबत असावं लागत असे. कैनात छान होती. गोल आणि थोडीशी गुबगुबीत. मी सडपातळ आणि लहानशी होते. आमचं चांगलं जमायचं. आम्ही दोघी मिळून शेळ्या-मेंढ्यांना शेतात चरायला घेऊन जात असू. हे अंतर गावापासून साधारण पाव तासाचं होतं. आम्ही पटापट चालत असू. नजर जमिनीकडं. आम्हाला एकमेकींशी गमतीजमती सांगण्याची किंवा थोडं हसण्याचीही मुभा होती. पण मला आमच्यातलं तेव्हाचं एकही संभाषण नेमकं आठवत नाही. एकदा आम्ही नेहमीप्रमाणे शेतात गेलो होतो. आम्ही चीज खाल्लं. कलिंगडावर ताव मारला आणि अंजिराच्या झाडाची सगळी पानं कमी वेळात कोणकोणत्या शेळ्या-मेंढ्यांनी खाल्ली, ते बघत बसलो. खाल्ल्यानंतर मेंढ्यांना झोप येऊ लागली तेव्हा आम्ही दोघीसुद्धा शेडमध्ये झोपी गेलो. एखादी मेंढी शेजारच्या शेतात गेली असती तर? हा धोका पत्करूनही आम्ही झोपलो. नंतर व्हायचं तेच झालं. आम्ही घरी गेलो तेव्हा याचे परिणाम आम्हाला भोगावे लागले. मेंढ्यांनी भाज्यांच्या बागेची वाट लावली किंवा तबेल्यात परतण्यासाठी आम्हाला काही मिनिटं तरी उशीर झाला तरी आम्हाला पट्ट्यानं मारझोड व्हायची.

आमचं गाव खूप छान आणि हिरवंगार आहे. तिथं अंजीर, द्राक्षं, लिंबं अशी विविध फळं आहेत. मोठ्या प्रमाणात ऑलिव्हची झाडं आहेत. गावातल्या कसल्या जाणाऱ्या जमिनीपैकी बरीचशी जमीन आमच्या वडलांच्या मालकीची आहे. माझे वडील गडगंज श्रीमंत नाहीत, पण त्यांच्या मालकीची मालमत्ता बऱ्यापैकी आहे. आमचं दगडी घर खूप मोठं आहे. घराभोवती लोखंडाचं राखाडी दार असलेली मोठी भिंत आहे. हे दार म्हणजे आमच्या पारतंत्र्याचं प्रतीक होतं! आम्ही एकदा आतमध्ये आलो की, हे दार बंद होत असे. मग आम्हाला बाहेर जाता येत नसे.

तिथं एखादी किल्ली होती की ही आपोआप चालणारी यंत्रणा होती? आमचे आई-वडील बाहेर जात असलेले मला आठवतात, पण आमच्यापैकी कोणी जात असल्याचं आठवत नाही. आमच्या भावाला मात्र वाऱ्यासारखा कुठंही मुक्त संचार करण्याचं स्वातंत्र्य. तो सिनेमाला जात असे. तो या दारातून बाहेर जात असे आणि आत येत असे. त्याला जे करायचंय ते तो करत असे. मी अनेकदा या वाईट लोखंडी दाराकडं बघत असे आणि स्वत:शीच म्हणत असे, 'मी कधीही या दारातून जाऊ शकणार नाही, कधीही नाही...'

मला आवडेल तिथं आणि वाटेल तेव्हा मी फिरू न शकल्यानं मला गावाविषयी फार माहिती नाही. मी डोळे बंद केले आणि थोडा प्रयत्न केला तर मी काय काय बघितलंय ते सांगू शकेन. मला आठवतं की, गावात माझ्या आई-वडलांचं घर आहे. तिथून थोडं पुढं रस्त्याच्या त्याच बाजूला आणखी एक घर आहे. त्याला मी श्रीमंत माणसांचं घर म्हणत असे. रस्त्याच्या विरुद्ध बाजूला माझ्या प्रियकराचं घर दिसत असे. ते मला गच्चीतून दिसत असे. रस्ता ओलांडला की लगेचच दिसत असे. तिथं आणखीही काही विखुरलेली घरं होती, पण नेमकी किती होती ते माहीत नाही. पण थोडीच असावीत. या घरांच्या भोवती कमी उंचीची भिंत होती किंवा लोखंडाचं कुंपण होतं. तिथल्या लोकांनीही आमच्याप्रमाणे घराच्या बाजूला भाज्या लावल्या होत्या. मी पूर्ण गाव कधीच फिरून पाहिलेलं नव्हतं. माझ्या आई-वडलांसोबत बाजारात जाण्यासाठीच किंवा बहिणीबरोबर मेंढ्यांना घेऊन शेतात जाण्यापुरतीच काय ती मी घराच्या बाहेर पडले असेन.

सतरा किंवा अठरा वर्षांची होईपर्यंत मी याव्यतिरिक्त काहीही बघितलेलं नव्हतं. माझ्या घराजवळ असलेल्या दुकानात तर मी पाऊलही ठेवलेलं नव्हतं, पण माझ्या वडलांसोबत गाडीतून बाजारात जाताना त्या दुकानात सिगरेटचा धूर सोडत तो दुकानदार उभा असलेला पाहिला होता. त्या दुकानात येण्यासाठी पुरुषांसाठी वेगळं आणि महिलांसाठी वेगळं दार होतं. पुरुष मंडळी उजव्या बाजूनं आत जात. त्या बाजूला त्यांच्यासाठी सिगरेट, वर्तमानपत्र आणि पेयं ठेवलेली असत. महिलांसाठी डाव्या बाजूला दार होतं. तिथं भाज्या आणि फळं ठेवली होती. आमचं घर रस्त्याच्या ज्या बाजूला होतं त्याच बाजूला एक घर होतं. तिथं एक महिला आपल्या चार मुलांसह राहत होती. तिला बाहेर जाण्याचं स्वातंत्र्य होतं. ती दुकानातही जाऊ शकत होती. भाज्या आणि फळांच्या बाजूला असलेल्या जिन्यावर मी तिला पारदर्शक प्लॅस्टिक पिशवी घेऊन उभं असलेलं पाहिलं होतं.

आमच्या घराभोवती असलेल्या मोठ्या जागेत आम्ही मोठ्या प्रमाणात टोमॅटो, फ्लॉवर अशा भाज्या लावल्या होत्या. शेजाऱ्यांच्या बागेपासून आमची बाग कमी उंचीच्या कुंपणानं विलग केली होती. या कुंपणावरून उडी मारून जाणं सहज शक्य होतं, पण आमच्यापैकी कुणीही कधी तसा प्रयत्न केला नव्हता. हे कुंपण ओलांडून जाण्याचा प्रकार घरातल्या कुठल्याही मुलीनं कधीही केलाही नसता. कारण, हे कुंपण ओलांडून जायचं तरी कुठं? एखादी एकटी मुलगी गावात किंवा रस्त्यावर असली तर ती कुणाच्याही नजरेतून सुटत नसे. मग तिची प्रतिष्ठा आणि तिच्या कुटुंबीयांचा मानसन्मान धुळीला मिळत असे.

बागेत आतमध्ये आम्ही कपडे धुवायचो. एका बाजूला कोपऱ्यात एक विहीर होती. लाकडं टाकून मी विस्तव पेटवत असे आणि पाणी गरम करत असे.

विस्तवासाठी लागणाऱ्या लाकडांचा भारा घेऊन त्यातली लाकडं गुडघ्यावर ठेवून त्यांचे तुकडे करत असे. पाणी तापायला थोडासा वेळ लागत असे. तोपर्यंत माझी बाकीची कामं मी उरकून घेत असे. जमीन झाडून-पुसून घेत असे. बागेतल्या भाज्यांकडे चक्कर टाकून येत असे. नंतर मी हातानं कपडे धूत असे आणि वाळावेत म्हणून गच्चीतल्या उन्हात वाळत घालत असे.

आमचं घर अगदी आधुनिक आणि सुखसुविधा असलेलं होतं. पण अनेक वर्षं आमच्या स्वयंपाकघरात किंवा बाथरूममध्ये पाणी गरम करता येत नव्हतं. ते बाहेरच तापवून आत आणावं लागत असे. नंतर माझ्या वडलांनी हा त्रासही घालवून टाकला आणि गरम पाण्याची सोय केली. बाथटब आणि शॉवरही बसवला. घरातल्या सगळ्या मुली कपडे धुण्यासाठी हेच पाणी वापरायच्या, पण माझ्या भावाला मात्र त्याला हवं असेल ते पाणी वापरण्याची मुभा होती. अर्थात, माझ्या वडलांनाही ती होतीच.

रात्री जमिनीवर मेंढीचं कातडं अंथरून मी माझ्या बहिणींबरोबर झोपत असे. खूप उकडत असेल तर आम्ही गच्चीत झोपत असू. चंद्रप्रकाशात पहुडत असू. कोपऱ्यात आम्ही सर्व बहिणी एकीशेजारी एक झोपत असू. माझे आई-वडील आणि भाऊ मात्र दुसरीकडे झोपत असत.

कामासाठी दिवसाची सुरुवात फार लवकर होत असे. फार लवकर नाही, तरी सूर्योदयाच्या वेळी माझे आई-वडील उठत. गव्हाची पेरणी आली की आम्ही कामावर जाताना आमच्यासोबत थोडं खाणं नेत असू. त्यावेळी घरातला प्रत्येक जण शेतात राबायचा. माझे वडील, आई, माझ्या बहिणी आणि मी. पण माझा भाऊ काही शेतीची कामं करायला येत नसे. अंजिराची पानं गोळा करायची असतील तेव्हाही आम्ही सकाळी लवकर जात असू. पान न् पान गोळा करून आम्ही ती क्रेटमध्ये ठेवायचो आणि आमचे वडील ती बाजारपेठेत घेऊन जात. बाजारासाठी लहानशा गावाकडं जाण्यासाठी चांगलं अर्ध्या तासाचं अंतर कापावं लागत असे. अगदी लहानसं गाव. मला पूर्वी कधी त्याचं नाव ठाऊक असेल तर माहीत नाही, पण आता आठवत नाही. बाजारातली जवळजवळ अर्धी जागा उत्पादनं आणि ती विकत असलेल्या व्यापाऱ्यांसाठी राखीव होती. कपडे खरेदी करायचे असतील तर शहरात बसनं जावं लागत असे. पण आम्ही मुली तिकडं कधीच गेलो नव्हतो. माझी आई माझ्या वडलांसोबत जात असे. आमची कपडे खरेदी अशी व्हायची. आईनं माझ्या वडलांबरोबर सगळ्यांसाठी कपड्यांची खरेदी करायची आणि मग ती आम्हाला प्रत्येकाला कपडे देत असे. आम्हाला ते कपडे आवडो वा न आवडो, आम्हाला तेच घालावे लागत असत. आम्हा बहिणींना किंवा अगदी माझ्या आईलाही या पद्धतीविरोधी काही बोलण्याचा अधिकार नव्हता. एक तर ते कपडे

घ्यायचे, नाही तर काही मिळायचं नाही.

मुली लहान बाह्या असलेले पायघोळ ड्रेस घालत. विशिष्ट प्रकारच्या कॉटनपासून ते बनवलेले असत. अंगाबरोबर असणारं ते कॉटन त्वचेला बोचायचं. कपड्यांचा रंग राखाडी किंवा काही वेळा पांढरा असायचा. अगदी चुकून कधीतरी काळाही. कॉलर अतिशय उंच आणि घट्ट आवळलेली असायची. त्यावर आम्हाला ऋतूनुसार मोठ्या हातांचा शर्ट वा जाकीट घालावं लागत असे. कधी इतका भयंकर उकाडा असायचा की त्यात गुदमरायला व्हायचं. पण तरीही मोठ्या हातांमधून सुटका नसायची. हाताचा, पायाचा किंवा कहर म्हणजे मानेखालचा जरासा भाग जरी दिसला तरी चालायचं नाही. या लांबलचक ड्रेसच्या आतमध्ये आम्ही पांढऱ्या किंवा राखाडी रंगाच्या घोळदार सलवार घालायचो. सलवारीच्या आत शॉर्ट्ससारख्या पँट असायच्या. त्या पोटापर्यंत वर यायच्या. महिला शक्यतो चपला घालत नसत. अपवादानं विवाहित स्त्रियाच फक्त चपला घालायच्या. त्यामुळं आम्ही कायम अनवाणीच असायचो.

माझी आई अनेकदा काळा ड्रेस घालायची. पांढरी सलवार, मोठा शर्ट आणि डोक्याला पारंपरिक लाल-पांढरा पॅलिस्टिनी स्कार्फ असा माझ्या वडलांचा पोशाख असायचा. आमच्या घरासमोरच्या झाडाखाली जमिनीवर ते बसलेले असत. बाजूला काठी ठेवलेली असे. त्यांची अंगकाठी लहानशी होती. चेहऱ्याचा रंग काहीसा पांढुरका होता; निस्तेज, लाल ठिपके असलेला, डोकं गोल आणि डोळे निळे. एके दिवशी घोड्यावरून पडल्यामुळं त्यांचा पाय तुटला. आम्हा सगळ्या बहिणींना यामुळं कोण आनंद झाला! आम्हाला मारण्यासाठी ते आता पट्टा घेऊन आमच्या मागे धावू शकणार नव्हते, याचा दिलासा मिळाला होता.

मला ते अगदी स्पष्ट दिसतात. इतके की, जणू काय त्यांचा फोटो माझ्या डोक्यात कायम लावलेला असावा. मी त्यांना कधीच विसरू शकणार नाही. ते घरासमोर एखाद्या राजाच्या थाटात बसलेले असत. ते पट्टा घालत आणि डोक्यावर त्यांचं टक्कल झाकणारा लाल-पांढरा स्कार्फ असे. त्यांची काठी त्यांच्या दुमडलेल्या पायाखाली ठेवलेली असायची. ते दुष्ट वाटत असत. एकदा त्यांनी पट्टा काढला आणि जोरात ओरडून विचारलं होतं, 'मेंढ्या आपल्या आपण कशा काय परत आल्या?'

त्यांनी माझे केस खेचले आणि केसाला धरून ओढत ओढत स्वयंपाकघरात नेलं. मी गुडघ्यावर बसून गयावया करू लागल्यावर त्यांनी मला मारलं आणि माझी वेणी खेचली. ते मेंढीची लोकर काढण्यासाठी वापरल्या जाणाऱ्या मोठ्या कात्रीनं वेणी कापून टाकतील, असा त्यांचा आव होता. अशा प्रकारांमुळं माझे फारच कमी केस उरले होते. मी रडले, ओरडले तरी काही उपयोग होत नव्हता, त्यामुळं फक्त फटकेच पडले असते आणखी.

मेंढ्या आपल्या आपण आल्या, यात खरंच माझी चूक होतीच. त्या दिवशी प्रचंड उकडत होतं त्यामुळं आम्ही मेंढ्यांना मोकळं सोडून दिलं. नंतर मला आणि माझ्या बहिणीला गाढ झोप लागली. वडील काठीनं इतक्या जोरात झोडून काढत असत की काही वेळा मला डाव्या किंवा उजव्या कुशीवर नीट झोपताही येत नसे इतक्या वेदना होत. आम्हाला रोज पट्ट्यानं किंवा काठीनं मारझोड केली जायची. एकही दिवस मार न खाता जात नसे.

यावेळी पहिल्यांदाच त्यांनी माझे आणि कैनातचे हात मागे बांधले. आम्ही ओरडू नये म्हणून त्यांनी आमच्या तोंडाला स्कार्फ बांधला. आम्हाला गोठ्याच्या दाराला बांधण्यात आलं. रात्रभर आम्ही त्याच अवस्थेत होतो. रात्रभर आम्ही तिथल्या प्राण्यांमध्ये होतो, पण आमची परिस्थिती त्या प्राण्यांपेक्षाही वाईट होती.

आमच्या गावात हे असं घडायचं. इथं फक्त पुरुषांचा कायदा आणि अरेरावी चालायची. बाकीच्या घरांतल्या बायका आणि मुलींनासुद्धा नक्की दररोज मारलं जात असेल. त्यांच्या रडण्याचे आवाज कानावर येत असत. महिला-मुलींना मारझोड होणं, त्यांचे केस खेचले जाणं, त्यांना गोठ्याच्या दारात बांधून ठेवलं जाणं यात काही नवीन आणि वेगळं नव्हतं. हेच आमचं जिणं होतं. आमच्यासाठी याव्यतिरिक्त आयुष्यच नव्हतं.

माझे वडील म्हणजे घरातले महाराजच जणू. त्यांच्याकडं मालकी हक्क होता. तेच निर्णय घेत आणि तेच आम्हाला मारझोड करत. आमचा छळ करत. हे सगळे अधिकार आणि मुभा केवळ त्यांनाच होत्या. इतकं असूनही ते स्वत: घरासमोर शांतपणे पाइप ओढत बसलेले असत. त्यांच्या दिमतीला बायका असत. आपल्या पत्नींना ते पाळीव प्राण्यांपेक्षा फार काही जास्त समजत नसत, त्यांनाही त्यांनी बंदीच करून ठेवलं होतं. मुलांना जन्म देण्यासाठी, एखाद्या गुलामाप्रमाणे पतीची सेवा करण्यासाठीच पुरुषांना बायकांची गरज असे.

माझ्यासहित अख्खं कुटुंब माझ्या भावाचे अतोनात लाड करायचं. त्याच्याकडं पाहिलं की माझ्या डोक्यात यायचं, 'मी ज्या पोटी जन्म घेतला त्याच पोटी हाही जन्माला आला. मग, याच्याकडं वेगळं काय आहे? सगळ्यांसाठी हा इतका खास का आहे? पण माझ्याकडं या प्रश्नांची उत्तरं नसत. हे असंच असणार होतं. आमच्या वडलांची जशी आम्ही सेवा करायचो, तशीच आम्हाला त्याचीही सेवा करावी लागायची, त्याच्यापुढं नतमस्तक होऊन, मान खाली ठेवून. मान खाली घालून, नजर पायाकडं ठेवून, कमरेत वाकून आणि तोंडाला कुलूप घालून आम्हाला घरातल्या पुरुषांसाठी ट्रेमधून चहा आणावा लागे. आम्हाला काहीही बोलण्याची परवानगी नसे. फक्त कुणी प्रश्न विचारला तर त्याला उत्तर द्यायचं. मला तो चहाचा ट्रेही आठवतो.

दुपारच्या वेळी जेवायला साखर असलेला भात, भाज्या, चिकन किंवा मटण आणि ब्रेड असे. माझ्या वडलांच्या घरी, आम्हाला खाण्यासाठी लागणाऱ्या जवळजवळ सर्व वस्तू आमच्याच बागेत तयार होत असत. सगळं आमचं आम्हीच करायचो. आम्हाला फक्त साखर, मीठ आणि चहा इतक्याच वस्तू बाहेरून आणाव्या लागायच्या. आमचं घर अन्नधान्यानं भरलेलं होतं. घरात खाण्याची कधीही ददात नव्हती. सकाळी मी आम्हा बहिणींसाठी चहा करत असे. एका ताटलीवर थोडंसं ऑलिव्ह ऑइल टाकायचं. ब्रेड ओव्हनमधल्या कोळशाच्या धगीवर पाणी तापवायचं. स्वयंपाकघरात एका कोपऱ्यात सुकलेला हिरवा चहा बदामी रंगाच्या पिशवीत भरून ठेवलेला असे. मी त्या पिशवीत हात घालून मूठभर चहा घेत असे आणि तो चहाच्या भांड्यात टाकत असे. मग त्यात साखर घालत असे. पाण्याचं भांडं पाणी तापवण्यासाठी बागेत ठेवलेलं असे. ते अतिशय जड होतं आणि गरम झालेलं असे. दोन्ही हातांनी ते सांभाळून उचलावं लागत असे. भाजू नये म्हणून मी ओणवी होऊन ते उचलत असे. ते भांडं मी स्वयंपाकघरात घेऊन येत असे. त्यातलं गरम पाणी चहाच्या भांड्यात चहाची पूड आणि साखरेवर ओतत असे. अगदी सावकाश, सांभाळून. नंतर आम्ही बहिणी एकत्र बसून खात असू. सकाळच्या वेळी स्वयंपाकघरात जमिनीवर बसून आमचा चहाचा कार्यक्रम चालत असे. त्यात केवळ आम्ही बहिणीच असायचो, हे मला स्पष्ट आठवतं. पण आमचे आई-वडील आणि भाऊ कधीही आमच्यात येऊन खायला बसले नव्हते. कितीही प्रयत्न केला तरी मला त्यावेळचं माझं नेमकं वय आठवत नाही. त्या वेळी सगळ्यात मोठ्या नूराचं लग्न झालेलं नव्हतं, हे नक्की.

बाहेरच्या बाजूला अनेक प्रकारची फळझाडं लावलेली होती. द्राक्षं गच्चीच्या कडेनं वाढायची. मी ती गच्चीतून तोडत असे. बागेत संत्री, केळी आणि प्रामुख्यानं काळे व हिरवे अंजीर लावले होते. सकाळी लवकर उठून अंजिराची पानं उचलायला जाण्याचं काम मी कधीही विसरू शकणार नाही.

मेंढ्यांकडं लक्ष देण्याचं काम खरंच खूप असायचं. त्यांना बाहेर न्यायचं, शेताकडं घेऊन जायचं, त्यांच्यावर लक्ष ठेवायचं, त्यांना परत घरी घेऊन यायचं आणि त्यांची लोकर काढून ठेवायची. आमचे वडील ही लोकर बाजारात विक्रीसाठी नेत असत. मी मेंढ्यांचे खूर एकत्र धरून ते बांधून टाकत असे. मग त्यांना जमिनीवर झोपवत असे. यामुळं त्यांची लोकर काढणं सोयीचं होत असे. हे काम माझ्या लहानशा हातांच्या कुवतीबाहेरचं होतं. काही मिनिटांतच माझे हात दुखू लागायचे. जमिनीवर बसून मी दूध काढत असे. मी कसेबसे त्यांचे खूर पायात पकडत असे आणि दूध काढायला सुरुवात करत असे. या दुधापासून आम्ही चीज बनवत असू.

एकंदर, माझं तेव्हाचं नेमकं वय आणि तेव्हाच्या आठवणी यांची पक्की सांगड मला घालता येणार नाही, पण माझी स्मरणशक्ती फारशी चुकीची नसावी. एखाद दुसरं वर्ष इकडं-तिकडं होईल. नूराच्या लग्नाच्या दरम्यानच्या काळातल्या गोष्टी मला बरोब्बर आठवतात. त्यावेळी मी पंधरा वर्षांची असेन.

कैनात माझ्यापेक्षा एक वर्षानं मोठी. अजूनही तिचं लग्न झालेलं नव्हतं त्यामुळं ती घरीच होती. माझ्यानंतर एक बहीण होती तिचं नाव मात्र माझ्या स्मरणात नाही. मी तिचं नाव आठवायचा खूप प्रयत्न केला, पण काही केल्या तिचं नाव मला आठवत नाही. माझ्या वडलांनी त्यांची दुसरी पत्नी आयेशा हिला सोडल्यानंतर त्यांनी घरी आणलेल्या आमच्या दोन लहान सावत्र बहिणींची ती काळजी घेत असे, हे मात्र मला आठवतं. मी वडलांच्या या दुसऱ्या पत्नीला बघितलंय. पण तिच्याबाबत माझ्या मनात कधीही द्वेष वा अन्य वाईट भावना आल्या नाहीत. माझ्या वडलांनी हा विवाह करणं जणू सगळ्यांनी स्वीकारलं होतं. त्यांना मुलगा हवा होता, पण आयेशाही त्यांना मुलगा देऊ शकली नाही. तिनं त्यांना दोन मुलीच दिल्या. घरात आणखी दोन मुली वाढल्या. त्यामुळं वडलांनी आयेशाला सोडून दिलं आणि तिच्या दोन लहान मुलींना घरी आणलं. यात त्यांनी काही वेगळं केलं नव्हतं. अशा गोष्टी होत असत. या गावात पुरुषांना जे काही करावंसं वाटे ते करण्याची त्यांना मुभा असे. आमचे वडील आम्हाला रोज गुरासारखं मारत ते आणि अशाच त्यांच्या बाकी गोष्टी कुणालाही वेगळ्या, आक्षेपार्ह वाटत नसत. यापेक्षा वेगळ्या आयुष्याची मनात कल्पनाही येत नसे. माझ्या डोक्यात नेमके असे विचार नसत. आम्हाला खेळणी काय असतात, खेळ खेळणं म्हणजे काय असतं, गेम काय असतात हे माहीतच नव्हतं. आम्हाला कळायचा तो केवळ आज्ञाधारकपणा!

या दोन्ही छोट्या मुली आमच्यासोबत राहायच्या आणि हनन त्यांची देखभाल करण्यासाठी घरी थांबायची. या दोन्ही चिमुरड्यांची नावं मात्र मला आठवत नाहीत. त्या 'दोन लहान बहिणी' याच नावानं लक्षात आहेत. तेव्हा त्या पाच ते सहा वर्षांच्या होत्या आणि त्यांना अजून काम करावं लागत नव्हतं. हनन त्यांची खूप काळजी घ्यायची. त्यांना सोडून कुठंही बाहेर जायची नाही. भाजीच्या हंगामात अगदीच गरज असेल तर बाहेर पडायची. ही त्यांच्याविषयीची आठवण अजून माझ्या मनावर कोरलेली आहे.

आमच्या कुटुंबात दर वर्षाआड नवं बाळ यायचं. माझ्या आईचं लग्न चौदाव्या वर्षीच झालं. माझे वडील तिच्यापेक्षा वयानं खूप मोठे होते. माझ्या आईला बरीच मुलं झाली. तिनं एकूण चौदा मुलांना जन्म दिला, असं ती सांगते. त्यातली फक्त पाच जण हयात आहेत. चौदा मुलांना जन्म देणं काय असतं, हे बरीच वर्षं मला

कळलंच नव्हतं. एकदा मी चहा देत होते तेव्हा माझ्या आईचे वडील तिच्याशी याविषयी बोलत होते. त्यांचे ते शब्द अजूनही माझ्या कानात घुमतात, 'तुझं लग्न लवकर झालं ते बरं झालं. त्यामुळं तू चौदा जणांना जन्म देऊ शकलीस... आणि मुलगा झाला ते तर फार चांगलं झालं.'

मी शाळेत जात नव्हते तरी मेंढ्यांची संख्या कशी मोजायची, ते मला माहीत होतं. त्यामुळं आम्हा बहिणींची संख्या मी बोटांवर आकडे मोजून ताडून बघत असे. नूरा, कैनात, मी (सुआद), असाद आणि हनन असे आम्ही पाचच जण होतो, चौदा नव्हे. मग बाकीची भावंडं गेली कुठं? बाकीची भावंडं मरण पावली, हे आईनं कधीच सांगितलं नाही. ती नेहमी म्हणायची, मला चौदा मुलं झाली. त्यापैकी सात जिवंत आहेत. तिनं आमच्या दोन सावत्र बहिणींनाही आम्हा सख्ख्या भावंडांमध्ये गृहीत धरलं होतं. आम्ही या दोघींना कधीही सावत्र बहिणी मानलं नाही. नेहमी त्यांचा उल्लेख 'आमच्या बहिणी' असाच केला. त्यामुळं बाकी सात जणांचा पत्ता नाही, असं दिसत असलं तरी आमच्या दोन सावत्र बहिणींना वगळलं तर प्रत्यक्षात नऊ भावंडं गायब होती. काही म्हटलं तरी, आईनं जन्म दिलेल्या मुलांपैकी कितीतरी मुलं तिनं गमावली होती, हे सत्य होतं.

इतक्या मुलांपैकी फक्त सातच मुलं घरात कशी काय होती, हे रहस्य मी एक दिवस शोधून काढलंच. तेव्हा मी किती वर्षांची होते ते मला आठवत नाही. पण तेव्हा मी वयात आले नव्हते. त्यामुळं दहा वर्षांपेक्षा कमी वयाचीच असेन. खूप आठवणी मी विसरले आहे, पण माझ्या डोळ्यांनी मी जे काही पाहिलं त्यानं मी घाबरून गेले. जे घडत होतं तो गुन्हा आहे हे मला तेव्हा नीटसं कळलं नव्हतं.

माझी आई मेंढ्याच्या कातडीवर झोपलेली मी पाहिली. ती बाळंत होत होती. माझी काकी सलिमा तिच्याजवळ बसली होती. माझी आई कळांनी विव्हळत होती. तिच्या ओरडण्याचा आवाज ऐकू येत होता. नंतर बाळाच्या रडण्याचा आवाज ऐकू आला. माझ्या आईनं तातडीनं मेंढीच्या कातडीनं बाळाला गुदमरवून टाकलं. आई गुडघ्यावर बसून हे करत होती. ब्लँकेटमध्ये गुंडाळलेलं बाळ मी पाहिलं. क्षणार्धात सगळं संपलेलं होतं. त्यानंतर काय झालं ते मला आठवत नाही. ते बाळ आता नाही, इतकंच काय ते मला कळलं. भीतीची एक शिरशिरी माझं सर्वांग थरथरवून गेली.

माझ्या आईनं ज्या बाळाला जन्म दिला आणि नंतर गुदमरून मारून टाकलं ती मुलगी होती. असं करताना मी तिला एकदा, दोनदा पाहिलं. तिसऱ्या वेळी हे घडलं तेव्हा मी तिथं होते की नाही ते आठवत नाही, पण असं घडल्याचं मला कळलं होतं. त्यानंतर माझी बहीण नूरा आईशी बोलताना मी ऐकलं होतं, 'मला मुलगी झाली तर मीपण तुझ्यासारखं करेन.'

अशा प्रकारे माझ्या आईनं हनननंतर झालेल्या सात मुलींपासून सुटका करून

घेतली. तिच्या या वागण्यातही काही वावगं नव्हतं म्हणा! हे सर्रास घडत असे. मीही ते स्वीकारून टाकलं, पण मी प्रचंड घाबरले होते. माझी आई ज्या माझ्या बहिणींना निर्दयपणे मारून टाकत होती त्या माझ्यापेक्षा खूप लहान होत्या. माझे वडील मेंढीला किंवा कोंबडीला मारत तेव्हा मी लपून खूप रडत असे. अशा प्रकारांमुळं मी भीतीनं थरथर कापत असे. प्राण्यांचा मृत्यू असो वा आपल्या बाळाचा, माझ्या आई-वडलांसाठी ही अगदी साधी गोष्ट होती, पण त्यामुळं माझ्या मनात कमालीची भीती घर करून बसली होती. या निष्पाप बाळांप्रमाणे मलाही एखाद्या दिवशी अशाच साधेपणे आणि क्षणार्धात गायब केलं जाईल, असं वाटायचं. कोणत्या ना कोणत्या दिवशी माझा किंवा माझ्या बहिणींपैकी कुणाचा तरी नंबर येणारच आहे, असं माझं मन सारखं मला खात राहायचं. मूल लहान की मोठं, यामुळं त्यांना फरक पडत नव्हता. आई-वडलांच्या जेव्हा मनात येईल तेव्हा ते आम्हाला मारून टाकतील, असं वाटायचं. त्यांनी आम्हाला या जगात आणलं होतं, मग हे आयुष्य काढून घेण्याचा अधिकारही त्यांना होता.

आमच्या गावात असं होतं की, तुम्ही जोपर्यंत तुमच्या आई-वडलांसोबत आहात तोपर्यंत मृत्यूचं सावट असायचं. माझे वडील खाली उभे असत तेव्हा मला शिडी चढून जायलाही असुरक्षित वाटायचं. लाकडं कापायला वापरल्या जाणाऱ्या कुऱ्हाडीची मला भीती वाटायची. पाणी काढायला विहिरीजवळ जातानाही मनात धाकधूक असायची. आमच्यासोबत मेंढ्या नेताना आणि गोठ्यात जाताना माझे वडील पाहत असत तेव्हाही मनात भीतीची लाट येऊन जायची. रात्रीच्या वेळी दाराचा आवाज झाला तरी मी घाबरून जात असे. रात्री झोपेत अंथरुणातच श्वास कोंडून मला मारलं जाईल, असं वाटत राहायचं.

शेतातून पाळीव प्राण्यांना घेऊन येताना कधी कधी मी आणि कैनात बोलायचो,

'आपण घरी पोहोचेपर्यंत सगळे जण मरण पावलेले असतील तर? आपल्या वडलांनी आईला मारून टाकलं तर? मग आपण काय करायचं?'

विहीर खूपच खोल होती. त्यामुळं मी पाणी काढायला जात असे तेव्हा सतत अल्लाची करुणा भाकत असे. मला मागून कुणी ढकललं असतं तर कुणाला कळलंही नसतं मी कुठं आहे ते. माझा बुडून मृत्यू झाला असता. मला बघण्यासाठी कोणी आलंही नसतं तिथं. सारखे असे विचार मनात येत असत.

हीच मोठी भीती माझ्या मनात घर करून बसली होती. माझ्या आईलाही हीच भीती होती. मला ते जाणवायचं. मी शेळ्या आणि मेंढ्या परत घेऊन येत असे तेव्हा खोल दरी बघून मला भीती वाटायची. माझे वडील कुठंतरी लपून बसले असतील आणि एखाद्या बेसावध क्षणी ते मला ढकलून देतील. त्यांच्यासाठी हे कठीण नव्हतं. मी मात्र दरीत कोसळून दरीच्या तळाशी गतप्राण होऊन पडेन. वरून

ते दगडपण फेकतील माझ्यावर. त्याखाली मी गाडली जाईन आणि माझ्याकडं कुणी फिरकणारही नाही, असे विचार मनात पिंगा घालत असत.

आम्हा बहिणींपेक्षाही आमच्या आईला मृत्यूला सामोरं जावं लागण्याची भीती आम्हाला जास्त सतवायची. आमच्यासारखी तिलाही अनेकदा बेदम मारझोड होत असे. वडील आम्हाला गुरासारखे बडवत असताना ती मध्ये पडली तर तिची काही खैर नसे. वडील तिला खाली पाडत आणि केसांना धरून खेचत नेत. आला दिवस आम्हाला मरणाच्या पडछायेखाली घाबरत घाबरत घालवावा लागे, बरं याला काही कारणही नव्हतं. केवळ आमच्या वडलांनी ठरवलं म्हणून आमचा मृत्यू अचानकपणे केव्हाही दत्त म्हणून आमच्या पुढ्यात उभा राहू शकत होता. माझ्या नुकत्याच जन्माला आलेल्या बहिणींना माझ्या आईनं संपवून टाकलं, अगदी तसं. आई गरोदर असायची, नंतर नसायची, तिला कधी कुणी याबद्दल प्रश्न विचारला नव्हता.

गावातल्या अन्य मुलींशी 'कसं काय' असं विचारण्यापलीकडं आमचा तसा काही संबंध येत नसे. लग्नसोहळे सोडले तर आम्ही कधीही एकत्र जमत नसू. तेव्हाही गप्पा अगदी साध्या व्हायच्या. लग्नातलं जेवण, नवरी मुलगी, तिथं आलेल्या आणि सुंदर असलेल्या व नसलेल्या मुली किंवा मेकअप करण्याचं भाग्य लाभलेल्या महिला याविषयी आम्ही निरर्थक काहीतरी बडबडत असू.

'तिच्याकडं बघ. तिनं भुवया कोरल्या आहेत...'

'तिनं केस मस्त कापलेत.'

'तिच्याकडं बघ. तिनं चपला घातल्या आहेत.'

एम्ब्रॉयडरी केलेल्या चपला घालून आलेली मुलगी गावातली अतिशय श्रीमंत समजली जायची. बाकीच्या आम्ही मुली शेतात अनवाणीच जायचो. तिथं आमच्या पायात काटे रुतत. जमिनीवर बसून आम्ही ते पायातून काढण्याचा प्रयत्न करायचो. माझ्या आईकडंही चपला नव्हत्या. माझी बहीण नूराचं लग्न झालं तेव्हाही ती अनवाणीच होती. विवाह सोहळा म्हणजे काही वाक्यं म्हटली जातात फक्त. मी अशा दोन-तीन समारंभांनाच गेले आहे.

आम्हाला मारझोड होते, याची कुणाकडं तक्रार करण्याचा प्रश्नच नव्हता. ही अशीच पद्धत होती. स्त्रीनं मुलाला जन्म दिला नसेल तर ते मूल जगलं की नाही, याची कुणालाही पर्वा नसायची. ते मूल मुलगा असेल आणि ते जिवंत असेल तर तिची आणि घराण्याची मान ताठ व्हायची. पण तो मुलगा मृत असेल तर त्याच्यासाठी आणि तो गेल्यानं तिच्यावर व कुटुंबावर ओढवलेल्या दुर्दैवावर अश्रू ढाळले जात असत. मुलांचा इतका विचार केला जायचा. मुलींना तर जमेस धरलंच जायचं नाही.

मी माझ्या गावातून नाहीशी झाले तेव्हा माझ्या आईचं वय साधारण चाळीस असेल. तिच्या पोटी चौदा मुलं जन्माला आली, पण पाचच जिवंत राहिली. तिनं

बाकीच्या मुलांना पांघरुणात कोंडून मारलं असेल का? असं झालं जरी असेल तरी ही प्रथाच असल्यानं कुणाला त्याचं काही वाटलं नसेल. माझ्या आईनं मारून टाकल्यानंतर त्या नुकत्याच जन्मलेल्या मुलींचं काय झालं ते मला माहीत नाही. त्यांना पुरलं गेलं का? त्यांना कुत्र्यांना खायला घालण्यात आलं का? माझे आई-वडील काळा ड्रेस घालत. घरात प्रत्येक मुलीचा जन्म त्यांच्यासाठी दफनविधी असल्यासारखा होता. मुलगी झाली तर त्यासाठी फक्त तिला जन्म देणाऱ्या आईला दोषी धरलं जायचं. माझे वडीलही असाच विचार करत. बाकीचं गावही असंच बुरसटलेल्या विचारांचं होतं.

आमच्या गावातल्या पुरुषांना मुलगी आणि गाय यांमध्ये निवड करण्याची वेळ आली तर ते नक्की गायीची निवड करतील. आम्हा मुलींचा काडीचा उपयोग नाही, हे आमचे वडील पुन:पुन्हा सांगत असत. ते म्हणत, गायी दूध देतात आणि वासराला जन्म देतात. दुधाचा आणि वासराचा उपयोग काय तर ते बाजारात विकून पैसे मिळतात. म्हणजेच, गाय कुटुंबासाठी काहीतरी करते. पण मुलींपासून कुटुंबाला काय मिळतं? काहीही नाही. मेंढ्या आपल्याला लोकर देतात. लोकर बक्कळ पैसा मिळवून देते. कोकरू मिळतं. दुधाचं चीज बनवता येतं. चीज विकूनही खूप पैसे मिळतात. मेंढी आणि गाय एखाद्या मुलीपेक्षाही जास्त उपयोगी असतात. गायी, शेळ्या आणि मेंढ्यांना आमच्यापेक्षाही चांगली वागणूक मिळायची, त्यांना मारझोड व्हायची नाही, यातून आम्हाला पुरुषांच्या विचारांची पुरेपूर जाणीव व्हायची.

मुलीचं लग्न झालं नाही तर, या भीतीनं प्रत्येक वडलांना मुलगी म्हणजे एखादी समस्या वाटायची. एकदा तिचं लग्न झाल्यावर नवरा त्रास देतो म्हणून तिनं सासर सोडलं आणि माहेरी पाऊल ठेवलं तर ते वडलांना त्रासदायक आणि अपमानास्पद वाटायचं. पण ती अशीच घरी राहिली तर गावात कुचेष्टा होईल म्हणून मुलीचं लग्न झालं नाही तरी तिच्या वडलांना घोर लागायचा. लग्न न झालेली मुलगी आपल्या आई-वडलांसोबत रस्त्यावरून चालत असेल तर येणारे-जाणारे तिच्याकडं बघत आणि तिची चेष्टा करत. त्यामुळं मुलीचं लग्न न होणं हे पूर्ण कुटुंबासाठी अपमानकारक होतं. मोठ्या मुलीचं लग्न सगळ्यात आधी व्हायचं. नंतर वयानुसार बाकीच्या मुलींचे हात पिवळे होत. सगळे जण हा नियम पाळत. मुलगी विशीची झाली आणि तरीही वडलांच्याच घरी असली तरी एक वेळ ठीक असायचं. पण तिची विशी उलटली की वडलांना दडपण यायचं. तोपर्यंत तिचं लग्न व्हायलाच हवं. बाकीच्या मोठ्या शहरांमध्ये याबाबत काय विचारधारणा होती ते मला माहीत नाही, पण आमच्या गावात तरी अशीच रीत होती.

■

# हनन

आम्हाला मृत्यूची आणि त्या लोखंडी दाराची कमालीची भीती वाटत असे. त्या वेळच्या आज्ञाधारक मुलींमध्ये हे भय असायचंच. पण दुसरीकडं, माझा भाऊ असाद मात्र दप्तर अडकवून शाळेला जात असे. तो रपेटसवारी करायलाही जात असे, चालायला जात असे. तो आमच्यासोबत खात नसे. एखादा पुरुष ज्याप्रमाणं वाढायला हवा, त्याप्रमाणं तो लहानाचा मोठा झाला. स्वातंत्र्यात आणि स्वाभिमानानं. घरातल्या मुलींनी त्याची एखाद्या राजकुमाराप्रमाणं सेवा केली. तो लहान असताना मी त्याच्या अंघोळीसाठी पाणी गरम करत असे, त्याचे केस धुऊन देत असे. तो अमूल्य खजिना असावा, याप्रमाणे मी त्याला जपत असे, त्याची काळजी घेत असे. या घराबाहेरचं त्याचं जग कसं होतं, याबद्दल मला सुतराम कल्पना नव्हती. तो शाळेत काय शिकतो, गावात काय करतो, कुठं जातो याच्याशीही मला देणं-घेणं नव्हतं. तो वयात येण्याची आणि त्याचं लग्न होण्याची आम्ही वाट बघत होतो. कारण आमच्या कुटुंबात लग्न या एकमेव गोष्टीला काय ते महत्त्व होतं. लग्न आणि दुसरं महत्त्वाचं म्हणजे मुलाचा जन्म!

आमच्यात जेमतेम वर्षभराचं अंतर होतं. त्यामुळं तो लहान असताना मला त्याचा जवळून सहवास मिळाला. आमच्या कुटुंबात आम्हा मुलांमध्ये शक्य तितकं कमी अंतर होतं. युरोपात त्या वयाची मुलं एकमेकांशी खेळतात तसं लहानपणी त्याच्याशी कधी खेळलेलं मला आठवत नाही. वयाच्या चौदाव्या वा पंधराव्या वर्षी त्याचं रूपांतर पुरुषात झालं होतं. मग तो माझ्यापासून लांब गेला.

मला वाटतं त्याचं लग्न फार लवकर झालं. बहुतेक सतराव्या वर्षी असावं. तोही खूप हिंस्र झाला होता. माझे बाबा त्याचा फार तिरस्कार करत. का ते मला नाही माहीत. कदाचित तो त्यांच्याच वळणावर गेला होता. आता प्रौढ झालेल्या आपल्या मुलामुळं आपल्या हातातली सत्ता जाईल की काय, आपलं महत्त्व कमी होईल की काय, अशी भीती त्यांना वाटत असावी. त्यांच्यातल्या या मत्सराचं नेमकं काय कारण होतं ते मला माहीत नव्हतं. पण मला आठवतं, एक दिवस आमच्या वडलांनी टोपली भरून दगड गोळा केले. ती टोपली घेऊन ते गच्चीत

गेले आणि तिथून त्यांनी ती टोपली असादच्या डोक्यावर रिकामी केली. जणू काय त्यांना त्याला मारूनच टाकायचं होतं.

लग्नानंतर असाद त्याच्या पत्नीसोबत घरातल्या दुसऱ्या एका भागात राहत असे. माझे वडील तिथं येऊ नयेत म्हणून त्यानं दोन खोल्यांना जोडणाऱ्या मधल्या दारात काहीतरी अडथळा निर्माण करून ठेवला होता. आमच्या गावातल्या पुरुषांमध्ये असलेली हिंसाचारी वृत्ती अगदी बऱ्याच वर्षांपासून अस्तित्वात असल्याचं यावरून माझ्या लक्षात आलं. ही वृत्ती वडलांकडून मुलामध्ये येते. मुलगा नंतर हा हिंसाचार पुढच्या पिढीकडं सुपूर्द करतो. पिढ्यान्‌पिढ्या हे असंच सुरू राहतं.

पंचवीस वर्षांत मी माझ्या कुटुंबाला भेटले नाही. पण चुकून मी माझ्या भावासमोर आले तर मला त्याला एक प्रश्न विचारायचा आहे, मी 'हनन' म्हणून हाक मारत असे आणि जी एकाएकी गायब झाली ती आपली एक बहीण कुठं आहे? 'हनन'- मला ती अजूनही आठवते. सुंदर होती ती. माझ्यापेक्षाही छान दिसायची. दाट केस. मधोमध एकमेकींशी जुळलेल्या जाड भुवया. शारीरिकदृष्ट्याही ती अधिक भरलेली दिसायची. मला आठवतं की, कैनात फार गोड दिसायची. पण थोडी जाड होती. हननचं व्यक्तिमत्त्व पूर्णपणे वेगळंच होतं. ती थोडी धसमुसळी, तुटक वाटायची, पण आमच्या सगळ्यांसारखीच आज्ञाधारक होती. ती जाड नव्हती, पण ती मजबूत असेल, असं वाटायचं. थोडीशी गुबगुबीत दिसायची ती. माझ्यासारखी बारीक अंगकाठीची नव्हती. ऑलिव्ह उचलण्यासाठी आम्हाला मदत करायला ती यायची तेव्हा तिचं काम अगदी संथपणे चालायचं. आमच्या कुटुंबात ती जरा वेगळीच होती. कारण बाकीचे सगळे झटपट कामं करत. प्राणी घेऊन जाण्याची आणि त्यांना परत घेऊन येण्याची आज्ञा पूर्ण करण्यासाठी अक्षरश: आमची पळापळ व्हायची. लगबगीनं हालचाल करण्याऐवजी ती काहीशी स्वप्नाळू होती. तिला जे सांगितलंय त्याकडं तिचं फार उत्सुकतेनं लक्ष नसायचं. उदाहरणार्थ, आम्ही जेव्हा ऑलिव्ह गोळा करायला जायचो तेव्हा पटापट ऑलिव्ह गोळा करून माझी ओंजळ अगदी भरून जायची. तोपर्यंत तिच्याकडच्या भांड्याचा तळही भरलेला नसायचा. मग मी तिला मदत करायला जात असे. ती सगळ्यांपेक्षा मागे राहिली तर आमच्या वडलांपुढं तिची धडगत नाही, या जाणिवेनं मी तिला मदत करत असे. ऑलिव्ह गोळा करण्यासाठी आम्ही सगळ्या जणी एका रांगेत उभ्या राहत असू. त्याच रांगेत पुढं सरकत असू, थांबत असू आणि त्याच लयीत ऑलिव्ह गोळा करत असू. या हालचाली झटपट कराव्या लागायच्या. ऑलिव्हांनी ओंजळ भरली की ते परडीत टाकत असे. परडी पूर्ण भरेपर्यंत अशा प्रकारे ऑलिव्ह गोळा करत राहायचं. नंतर हे ऑलिव्ह मोठ्या कापडी गोणीत टाकत असू. मी जेव्हा जेव्हा ऑलिव्ह टाकायला जात असे तेव्हा तेव्हा हनन मागेच राहिलेली दिसायची,

‘स्लो मोशन’मध्ये हालचाली करत असल्यासारखी. ती आम्हा सर्वांपेक्षा खरंच वेगळी होती. तिला गरज असेल तेव्हा ऑलिव्ह उचलण्यासाठी मदत करणं किंवा ती माझी वेणी घालायची त्याप्रमाणे तिच्या दाट केसांची वेणी घालणं, हे वगळलं तर तिच्याशी फार काही बोलल्याच्या किंवा तिच्यासोबत असल्याच्या विशेष स्मृती नाहीत. तिला आमच्यासोबत तबेल्यात आलेलं, मेंढ्यांची लोकर काढण्यासाठी किंवा गायींना चरायला नेण्यासाठी आलेलं पाहिल्याचंही स्मरत नाही. तिचा बराचसा वेळ स्वयंपाकघरात माझ्या आईला मदत करण्यात जात असे. त्यामुळंच कदाचित ती माझ्या विस्मरणात गेली असावी.

आमच्या जन्माप्रमाणं आम्हा भावंडांचा क्रम लावण्यासाठी पुन:पुन्हा मी आठवणींना उजाळा देण्याचा प्रयत्न केला. नूरा, कैनात, सुआद, आणि...? माझी चौथी बहीण आठवत नाही. मला तिचं नावही नीटसं आठवत नाही. इतका प्रयत्न करूनही, कुणाचा जन्म कुणानंतर झाला, याबद्दल यापेक्षा जास्त मला आठवेना. मला नूरा, असाद यांच्या जन्माविषयी पक्कं ठाऊक आहे, पण बाकीच्या भावंडांच्या बाबतीत गोंधळ उडतो. मी जिला हनन म्हणत असे, त्या बहिणीविषयी सगळ्यात दुर्दैवी गोष्ट सांगायची म्हणजे, तिच्या अचानक गायब होण्याविषयी इतकी वर्षं मला प्रश्नच पडला नव्हता. ती माझ्या स्मृतीतून पूर्णपणे अदृश्य झाली; एखादं दार कायमचं बंद व्हावं तशी. माझी सख्खी बहीण आणि इतकी वर्षं मला तिचा विसर पडला!

काही काळापूर्वी एक अत्यंत क्रूर प्रतिमा माझ्या मनात डोकावली. अतिशय भयानक दृश्य माझ्यासमोर चमकलं. महिलांच्या घोळक्यामध्ये कुणीतरी मला जमिनीवर गतप्राण होऊन पडलेल्या मुलीचं छायाचित्र दाखवलं. तिला कुणीतरी टेलिफोनच्या काळ्या रंगाच्या वायरनं मारलं होतं. हे छायाचित्र बघून मला फार अस्वस्थ व्हायला झालं. या मृत मुलीविषयी मला वाईट वाटत होतंच, पण या दृश्याच्या पार्श्वभूमीवर मला काहीतरी धूसर दिसत होतं. काहीतरी माझ्याशी संबंधित असलेलं. दुसऱ्या दिवशी अचानक माझ्या डोक्यात लख्ख प्रकाश पडला. काय काय आठवू लागलं. हे घडलं तेव्हा मी तिथं होते आणि हे सगळं मी पाहिलं आहे, असं वाटू लागलं. माझी बहीण हनन कशी आणि केव्हा गायब झाली ते आता मला स्पष्ट आठवलं.

हे आठवलं त्या क्षणापासून मला नव्या भीतीनं घेरलं. दिवसरात्र माझ्या डोक्यात हाच विचार घोळू लागल्यानं हातपाय अगदी गळून गेले. छळ, अत्याचार याच्याशी संबंधित असलेली माझी प्रत्येक आठवण, प्रत्येक प्रसंग माझी ताकद काढून घेतो. अक्षरश: मला या सगळ्या भयावह गोष्टी माझ्या स्मृतींतून कायम काढून दूर फेकायच्या आहेत. गेल्या वीसेक वर्षांत नकळत मी ते केलं आहे. पण माझ्या देशात घालवलेलं बालपण आणि मोठं झाल्यावर महिलांच्या वाट्याला येतात तसे

सोसलेले अत्याचार यांची साक्षीदार म्हणून मला नाइलाजानं आठवणींचं थडगं पुन्हा उकरावं लागतं. त्या थडग्याच्या तळाशी पुरलेल्या आठवणी मला नकोशा करतात.

मी एकटीच असते तेव्हा स्वत:लाच विचारते की खरंच मी अशा प्रकारे जगले का? त्या भयंकर गोष्टींतून मी वाचले आणि अजूनही जिवंत आहे. बाकीच्या महिलाही अशाच प्रकारच्या प्रसंगांतून गेल्या. त्याही अजून हयात आहेत. मला हे सगळं कायमचं विसरून जायचं आहे. पण असल्या अत्याचारांतून वाचलेल्या आम्ही फार कमी जणी उरलो आहोत. त्यामुळं या सगळ्यांची साक्षीदार म्हणून या प्रकारांना वाचा फोडणं आणि हा अमानुषपणा सगळ्यांपुढं आणणं ही माझी जबाबदारी आहे.

हननच्या बाबतीत आठवतं की, मी घरात होते. मी ओरडण्याचा आवाज ऐकला. नंतर पाहिलं तर हनन जमिनीवर पडली होती. तिच्या हाता-पायावर मारझोड झालेली होती. माझा भाऊ असाद वाकून टेलिफोनच्या वायरनं तिचा गळा आवळत होता. हे सगळं कालच घडलं असावं, इतकं माझ्या स्मरणात ताजं आहे. माझ्या दोन लहान बहिणींचं रक्षण करण्यासाठी मी ढालीसारखी त्यांच्यासमोर उभी होते. आम्ही तिथं नाही आहोत हे दाखवण्यासाठी भिंतीच्या आड दबून राहण्याचा प्रयत्न करत होतो. बहिणींनी कुठं हलू नये म्हणून मी त्यांचे केस पकडून ठेवले होते. असादनं कदाचित आम्हाला बघितलं असावं वा मला येताना पाहिलं असावं. तो जोरात ओरडला, 'इथून निघून जा.'

मी दोन्ही बहिणींना ओढत आमच्या खोलीकडं जाणाऱ्या सिमेंटच्या जिन्याच्या दिशेनं धावत सुटले. दोघींतली एक बहीण इतकी घाबरली होती की धावता धावता ती आपटली आणि तिच्या पायाला लागलं. पण मी तिला तसंच खेचत नेलं. आम्ही खोलीत जाऊन दार घट्ट बंद करून बसलो. दोन्ही छोट्यांची मी समजूत काढत होते तेव्हा मीच अक्षरश: कापत होते. आम्ही तिघी तिथं बराच वेळ बसून होतो, अजिबात आवाज न करता. बहिणीच्या गुडघ्याला झालेल्या जखमेची मी काळजी घेत होते. तोंडून अवाक्षरही न काढता गप्प बसण्याशिवाय मी काहीही करू शकत नव्हते. माझा भाऊ टेलिफोनच्या वायरनं माझ्या बहिणीचा गळा आवळत होता, हे दृश्य डोळ्यासमोरून हलतच नव्हतं. ती कदाचित टेलिफोन वापरत असेल आणि तेव्हा हा तिला मारण्यासाठी मागून आला असेल. ती मरण पावली. तिचा प्राण गेल्याची माझी खात्री पटली. त्या दिवशी तिनं पांढरी सलवार आणि गुडघ्यापर्यंत रूळणारा शर्ट घातला होता. ती अनवाणी होती. तिच्या पायांवर मारल्याच्या खुणा मी पाहिल्या होत्या. असाद आमच्यावर ओरडून आम्हाला तिथून जायला सांगत असताना त्यानं तिच्या हातांवर मारलेलंही मी पाहिलं होतं.

मला वाटतं टेलिफोन काळ्या रंगाचा होता. किती काळापासून हा टेलिफोन

आमच्या घरात आहे? त्या वेळी आमच्या गावात फार जणांकडे फोन नव्हते. आता आमच्या बाथरूममध्ये गरम पाणी येतं, आमच्याकडे टेलिफोन आहे. मुख्य खोलीत तो ठेवलाय. त्याची वायर भलीमोठी आहे. तिनं नक्कीच टेलिफोन वापरण्याचा प्रयत्न केला असणार. पण ती कुणाला आणि कशाला फोन करत होती ते काही मला कळलं नाही. हे घडण्यापूर्वी मी काय करत होते किंवा मी कुठं होते किंवा हनननं नेमकं काय केलं होतं ते मला आठवत नाही, पण असादनं इतक्या क्रूरपणे तिला गळा आवळून मारावं असं काही तिनं केलेलं नव्हतं, हे नक्की. हे सगळं काय घडत होतं, माहीत नाही.

माझी आई घरी परत येईपर्यंत मी बहिणींबरोबर त्या खोलीतच बसून होते. आई आणि वडील आम्हाला असादच्या सोबत घरी ठेवून बाहेर गेले होते. आम्ही आणि असाद यांव्यतिरिक्त घरात बाकी कुणीच का नव्हतं, हे समजून घ्यायचा मी बराच प्रयत्न केला. पण नंतर आठवणींचा गुंता वाढत गेला.

त्या दिवशी माझे आईवडील माझ्या वहिनीला भेटायला तिच्या माहेरी गेले होते. वहिनीला मुद्दामच माहेरी ठेवलं होतं. ती गरोदर होती आणि तिच्या या नाजूक अवस्थेतही तिला माझ्या भावानं प्रचंड बडवलं होतं. त्यामुळं आमचा भाऊ एकटाच आमच्यासोबत घरात होता. त्याला त्याचा घोर अपमान झाल्यासारखं वाटत होतं. त्यामुळंच बाकीच्या पुरुषांप्रमाणे त्याचाही जळफळाट होत होता. नेमकं काय घडत होतं याविषयी नेहमीप्रमाणे माझ्याकडं सगळी काही माहिती नव्हतीच. तुटक तुटकच काय ते कळलं होतं. कुटुंबात संघर्ष उद्भवतात तेव्हा कुटुंबीयांची बैठक होते. पण घरातल्या मुली तिथं थांबत नाहीत. मुलींना नेहमीच लांब ठेवलं जातं. मला नंतर कळलं की माझ्या वहिनीचा गर्भपात झाला. माझ्या आईवडलांनी यासाठी बहुतेक माझ्या भावाला जबाबदार धरलं. पण त्या दिवशी या दोन्ही घटनांचा एकमेकांशी काही संबंध नव्हता. हनन टेलिफोनचं काय करत होती? टेलिफोनचा वापर फार कमी केला जातो. मी स्वत: जेमतेम दोन ते तीन वेळा वापरला होता. माझ्या मोठ्या बहिणीशी, आत्याशी किंवा वहिनीशी बोलण्यापुरता. हनन जर कुणाला फोन करत असेल तर कुटुंबापैकीच कुणीतरी असणार. माझे आईवडील घरी परतल्यानंतर आई असादशी बोलत होती. बोलताना ती रडत होती. पण ती रडण्याचं केवळ नाटक करत होती, अशी माझी खात्री आहे. मी खूप वास्तववादी बनले होते आणि तिथं काय आणि कसं घडतं ते समजू लागले होते. इथं मुलींना का मारलं जातं आणि कसं मारलं जातं ते एव्हाना मला समजलेलं होतं. हा निर्णय कुटुंब एकत्रितपणे घेतं आणि प्रत्यक्ष ती कृती करण्याच्या दिवशी आईवडील घरातून गायब असतात. ज्या मुलीला मारायचं आहे ती आणि तिला मारण्याची जबाबदारी ज्याच्यावर सोपवली आहे ती व्यक्तीच केवळ घरात असतात.

माझी आई खरंखुरं रडत नव्हती. ती फक्त रडल्यासारखं भासवत होती. माझ्या भावानं माझ्या बहिणीचा गळा का आवळला, हे तिला नक्की माहीत होतं आणि नसेल माहीत तर नेमकी त्याच दिवशी ती आमचे वडील, मोठी बहीण नूरा यांच्यासोबत बाहेर का गेली? तिनं आम्हाला असादबरोबर घरात एकटं का सोडलं? मला फक्त लक्षात येत नव्हतं, ते हननला मारून टाकण्याचं कारण. तिनं नक्कीच काहीतरी पाप केलं असणार, पण काय ते मला कळलं नव्हतं. ती एकटीच बाहेर गेली होती का? की, ती एखाद्या पुरुषाबरोबर बोलताना दिसली? तिला शेजाऱ्यांनी बोल लावले का? एखाद्या मुलीकडं 'चारमुटा' या नजरेनं पाहिलं जाणं फार विशेष नाही. अशा मुलींमुळं आपल्या कुटुंबावर लाजिरवाणी वेळ ओढवते. फक्त तिच्या आईवडलांचा आणि तिच्या भावाचाच नाही, तर अख्ख्या गावाचा सन्मान परत मिळवून देण्यासाठी अशा मुलीला ठार मारलं जातं.

माझी बहीण माझ्यापेक्षा वयानं लहान असली तरी माझ्यापेक्षा जास्त प्रगल्भ होती. ती काहीतरी विचित्र वागली असेल आणि मला ते माहीत नसेल. आमच्याकडं मुली मोकळेपणाने बोलत नसत. अगदी बहिणी बहिणींनाही एकमेकींशी बोलण्याची चोरी होती. आपली सुखं-दुःखं वाटून घेण्याचीही त्यांना भीती वाटायची. हे मला माहीत आहे कारण मीही त्यांच्याप्रमाणे शांतच बसले.

माझं माझ्या भावावर खूप प्रेम होतं. तो घरातला एकमेव पुरुष होता, माझ्या वडलांनंतर घराचा एकमेव आधार होता. त्यामुळं माझ्या बाकी बहिणींचाही त्याच्यावर जीव होता. माझ्या वडलांचं काही बरंवाईट झालं तर घराची जबाबदारी माझ्या भावावर येऊन पडणार होती. पण भावाचं काही झालं आणि घरात केवळ बायकाच उरल्या तर संपलंच सगळं! मग आणखी जमीन नाही, आणखी मेंढ्या नाहीत की काही नाही. एकमेव मुलगा आणि एकमेव भाऊ गमावणं हे कुटुंबावरचं पर्वताएवढं संकट असतं. पुरुषाशिवाय घर चालूच कसं शकतं? पुरुषच कायदा करतात आणि आपलं रक्षण करतात, घरातला मुलगा आपल्या वडलांची जागा घेतो आणि त्याच्या बहिणींचे हात पिवळे करतो.

मी आधी म्हटल्याप्रमाणे असाद आमच्या वडलांप्रमाणे हिंसक होता. तो खुनी होता. पण महिलांना मारण्याचा संदर्भ येई तेव्हा हा शब्द जणू अर्थहीन होऊन जात असे. कुटुंबाचा मानसन्मान जपण्याची जबाबदारी भाऊ, मेहुणा किंवा काकांवर असते. त्यांच्या घरातल्या महिलांचा जन्म आणि मृत्यूवर त्यांचा पूर्ण अधिकार असतो. आई किंवा वडलांनी मुलाला सांगितलं की, तुझ्या बहिणीनं पाप केलं आहे. तिला मारून टाकायला हवं तर तो भाऊ केवळ सन्मान जपण्यासाठी बहिणीचा जीव घेतो. असा कायदाही समाजात असतो.

असादविषयी थोडंसं सांगायलाच हवं. असाद आमचा लाडका भाऊ होता.

त्याला घोड्यावर बसायला फार आवडायचं. एक दिवस घोडा घसरला आणि असाद घोड्यावरून खाली पडला. मला ही घटना स्पष्ट आठवते. आम्ही ओक्साबोक्शी रडत होतो. दु:खानं मी माझे कपडे खेचले, केस ओढले. सुदैवानं, अपघात फार गंभीर नव्हता. आम्ही त्याची खूप काळजी घेतली. पण याविरुद्ध एक अनुभव सांगण्यासारखा आहे. माझ्या वडलांचा पाय मोडला तेव्हा आम्हाला इतका आनंद झाला होता की आम्ही आनंदानं नाचलो होतो. अगदी आजही, असाद खुनी असल्याचं माझं मन पूर्णपणे मान्य करायला धजत नाही. माझ्या बहिणीला ज्या प्रकारे मारण्यात आलं ते भयावहच होतं. धास्ती निर्माण करणारं होतं. पण आता त्याचा राग मी मनात धरून ठेवेन, असं वाटत नाही. असादनं जे केलं ती आमच्याकडं सर्वमान्य असलेली प्रथा होती. तसं करणं ही त्याची जबाबदारी होती, घराण्याच्या इभ्रतीसाठी ते अत्यावश्यक होतं, हे त्याला मान्य करावंच लागलं. त्यामुळं तो कसाही असला तरी माझा त्याच्यावर फार जीव होता.

या लोकांनी हननच्या मृतदेहाचं काय केलं ते माहीत नाही, पण ती एकाएकी घरातून गायबच झाली. हळूहळू ती माझ्या विस्मृतीत गेली. पण हे सगळं कसं झालं ते मला उमगलं नाही. या सगळ्या प्रकाराची भीती होतीच, पण त्या वेळी माझ्या मनात तार्किक विचारही सुरू होता. रूढी, प्रथा, कायदा यामुळे या गोष्टींत काहीच वावगं वाटलं नाही. आपणही तसाच विचार करतो आणि ती सर्वसाधारण गोष्ट म्हणून स्वीकारतो. पण आपल्या समाजातून दुसरीकडं गेल्यावर हे प्रकार गुन्ह्यासारखे, भीतिदायक, गैर वाटू लागतात. दुसरीकडं, म्हणजे पाश्चिमात्य किंवा अन्य देशांत कायदे वेगळे असल्यानं ही जाणीव तीव्रपणे होते. माझ्यावर ओढवलेल्या प्रसंगानं मी खरं तर मरायचीच. माझ्या गावातल्या प्रथांनी दिलेल्या शिक्षेतून मी वाचले. हे कसं काय घडलं, या चमत्कारानं मी कितीतरी दिवस अस्वस्थ होते. माझ्या बाबतीत जे घडलं त्या धक्क्यामुळं आता मी माझ्या आयुष्यातल्या बाकीच्या घटना विसरून गेले आहे. मानसशास्त्रज्ञांनी तरी मला हेच सांगितलं.

अशा प्रकारे हनन दीर्घकाळ माझ्या आयुष्यातून आणि माझ्या स्मृतींतून नाहीशी झाली. कदाचित बाकीच्या बाळांप्रमाणं तिलाही पुरून टाकण्यात आलं असेल. तिला कदाचित अग्नीही दिला असेल किंवा कदाचित शेतात किंवा डबरीच्या ढिगाऱ्याखाली तिला पुरून टाकलं असेल. की कुत्र्यांच्या तोंडी दिली तिला या लोकांनी? मला काहीच कल्पना नाही. माझ्या देशात, माझ्या गावातलं माझं आयुष्य कसं होतं, याविषयी मी इथं युरोपात बोलते तेव्हा इथल्या लोकांना ते समजून घेणं अवघड जातं. हे अजब प्रकार समजून घेण्यात येणारी अडचण मला त्यांच्या आविर्भावातून स्पष्ट जाणवते. ते तार्किक प्रश्न विचारतात : 'पोलीस आले होते का?' 'अचानक कुणीतरी गायब झाल्याचं कुणालाच काही वाटलं नाही का?'

'गावातल्या लोकांचं यावर काय म्हणणं होतं?'

हयातीत मी कधी पोलीस पाहिला नाही. एखादी स्त्री गायब झाली तर त्याचं इतकं काही विशेष नसतं. गावातल्या लोकांसाठी पुरुषांचा कायदा सर्वमान्य असतो. घराची अब्रू घालवलेल्या मुलीला मारून टाकलं नाही तर गावातले लोक त्या कुटुंबाला वाळीत टाकतात. गावातलं कुणीही त्या कुटुंबाशी बोलत नाही की कसला संबंध ठेवत नाही. त्या कुटुंबाला मग निघून जावं लागतं.

आता माझ्या कुटुंबाचा विचार केला तर वाटतं माझी बहीण माझ्यापेक्षा दुर्दैवी होती. पण एका अर्थी ती नशीबवान होती कारण तिला मरण आलं. निदान तिला नंतर त्रास तरी सहन करावा लागला नाही. अजूनही माझ्या बहिणीच्या रडण्याचा आवाज माझ्या कानात घुमतोय. ती इतक्या जोरात किंचाळली होती की मी आणि कैनात कितीतरी वेळ घाबरलो होतो. त्यानंतर केव्हाही आमचे वडील, मेहुणे किंवा भाऊ कुणीही दिसलं तरी हे तिघे आम्हालाही काहीतरी करतील अशी धडकी भरायची. काही वेळा तर डोळ्याला डोळा लागायचा नाही. अनेकदा रात्री मी भीतीनं झोपेतून जागी होत असे. भीतीनं मनात कायमचं घर केलं होतं. असाद नेहमीच चिडलेला आणि हिंसक असायचा. त्याला त्याच्या पत्नीला जाऊन भेटायची परवानगी नव्हती. असादनं तिला इतकं निर्दयपणे बडवलं होतं की रुग्णालयातून तिला थेट माहेरी पाठवण्यात आलं. पण नंतर तिला त्याच्यासोबत नांदायला पुन्हा परतावं लागलंच. तसा नियमच होता. तिनं आणखी काही मुलांना जन्म दिला. सुदैवानं ते मुलगे होते. असादनं आम्हाला कितीही घाबरवलं असलं तरी आम्हाला त्याचा अभिमान वाटायचा, त्याच्याविषयी आपुलकी वाटायची. माझे वडील आणि भाऊ दोघंही सारखे असले तरी मला वडलांचा जितका तिरस्कार वाटायचा तितकं असादविषयी प्रेम वाटायचं, याचं मला राहून राहून आश्चर्य वाटतं.

गावात असताना माझं लग्न झालं असतं आणि मी मुलींना जन्म दिला असता तर असादनं कदाचित माझ्या एखाद्या मुलीला गळा आवळून मारायचं फर्मान सोडलं असतं. मीही बाकीच्या महिलांसारखीच वागले असते आणि जराही विरोध न करता त्यापुढं झुकले असते. युरोपात सुरू झालेल्या माझ्या नव्या आयुष्यात असा काही विचार करणं वा त्याविषयी बोलणं कल्पनेच्या पलीकडलं आहे. पण गावात मात्र असंच घडतं. माझ्या गावात मी मरण पावले आणि युरोपात माझा पुनर्जन्म झाल्यामुळं आता मी या सगळ्या गोष्टींकडं वेगळ्या नजरेतून बघते. पण तरीही माझ्या भावाविषयी मला तीच आपुलकी वाटते. जणू काय हे ऑलिव्ह झाडाचं मूळ आहे. झाड उन्मळून पडलं तरी त्याचं मूळ उपटून निघत नाही.

■

# कच्चा टोमॅटो

दररोज सकाळी मी तबेला स्वच्छ करत असे. तबेला खूप मोठा होता. त्यातून प्रचंड दुर्गंधी यायची. तबेला साफ करून झाल्यावर आतला वास बाहेर जाण्यासाठी आणि स्वच्छ हवा आत येण्यासाठी मी त्याचं दार थोडा वेळ उघडं ठेवत असे. तबेला अतिशय दमट होता. सूर्यकिरणांच्या उष्णतेमुळं आतमध्ये तर वाफा येत असल्यासारखं वाटायचं. तबेल्यातली विष्ठा मी टोपलीमध्ये भरत असे आणि ती सुकवण्यासाठी टोपली डोक्यावरून बागेकडं घेऊन जात असे. घोड्यांच्या या विष्ठेमधली काही विष्ठा आम्ही बागेतल्या झाडांना खत म्हणून वापरायचो. झाडांसाठी हे उत्तम खत आहे, असं माझे वडील सांगत असत. मेंढ्यांच्या विष्ठेचा वापर ब्रेड ओव्हनसाठी केला जायचा. विष्ठा पूर्णपणे सुकल्यावर मी जमिनीवर बसून हातानं त्याच्या गोवऱ्या थापत असे. आम्ही त्या गोवऱ्या नंतर ओव्हनसाठी वापरायचो.

मेंढ्यांना सकाळी लवकर शेतात नेलं जायचं. सकाळी अकराच्या सुमारास सूर्य तळपू लागला की त्यांना तबेल्यात परत आणण्यासाठी आम्ही शेतात जायचो. मेंढ्या खायच्या आणि झोपून जायच्या. मीपण घरी जाऊन थोडं खाऊन घेत असे. एका वाडग्यात थोडं तेल, गरम पाव, चहा, ऑलिव्ह आणि फळं घेऊन खात असे. संध्याकाळी चिकन, कोकरू किंवा ससा असा बेत असायचा. आम्ही भात किंवा गव्हाच्या कोंड्याबरोबर जवळजवळ रोज मटण खायचो. आम्हाला लागणारी सगळी भाजी आमच्या बागेतली असायची.

बागेमध्ये ऊन असेपर्यंत मी घरात काम करत असे. पाव बनवण्यासाठी पीठ तयार करत असे. छोट्या कोकरांना खाऊ घालत असे. आपण मांजराला पकडतो त्याप्रमाणे मी त्यांना मानेला पकडत असे आणि त्यांच्या आईकडं घेऊन जात असे. आमच्याकडं बरीच कोकरं होती. त्यामुळं मी एकानंतर एक अशी एकेकाची काळजी घेत असे. एकाची सुश्रूषा करून झाली की त्याला त्याच्या जागी नेऊन ठेवायचं. सगळ्यांचं खाणं होईपर्यंत आमचा हा कार्यक्रम चालायचा. नंतर माझा मोर्चा शेळ्यांकडं वळायचा. शेळ्यांना तबेल्यात स्वतंत्र ठिकाणी ठेवलं जायचं. दोन घोडे आणि दोन गायींना तबेल्यात आपापले कोपरे दिले होते. हा तबेला खरंच प्रचंड

होता. त्यात साठ मेंढ्या आणि किमान चाळीस शेळ्या होत्या. घोडे दिवसभर बाहेरच, शेतात असायचे. रात्रीच्या वेळीच फक्त त्यांना तबेल्यात आणलं जायचं. घोड्यांचा वापर आमच्या वडलांना आणि भावाला रपेटी करण्यासाठीच होता, आमच्यासाठी नाही. आतल्या प्राण्यांनी बाहेर जाऊ नये म्हणून तबेल्याला लाकडाचं मोठं दार होतं. तबेल्यातलं काम पूर्ण झालं की हवा खेळती राहण्यासाठी मी तबेल्याचं दार उघडं ठेवत असे.

सूर्याची प्रखरता कमी झाली की मला बागेची काळजी घ्यावी लागत असे. टोमॅटो तयार झाले की जवळजवळ रोजच ते काढावे लागत असत. एकदा मी चुकून हिरवा टोमॅटो काढला. अजूनही मी तो हिरवा टोमॅटो विसरलेली नाही. स्वयंपाकघरात असताना अनेकदा माझ्या मनात त्याच्याविषयी विचार येतात. तो टोमॅटो पिकायला लागला होता. अर्धा पिवळा आणि अर्धा लाल झाला होता. घरात आल्यानंतर मी तो टोमॅटो लपवून ठेवण्याचा विचार केला. पण तोपर्यंत फार उशीर झाला होता. तोपर्यंत माझे वडील आले होते. मी तो टोमॅटो काढलाच नसता, पण दोन्ही हातांनी पटापट माझं काम सुरू होतं. त्यामुळं अनवधानानं तो काढला गेला. मी झटपट काम करणं अपेक्षित होतं. त्यामुळं काही वेळानं माझ्या हालचाली यंत्रवत होऊ लागत. माझे हात वेगानं टोमॅटोच्या रोपांवर वर-खाली, डावीकडं-उजवीकडं फिरू लागत. हा कच्चा टोमॅटो घाईघाईत काढला गेला तेव्हा माझ्या लक्षातच आलं नाही. मला काही कळेपर्यंत तो खुडून माझ्या हातात आला होता. तो परडीत बाकी टॉमेटोंमध्ये उठून दिसत होता. ते पाहून माझे वडील खेकसले, 'मूर्ख, तुला दिसतंय तू काय केलंयस ते? तू कच्चा टोमॅटो काढला आहेस. माबुला!' रागानं त्यांनी तो टोमॅटो जोरात माझ्या डोक्यावर फोडला. त्याच्या बिया माझ्या चेहऱ्यावर ओघळल्या. 'आता तू हा टोमॅटो खाणार आहेस', असं म्हणत त्यांनी तो टोमॅटो अक्षरश: माझ्या तोंडात कोंबला आणि उरलेला माझ्या चेहऱ्याला फासला. मला वाटलं की न पिकलेला टोमॅटो खाता येईल, पण तो ॲसिडसारखा होता. चवीला अतिशय कडू होता आणि त्यातून घाणेरडा वासही येत होता. मला सक्तीनं तो गिळायला लागला. तो टोमॅटो खाल्ल्यानं माझं पोट बिघडलं. त्यानंतर मी काहीही खाऊ शकत नव्हते. पण माझ्या वडलांनी जराही विचार न करता सक्तीनं माझं तोंड ताटात दाबलं आणि एखाद्या कुत्र्यासारखं मला जेवायला लावलं. त्यांनी माझे केस जोरात खेचले. मी आजारी पडले. काहीही हालचाल करू शकले नाही. माझी सावत्र बहीण माझी थट्टा करत होती, मला हसत होती. तिच्या इतकी सणसणीत कानाखाली बसली की तिच्या तोंडातला घास बाहेर पडला. तिनं रडायला सुरुवात केली. माझं डोकं दुखतंय हे जितक्या वेळा मी म्हणत होते तितक्या वेळा माझे वडील माझं तोंड गव्हाच्या कोंड्यामध्ये बुडवत होते. त्यांनी

अख्खं ताट रिकामं केलं. नंतर गव्हाच्या कोंड्याचे लहान लहान गोळे करून माझ्या तोंडात कोंबले. त्यानंतर त्यांनी रुमालाला हात पुसले. तो रुमाल माझ्या तोंडावर फेकला आणि ते निघून गेले. ते शांतपणे व्हरांड्यात जाऊन बसले. मी ताट स्वच्छ केलं आणि खूप रडले. माझ्या चेहऱ्यावर सगळीकडं, केसांना, डोळ्यांना अन्न लागलं होतं. रोज करत होते तसं सगळं झाडून, पुसून मी स्वच्छ केलं. माझ्या वडलांच्या हातून निसटून सांडलेले गव्हाच्या कोंड्याचे सगळे कण मी नंतर गोळा केले.

माझ्या एका बहिणीच्या नाहीसं होण्यासारख्या व काही महत्त्वाच्या घटना मी अनेक वर्षं विसरले असले तरी हा कच्चा टोमॅटो आणि कुत्र्यापेक्षाही मिळालेली हीन वागणूक मी कधीही विसरू शकत नाही. त्यापेक्षा भयंकर होतं ते; जवळजवळ रोज आमचा असा अमानुष छळ करून त्यांना राजासारखं ऐटीत व्हरांड्यात शांतपणे बसलेलं पाहणं. आमचे वडील म्हणजे गुलामगिरीचं प्रतीक होते. ही गुलामगिरी गृहीत धरलेली होती, आम्ही स्वीकारलेली होती, माझ्या बहिणी आणि आईप्रमाणे कमरेत झुकून आणि मान खाली घालून. पण आज मला या सगळ्याबद्दलच्या प्रचंड तिरस्काराची जाणीव होते. असं वाटतं, त्यांचं डोकं त्यांच्या डोक्याच्या स्कार्फमध्ये गुंडाळून त्यांना घुसमटवून संपवून टाकायला हवं होतं.

आमचं हे रोजचं जिणं होतं. दुपारी चारपासून सूर्यास्त होईपर्यंत आम्ही शेळ्या आणि मेंढ्यांना बाहेर नेत असू. माझी बहीण या कळपाच्या पुढं राहायची आणि मी कायम कळपाच्या मागून चालत असे. शेळ्या-मेंढ्यांना आणि प्रामुख्यानं शेळ्यांना धाक दाखवण्यासाठी हातात काठी असायची. शेळ्या-मेंढ्या इकडं-तिकडं पळायच्या. त्यामुळं त्यांना एकत्र ठेवण्यासाठी हे करावं लागत असे. एकदा शेतात आम्ही दोघी आणि आमच्यासोबतच्या शेळ्या-मेंढ्या एवढेच होतो. बाकी कोणीही नसल्यानं शांतता होती. मी एक कलिंगड घेतलं आणि दगडावर आपटून फोडलं. शेतातून घरी परतलो तेव्हा आमची कलिंगड खाण्याची चोरी पकडली जाईल, अशी भीती वाटत होती. आमच्या कपड्यांवर सांडलेला कलिंगडाचा रस आमचं गुपित उघड करेल, असं वाटत होतं. आमच्या आईवडलांची नजर त्यावर पडण्यापूर्वी आम्ही गुपचूप तबेल्यात जाऊन कपड्यावरचे रसाचे डाग धुऊन टाकले. कपडे बदलणं आम्हाला शक्यच नव्हतं. त्यामुळं आम्ही फक्त डागांवरच पाणी लावलं. सुदैवानं ते पाणी लवकर सुकून गेलं आणि कुणाच्या काही लक्षात आलं नाही.

आकाशात सूर्य पिवळाधमक दिसायचा. नंतर तो क्षितिजावर फिक्कट होत जायचा. निळंशार आकाश राखाडी होऊ लागायचं. रात्र होण्यापूर्वी आम्हाला घरी परतावं लागायचं. काळोख लवकर होत असल्यामुळं आम्हाला झटपट, अगदी सूर्यापेक्षाही वेगानं पावलं टाकत घरी परतावं लागायचं. भिंतीच्या आधारानं आम्ही जवळजवळ धावतच यायचो. मग ते लोखंडी दार पुन्हा धाडकन बंद व्हायचं.

गायी आणि मेंढ्यांचं दूध काढायचं असायचं तेव्हा गायीच्या पोटाखाली दुधाचा मोठा कॅन ठेवला जायचा. मी जवळजवळ जमिनीच्याच पातळीवर छोट्याशा स्टुलावर बसत असे. गायीचं दूध काढत असताना तिनं हलू नये आणि दूध इतरत्र न सांडता केवळ कॅनमध्येच पडावं म्हणून गायीचे खूर मी दोन्ही पायात पकडत असे. जमिनीवर दुधाचे काही थेंब जरी सांडले तरी माझी खैर नसायची. त्यामुळं दूध सांडू न देण्याची काळजी घ्यावी लागायची. नाही तर, 'चीजचं नुकसान झालं' असं म्हणत माझे वडील अंगावर ओरडत आणि कानाखाली वाजवत. गायीची आचळं खूप मोठी होती. दुधामुळे ती फुगलेली असल्यानं पकडायला कठीण जायची. त्या तुलनेत माझे हात फार लहान होते. दूध काढण्यात माझा फार वेळ जायचा. त्यामुळं खांदे भरून येत आणि अतिशय थकायला व्हायचं. एकदा काय झालं, तबेल्यात सहा गायी होत्या. गायीचे खूर माझ्या दोन पायांच्या मध्ये होते. दुधाच्या भांड्याच्या वर अधांतरीच हात ठेवून माझा डोळा लागला. दुर्दैवानं, नेमके माझे वडील तिथं आले. 'चारमुटा', 'वेश्या' असं म्हणत ते माझ्यावर जोरात ओरडले.

माझे केस खेचून त्यांनी तबेल्यातून मला फरफटत आणलं आणि पट्ट्यानं फोडून काढलं. त्यांच्या कमरेला कायम असलेल्या एका रुंद आणि लहान पट्ट्यानं त्यांनी माझा समाचार घेतला. लहान पट्टा जास्त जोरात लागत होता. त्यांनी दोरीसारखं एका हातात त्याचं टोक धरलं होतं. दुसरं टोकं जोरात हवेत फिरवून ते मला मारत होते. नंतर त्यांनी मोठ्या पट्ट्यानं मारायला सुरुवात केली. त्यांना तो पट्टा मध्ये दुमडावा लागत होता. पट्टा अतिशय जड होता. मी वेदनेनं विव्हळत होते. त्यांच्या हातापाया पडत होते. पण माझ्या वेदना जितक्या आवेगानं दिसत होत्या, तितक्या त्वेषानं आणि वेगानं त्यांचा पट्टा चालत होता. तोंडानं ते मला सारखे वेश्या म्हणत होते.

रात्री जेवायची वेळ झाली तरी मी रडतच होते. वडलांनी संध्याकाळी मला गुरासारखं मारलं आहे, हे माझ्या आईला माहीत होतं. पण ती माझी विचारपूस करायला आली असती तर 'तिनं यात पडू नये, तिचा काहीही संबंध नाही,' असं म्हणत माझ्या वडलांनी तिलाही झोडून काढलं असतं. त्यामुळं मला का मारलं, ते ती विचारायलाही आली नाही.

मी पटापट काम करत नाही किंवा चहासाठी ठेवलेलं पाणी तापायला बराच वेळ लागला, अशा कारणांवरून एरवीही घरात एखादी कानाखाली किंवा लाथ खाणं नेहमीचं होतं. काही वेळा ही शिक्षा टाळण्यात मी यशस्वी होत असे, पण नेहमी नाही. माझ्याइतकं कैनातला झोडलेलं मला कधी आठवत नाही. कदाचित ती नेहमी भेदरलेली असायची, म्हणून असेल. मला मारण्यासाठी कायम पट्टा तयारीत असल्याच्या भीतीनं मी झटपट चालत असे, पटापट कामं उरकत असे.

रस्त्यावर एक माकडही सोबत चालायचं. त्याला काठीचे फटके बसत. आमच्या दोघांची परिस्थिती सारखीच होती. फक्त, आमच्या वडलांनी माकडापेक्षा त्वेषानं आणि जोरानं आम्हाला मारलं असतं, इतकाच फरक होता. दुसऱ्या दिवशीही मी मार खाल्ला; उगाचच - आदल्या दिवशी मिळालेला पट्ट्याचा प्रसाद मी विसरू नये म्हणून. या सगळ्यामुळं मी कित्येक रात्री न झोपता, तळमळत घालवल्या आहेत, रस्त्यावरच्या गाढवाप्रमाणं.

गाढवाचा उल्लेख आला की मला माझ्या आईशी संबंधित आणखी एक किस्सा आठवतो. नेहमीप्रमाणे मी प्राण्यांना चरायला घेऊन जात होते. घरी लवकर परतून तबेला स्वच्छ करायचा होता. माझी आई माझ्यासोबत होती. अंजीर गोळा करायचे होते म्हणून ती मला घाई करत होती. टोपल्या गाढवाच्या पाठीवर ठेवायच्या होत्या आणि त्याच्याबरोबर चालत गावाच्या बाहेर जायचं होतं. ही सकाळही 'कच्च्या टोमॅटो'च्या प्रसंगाच्या जवळ जाणारी वाटत असल्यानं ही कथा मला नीटशी आठवेना. त्यामुळं आधी लिहिता येईना. अंजिरांचा हंगाम संपत आला होता. आमच्यासमोर असलेलं अंजिराचं झाड उघडंबोडकं पडू लागलं होतं. झाडाची जमिनीवर पडलेली पानं आणि अंजीर गाढवानं खाऊ नयेत म्हणून मी गाढवाला झाडाच्या एका फांदीला बांधलं.

मी अंजीर गोळा करायला सुरुवात केली. आई म्हणाली, ''सुआद तू इकडं लक्ष दे. गाढवासोबत इथं थांब. रस्त्याच्या या बाजूला असलेले सगळे अंजीर गोळा कर. पण या झाडाच्या पुढं जाऊ नकोस. इथून कुठंही हलू नकोस. तुझा भाऊ किंवा वडील किंवा अन्य कुणी पांढऱ्या घोड्यासह येताना दिसले तर शिट्टी वाजव. मी लगेच परत येईन.'' ती रस्त्यावरून थोडी पुढं गेली. तिच्यासाठी थांबलेल्या घोड्यावर बसलेल्या पुरुषाजवळ गेली. मला तो चेहऱ्यानं माहीत होता. त्याचं नाव फेदल. त्याचं डोकं गोल होतं. तो लहानसा पण मजबूत होता. त्याच्या घोड्याची उत्तम काळजी घेतली जायची. त्याचा घोडा पांढराशुभ्र आणि काळे ठिपके असलेला होता. त्याचं लग्न झालं होतं की नाही, ते मला माहीत नाही.

माझी आई त्याच्यासाठी माझ्या वडलांना फसवत होती. 'अन्य कुणी आलं की लगेच शिट्टी वाजव', हे तिनं मला सांगितल्या क्षणी ते माझ्या लक्षात आलं. घोड्यावरून आलेला तो माणूस माझ्या नजरेआड गेला. त्याच्यासोबत माझी आईही. मी रस्त्याच्या कडेला अंजीर वेचत राहिले. अंजीर काही फार नव्हते. पण मला विशिष्ट मर्यादेपुढं जाण्याची परवानगी नव्हती. मी गेले असते तर माझे वडील वा बाकी कुणी येताना मला दिसू शकलं नसतं.

काही कारणांनी मला हा प्रकार धक्कादायक वाटला नाही. या प्रकारानं मी घाबरल्याचं वगैरे मला आठवत नाही. उलट, माझ्या आईनं हे सगळं इतकं चोख

घडवून आणलं होतं. उघड्याबोडक्या झाडाच्या फांदीला गाढव बांधून ठेवलेलं होतं. ते काहीही खाण्यासाठी हालचाल करू शकत नव्हतं, ना पानं ना फळं. त्यामुळं मला त्याच्याकडं लक्ष देत बसण्याची गरज नव्हती. माझं काम मी करू शकत होते. मी दहा पावलं एका दिशेला तर दहा पावलं दुसऱ्या दिशेला जात होते. जमिनीवर पडलेले अंजीर टोपलीत गोळा करत होते. मला गावाकडून येणारा रस्ता व्यवस्थित दिसत असल्यानं त्यावर नजर ठेवता येत होती. कुणी येताना दिसलं तर शिट्टी वाजवणं शक्य होतं. फेदल आणि माझी आई मला दिसत नव्हते. पण कदाचित ते तिथून पन्नास एक पावलांवर, शेतात कुठंतरी असावेत. त्यामुळं कुणी येताना बघितलंच तर ती अतिशय महत्त्वाच्या, कुणाला न सांगता येण्यासारख्या लघुशंकेच्या कामासाठी गेली होती, असा आभास ती करून देऊ शकत होती. माझे वडील वा भाऊ याबाबत कधी प्रश्न विचारत नसत. त्यांना ते लाजिरवाणं वाटायचं.

मला फार वेळ एकटीला थांबायला लागलं नाही. ते दोघे स्वतंत्रपणे परत आले तेव्हा टोपलीत फार अंजीर जमले नव्हते. माझी आई शेतातून बाहेर आली. फेदलला परत घोड्यावर बसताना मी पाहिलं. घोडा फार उंच असल्यानं पहिल्यांदा त्याला घोड्यावर बसताच आलं नाही. घोड्यावर बसण्यासाठी लाकडाचं सुंदर आसन केलं होतं. त्याचं काम अतिशय देखणं होतं. घोड्यावर बसून निघून जाण्यापूर्वी तो आईकडं बघून हसला. मी काहीच बघितलं नाही, असं दाखवलं. हे सगळं अत्यंत झटपट घडलं. त्या दोघांनी शेतात कुठंतरी, गवताच्या आडोशाला एकमेकांवर प्रेमाचा वर्षाव केला असेल किंवा एकमेकांशी फक्त बोलले असतील. नेमकं काय झालं ते मला माहीत नाही. त्यांनी काय केलं ते मी विचारणं बरोबर नव्हतं आणि त्यांना बघून आश्चर्य व्यक्त करणंही योग्य नव्हतं. आईनं माझ्यावर विश्वास ठेवला असता की नाही, कोण जाणे! पण तिला ही खात्री होती की, मी तिच्यासोबत असल्यानं मीही तितकीच दोषी होते. त्यामुळं मलाही मार मिळेल या विचारानं यातलं मी कुणाला काहीही सांगणार नाही. बायकांना कसं झोडपून काढायचं आणि पैसा मिळवण्यासाठी त्यांच्याकडून कसं काम करून घ्यायचं, ते माझ्या वडलांना माहीत होतं. माझी आई अंजीर गोळा करण्याच्या नावाखाली एखाद्या पुरुषाशी प्रेमाचे चाळे करत असेल तर मला त्याच्याशी काहीही देणं-घेणं नव्हतं. यामुळं तिचं चांगलंच फावलं.

आम्ही जितका वेळ बाहेर होतो तितक्या वेळेत व्हायला हवेत तितके अंजीर गोळा केले, हे पटवून देण्यासाठी आम्हाला पटापट हात चालवायला हवे होते आणि टोपली अंजिरांनी भरायला हवी होती. नाहीतर माझ्या वडलांनी विचारलं असतं, 'तुम्ही रिकाम्या टोपल्या घेऊन आलात. इतका वेळ करत काय होतात?' मग त्यांनी पट्टा काढला असता. आम्ही गावापासून लांब आलो होतो. जाताना माझी

आई गाढवावर बसली होती. तिच्या पायांचा वेढा गाढवाच्या गळ्याला पडला होता. अंजीर चेपू नयेत म्हणून तिनं गाढवाच्या डोक्याच्या बरेच जवळ पाय ठेवले होते. मी गाढवाला रस्ता दाखवण्यासाठी त्याच्या पुढून चालत होते. आमच्याकडं सामानही बरंच होतं.

तितक्यात आम्हाला एक वृद्ध महिला दिसली. तीही अंजीर गोळा करणारी होती. ती गाढवासोबत एकटीच होती. ती वृद्ध असल्यानं तिला एकटीला बाहेर पडण्याची मुभा होती. आम्ही तिला भेटल्यावर तिचं आणि माझ्या आईचं बोलणं झालं. मग आम्ही एकत्रच चालू लागलो. तो रस्ता अतिशय रुंद आणि अवघड होता. त्याच्यावर खड्डे, दगडधोंडे होते. काही ठिकाणी तीव्र उतार होता. अशा रस्त्यावरून इतकं ओझं घेऊन चालणं गाढवाला कठीण होत होतं. एके ठिकाणी उतार सुरू होताना गाढव थांबलं. समोर साप होता. गाढव पुढं जायला तयारच होईना. माझी आई त्याला मारत होती आणि पुढं जाण्यासाठी उद्युक्त करत होती. पण ते काही केल्या पुढं जाईना. उलट, मागे जायचा प्रयत्न करत होतं. भीतीनं त्याचं नाक थरथरत होतं, माझ्यासारखं. मला सापाची घृणा वाटते. उतार सरळसोट असल्यानं गाढवाच्या पाठीवरचं ओझं सरकू लागलं आणि जवळजवळ मागंच येऊ लागलं. सुदैवानं, आमच्यासोबत चालत असलेली महिला इतक्या मोठ्या सापाला घाबरली नाही. तिनं ते कसं केलं माहीत नाही, पण तिनं सापाचं वेटोळं केलं. तिनं त्याला हातातल्या काठीनं मारलं असणार. यानंतर मात्र गाढव पुढं चालू लागलं.

आमच्या गावाच्या आसपास बरेच साप आढळायचे. काही लहान, तर काही मोठे. काही वेळा काही सापांचा मुक्काम घरातही असायचा. गोदामात तांदळाच्या पोत्यांमध्ये किंवा गोठ्यात गवताच्या भाऱ्यांमध्ये ते आपलं घर करायचे. आम्हाला रोजच्या रोज सापांचं दर्शन व्हायचं. त्यांना पाहिल्यावर भीतीनं आमची गाळण उडायची, ग्रेनेड पाहून उडायची तशी. ज्यूंबरोबर युद्धाचा भडका उडाल्यापासून हे ग्रेनेड सतत चर्चेत होते. पाय बाहेर ठेवल्या क्षणापासून तुमचा मृत्यू कधी दत्त म्हणून समोर उभा ठाकेल, याचा नेम नसायचा. माझे काका किंवा वडलांचे वडील घरी यायचे तेव्हा याविषयीच्या चर्चा कानावर पडायच्या. आमच्या आईनं या ग्रेनेडविषयी स्पष्ट ताकीद दिली होती. दगड आणि गोट्यांच्या मधून ते ग्रेनेड दृष्टीसही पडत नसत. एखादा ग्रेनेड माझ्याही समोर येईल, याचं सावट सतत असायचं. मला स्वत:ला एकदाही ग्रेनेड पाहिल्याचं आठवत नाही. पण त्याचा धोका सतत आहे, याची जाणीव कायम असायची. त्यामुळं दगड उचलताना किंवा एखादं पाऊल टाकतानाही सावध राहिलेलं बरं, असं वाटत राहायचं.

आम्ही घरी पोहोचलो तेव्हा आमचे वडील घरात नव्हते. एका अर्थी ते बरंच झालं, कारण आम्हाला वेळेचं भान राहिलं नव्हतं आणि तोपर्यंत दहा वाजून गेले होते.

या वेळेपर्यंत सूर्य वर आलेला असायचा. प्रचंड उकाडा जाणवायचा. त्यामुळं अंजीर मऊ पडण्याचा किंवा चेपले जाण्याचा धोका असायचा. माझ्या वडलांना ते अंजीर बाजारात नेऊन विकता यायला हवेत, यासाठी अंजीर योग्य पद्धतीनं ठेवणं, काळजीपूर्वक हाताळणं आवश्यक असायचं. अंजिरांचे क्रेट तयार करून ठेवायला मला आवडायचं. क्रेटच्या तळाशी अंजिराच्या आकर्षक मोठाल्या हिरव्या पानांची गादी मी तयार करत असे. या गादीवर हलक्या हातानं अंजीर लावून ठेवत असे. नीट एका ओळीत; सुंदर दागिने ठेवल्यासारखे. त्यांचं सूर्याच्या प्रखर किरणांपासून रक्षण करण्यासाठी नंतर त्यावर मोठी पानं ठेवून ते झाकून घेत असे. द्राक्षांची काळजीही अशीच घेतली जायची. आम्ही द्राक्षांचे घड कात्रीनं कापायचो. काळजीपूर्वक ते स्वच्छ करायचो. द्राक्षाला जराही धक्का लागणार नाही किंवा एखादंही खराब पान त्यात राहणार नाही, याची डोळ्यात तेल घालून काळजी घेतली जायची. मी हे क्रेट व्यवस्थित लावून ठेवत असे आणि त्यातली द्राक्षं ताजी राहावीत म्हणून ती पानांनी झाकत असे.

कोबी, टोमॅटो, भोपळा, दोडका, वांगी यांचाही हंगाम ठरलेला असायचा. चीज बनवण्याचं काम माझ्याकडं सोपवलेलं होतं. मी चीज बनवत असे आणि आमचे वडील ते बाजारात विकत. एका मोठ्या पातेलीत मी दूध ओतत असे. पातेल्यावर येणारी पिवळी साय मी हातानं काढून घेत असे. लबान बनवण्यासाठी ती साय मी बाजूला मोठ्या पातेल्यात ठेवत असे. माझे वडील मग प्लॅस्टिकच्या जाड पिशवीत लबान भरून त्याची पाकिटं तयार करत. लबान स्वतंत्र पाकिटात घालून रामदाननिमित्त विकली जात असे. ते यासाठी जाड पिशवी वापरत जेणे करून आतलं लबान खराब होणार नाही. अरबीमध्ये त्यावर लबान असं लिहिण्याचं काम माझं असे.

हलिब, दूध यांच्यापासून मी हातानं योगर्ट आणि चीज बनवत असे. त्यासाठी पांढरं पातळ कापड आणि लोखंडी वाडग्याचा उपयोग होई. सगळ्यात आधी मी वाडगा अगदी काठापर्यंत भरत असे म्हणजे सगळ्या चीजची उंची सारखी राहत असे. नंतर ते कापडात घेऊन त्याला घट्ट गाठ बांधत असे. त्यातलं पाणी निघून जाण्यासाठी ते भांड्यावर ठेवून जोरात दाबायचं. त्यातलं सगळं पाणी निघून गेलं की ते एका मोठ्या थाळीत काढायचं. उन्हामुळं ते खराब होऊ नये म्हणून त्यावर कापड घालून ठेवायचं. मी ते पांढऱ्या पाकिटात घालून ठेवत असे. भाज्या आणि फळांच्या हंगामात माझे वडील जवळजवळ दररोज बाजारात जात. चीज आणि दूध घेऊन आठवड्यातून दोनदा बाजाराची फेरी व्हायची.

व्हॅन पूर्णपणे भरेपर्यंत आमचे वडील तिथून हलत नसत. आम्ही वेळेत काम पूर्ण केलं नाही तर ते आमच्यावर ओरडत. व्हॅनमध्ये आईसोबत ते पुढं बसत. मी मागे टोपल्यांच्या मध्ये बसत असे. बाजारापर्यंत जायला चांगला अर्ध्या तासाचा प्रवास करावा लागायचा. तिथं पोहोचल्यानंतर मोठमोठ्या इमारती दिसायच्या. ते

शहर होतं. स्वच्छ शहर. वाहतूक थांबवण्यासाठी तिथं दिवे लागायचे. एखाद्या दुकानाच्या काचेतून नवऱ्या मुलीला घालायचे कपडे गुंडाळलेला पुतळा दिसे. शक्य तितका वेळ मी त्या दुकानाकडं मान वळवून बघत असे. बाहेर जाण्याची आणि दुकानं बघण्याची परवानगीच नसल्यानं मी असं काही यापूर्वी पाहिलेलं नव्हतं.

मला ते शहर पूर्ण बघायला आवडलं असतं. पण तोकडे कपडे घालून, पाय उघडे ठेवून रस्त्याच्या कडेला फिरणाऱ्या मुली बघितल्यावर मला शरमल्यासारखं झालं. त्या माझ्यासमोर आल्या असत्या तर मी त्यांच्यासमोर रस्त्यावर थुंकले असते. त्या 'चारमुटा' होत्या. त्यांनी घातलेले कपडे फार वाईट दिसत होते, असं मला वाटलं. त्या एकट्याच चालत होत्या. सोबत त्यांचे पालक नव्हते. त्यांचं कधीच लग्न होणार नाही, असं मी माझ्याशीच बोलले. त्या आपले पाय दाखवत फिरत होत्या, त्यांनी लिपस्टिक लावली होती. त्यामुळं कोणीही पुरुष कधीही त्यांच्याशी लग्नाचा विचार करणार नाही, असं मला वाटलं. त्यांना बंदिस्त का ठेवलेलं नाही, हा प्रश्न मला सतावू लागला. मला झोडपलं जातं, तसं या मुलींनाही मारलं जात असेल का? माझ्यासारखं त्यांनाही कोंडून ठेवलं जात असेल का? मी करत होते तितकं मरणाचं काम त्यांनाही करावं लागत असेल का? असे विचार माझ्या मनात तेव्हा नाचत होते. वडलांच्या व्हॅनमधून इंचभरही इकडंतिकडं हलायची मला परवानगी नव्हती. व्हॅनमधून बाहेर काढल्या जात असलेल्या सामानाकडं त्यांचं लक्ष होतं. त्यांनी पैसे घेतले आणि मला व्हॅनमध्येच बसण्याची सूचना केली. एखाद्या माकडाला गाडीत घालावं तसं मला वाटलं. फरक इतकाच होता की, तेव्हा कोणतंही काम न करता नुसतं गाडीत बसून राहायचं होतं. भाज्या आणि फळांच्या क्रेटमधून शहराचं दर्शन घडणार होतं. आता मला जाणवतं की माझ्या आईच्या जन्मापासून, तिच्या आईच्या जन्मापासून, मग तिच्या आईपासून आणि त्यापेक्षाही अनादी कालापासून आमच्या गावातलं जनजीवन बदललेलंच नव्हतं.

बाजारपेठ प्रचंड होती. वर छप्परही होतं. बाजारातल्या फळांचं रक्षण व्हावं म्हणून छपरावर काहीतरी घातलेलं होतं. बाजार मस्त होता. सगळा माल विकला गेल्यावर माझ्या वडलांना कोण आनंद झाला. बाजार बंद होण्यापूर्वी ते एकटे विक्रेत्याला बघायला गेले होते. येताना ते पैसे घेऊन आले. मालाचे पैसे त्यांच्या हातात दिसत होते. पैसे पुन:पुन्हा मोजून बघण्याची त्यांची नेहमीची सवय होती. नंतर ते पैसे ते लहानशा कापडी पिशवीत ठेवत. ती पिशवी दोरा अडकवून त्यांच्या गळ्यात अडकवलेली असे. बाजारातून मिळणाऱ्या याच पैशांमुळे ते आमच्या घराला आधुनिक रूप देत होते.

माझी बहीण जेव्हा आई-वडलांसोबत बाजारात जायची तेव्हा मी अंगण स्वच्छ करण्यासाठी पाणी आणत असे. उन्हामुळे अंगण पार सुकून जायचं. सगळ्यांसाठी

खाणं बनवून ठेवत असे. खाली जमिनीवर बसून मोठ्या ताटलीत पीठ घ्यायचं. पाणी आणि मीठ टाकून ते हातानं मळून घ्यायचं. मळलेलं पीठ कापडानं झाकून ठेवायचं. मग ते पीठ फुलायचं. नंतर मी ब्रेड ओव्हन गरम होण्यासाठी त्यामध्ये निखारे घालून ठेवत असे. आमच्या बेक हाउसला लाकडी छप्पर होतं. बेक हाउस इतकं मोठं होतं की ते लहानसं घरच वाटायचं. आतमध्ये लोखंडी ओव्हन कायम धगधगत असायचा. त्यातले कोळसे कायम गरम असायचे. पण जेवण करण्याच्या वेळी त्याला विस्तव करावा लागायचा. प्रामुख्याने ब्रेड करण्यापूर्वी त्याला धग द्यावी लागायची.

मला ब्रेड बनवायला आवडायचं. मळलेलं पीठ हाताला चिकटू नये म्हणून मी ते कोरड्या पिठात बुडवून घेत असे. पांढरं मऊसर पीठ मी मळून घेत असे. फुगत आलेलं पीठ बघायला गंमत वाटायची. आकर्षक दिसण्यासाठी त्या पिठाच्या मधोमध मी भोक पाडत असे आणि नंतर ते ओव्हनमध्ये ठेवत असे. मी मोठा पॅनकेक बनवत असे. मस्त गोल आकाराचा. त्याचा आकार कायम तसाच असायला हवा. नाहीतर माझ्या वडलांनी बघताक्षणी तो माझ्या तोंडावर फेकून मारला असता. ब्रेड तयार झाल्यावर मी ओव्हन स्वच्छ करून ठेवत असे आणि कोळशाचे तुकडे, राख बाहेर काढून ठेवत असे. हे करून झाल्यावर माझे केस, भुवया, पापण्या, राखेने करड्या होऊन जायच्या. ओला झालेला कुत्रा अंग झटकून कोरडं होण्याचा प्रयत्न करतो त्याप्रमाणे मी ती राख झटकून टाकण्याचा प्रयत्न करत असे.

एके दिवशी मी घरात होते आणि बेक हाउसच्या छपरातून धूर येताना दिसला. काय झालंय ते बघायला मी बहिणीला घेऊन तिकडं धावले. आग लागली असल्याचा आरडाओरडा आम्ही ऐकला. आमचे वडील पाणी घेऊन आग विझवायला आले. आगीच्या ज्वाळा उसळत होत्या. त्या ज्वाळांनी सगळं भस्मसात करून टाकलं. बेक हाउसमध्ये बकरीच्या काळसर विष्ठेसारखं काहीतरी दिसत होतं. मी ब्रेड तिथल्या ओव्हनमध्येच विसरले होते. कोळसेही नीट स्वच्छ केले नव्हते. तिथल्या एका कोळशामुळे ठिणगी पडली आणि आग लागली. चूक माझ्याकडून झाली होती. मी ब्रेड तिथंच विसरायला नको होतं. लालबुंद निखारे काठीनं बाजूला करून ठेवायचं तरी लक्षात ठेवायला हवं होतं. ब्रेड ओव्हनला लागलेल्या आगीला मीच जबाबदार होते. नंतर या आगीनं उग्र रूप धारण केलं.

अपेक्षेप्रमाणे माझ्या वडलांनी मला नेहमीपेक्षा यथेच्छ बडवून काढलं. त्यांनी मला लाथा घातल्या, माझी पाठ काठीनं मऊ केली, माझे केस खेचले, माझं तोंड अर्धवट जळलेल्या कोळशांमध्ये दाबलं. सुदैवानं तोपर्यंत ते कोळसे थोडे थंड झाले होते. त्यातली राख माझ्या नाकातोंडात गेल्यामुळं मला घुसमटायला झालं. ती राख मी सारखी थुंकून टाकत होते. माझे डोळे लाल झाले होते. मला शिक्षा करण्यासाठी

वडलांनी मला कोळसा खायला लावला. त्यांच्या तावडीतून माझी सुटका झाल्यावर मी हमसून हमसून रडत होते. सगळं काळं दिसत होतं. माझे डोळे मात्र टोमॅटोसारखे लाल झाले होते. माझ्या हातून प्रचंड मोठी चूक झाली होती. मला खात्री आहे की, त्या वेळी माझी आई आणि बहीण तिथं नसत्या तर माझ्या वडलांनी मला त्या आगीत लोटून दिलं असतं.

ओव्हन पुन्हा बनवावा लागला. विटांपासून ओव्हन तयार करण्यासाठी बराच वेळ लागला. तो तयार होईपर्यंत रोज माझा पाणउतारा केला जात होता. शब्दांनी मला मारलं जायचं. मला सतत अपराधी वाटायचं. खाली वाकून, मान खाली घालून मी अंगण साफ करत असे. मला वाटतं माझे वडील माझा प्रचंड तिरस्कार करत असत. पण ही एक घोडचूक वगळली तर मी खरंच चांगलं काम करत होते. रोज दुपारी घरातल्या सगळ्यांचे कपडे धुण्याचं काम मी एकटीच करत असे. रात्र होण्यापूर्वी माझं काम झालेलं असायचं. मेंढ्यांची लोकर काढणं, स्वयंपाक, केरवारा, प्राण्यांचं खाणंपिणं, गोठ्याची स्वच्छता ही सगळी कामं मी चोख करत असे. विश्रांतीसाठी क्वचित कधीतरी वेळ उरायचा. जेव्हा आम्ही आमची कामं करत नसायचो तेव्हा गावातल्या बाकीच्यांना मदत करायचो. तेही तसंच करत असत.

आम्ही रात्रीच्या वेळी कधीही बाहेर नसायचो. पण आमचे आईवडील काही वेळा रात्री शेजाऱ्यांकडं, मित्रांच्या घरी जात. माझा भाऊही बाहेर जायचा, पण आम्हा बहिणींपैकी कोणी कधी नाही. आम्हाला कोणीही मित्रमैत्रीण नव्हते. आमची मोठी बहीणही कधी आम्हाला भेटायला आली नाही. आमच्या कुटुंबाबाहेरची अशी एकच व्यक्ती मी पाहिली होती, ती म्हणजे आमची शेजारी एनाम. तिच्या डोळ्यात ठिपका होता. यावरून लोक तिची खिल्ली उडवत असत. तिचं कधीच लग्न होणार नाही, हे सगळ्यांना माहीत होतं.

आमच्या गच्चीतून श्रीमंत लोकांचा थाटमाट दिसायचा. दिवे वगैरे लावून ती मंडळी बाहेर बसलेली असायची. त्यांच्या हसण्याचा आवाज माझ्या कानावर यायचा. बाहेरच बसून त्यांचं खाणं व्हायचं. रात्री उशिराही काही वेळा ते खात असत. आमच्या घरात मात्र आम्हाला सशांप्रमाणे कोंडून ठेवलेलं असायचं. मला आमच्या गावातलं आमच्यापासून फार लांब नसलेलं फक्त हे श्रीमंत कुटुंब आणि नेहमी एकटी असलेली आणि घरासमोर बसलेली एनाम ही वयस्क बाई आठवते. व्हॅनमधून बाजारात जाणं, इतकंच काय ते आम्हा मुलींच्या नशिबात होतं.

आमच्या वयाच्या पुढं-मागं असलेल्या अनेक मुली गावात होत्या. मोठ्या शेतातले फुलकोबी काढण्यासाठी आम्हाला सगळ्यांना एका बसमध्ये घालून नेलं जायचं. कोबीचं ते भलंमोठं शेत मला चांगलं आठवतं. ते इतकं मोठं होतं की त्याचं दुसरं टोकच दिसायचं नाही. त्यातले कोबी काढून कधी संपणारच नाहीत,

असं वाटायचं. बसचा चालक जरा बुटका होता. स्टिअरिंग व्हीलच्या पुढचं दिसण्यासाठी तो उशीवर बसायचा. बारीक केस असलेलं त्याचं गोल डोकं मजेशीर दिसायचं.

अखंड दिवस आम्ही सर्व मुली नेहमीप्रमाणे एका ओळीत राहून कोबी काढत असू. आमच्यावर लक्ष ठेवण्यासाठी हातात काठी घेतलेली मोठी महिला असे. आळस करण्याचा तर प्रश्नच नव्हता. आम्ही शेतातले कोबी मोठ्या ट्रकमध्ये भरले. दिवसअखेरीपर्यंत ट्रक तिथं थांबला होता. काम आटोपल्यावर आम्ही सगळ्या जणी पुन्हा बसमध्ये येऊन बसलो आणि गावात परतलो. रस्त्याच्या एका बाजूला संत्र्याची भरपूर झाडं होती. आम्हाला सगळ्यांना खूप तहान लागली असल्यानं चालकानं एके ठिकाणी बस थांबवली आणि प्रत्येकीसाठी एक संत्र घेऊन लगेच बसमध्ये येऊन बसायला सांगितलं. प्रत्येकीनं फक्त एकच संत्र घ्यायचं, असंही त्यानं बजावलं.

संत्र घेऊन सगळ्या मुली धावत बसकडं परत गेल्या. रस्त्याच्या बाजूला थांबलेला तो चालकही परत आला. नंतर अचानक त्यानं बस बंद केली. तो बसच्या बाहेर उतरला आणि इतक्या जोराजोरात ओरडायला लागला की सगळ्या मुली बसमधून बाहेर आल्या. त्यानं एका मुलीला बसखाली चिरडलं होतं. तिच्या डोक्यावरून बसचं चाक गेलं होतं. मी थोडी पुढं होते म्हणून खाली वाकून पाहिलं. ती अजूनही जिवंत असेल, या आशेनं मी तिच्या केसाला धरून तिचं डोकं वर उचलायचा प्रयत्न केला. पण तिचं डोकं जमिनीलाच चिकटून राहिलं. ते पाहून माझ्या अंगातून भीतीनं शिरशिरी गेली.

आणखी एक गोष्ट मला आठवते. ती म्हणजे, आमच्यावर लक्ष ठेवण्यासाठी असलेल्या त्या महिलेच्या मांडीवर डोकं ठेवून मी बसमध्ये बसले होते. आमच्या गावात आम्हाला एकेकटीला परतण्याची परवानगी नसल्यानं बसचा चालक मुलींना उतरवण्यासाठी प्रत्येक घरासमोर बस थांबवत होता. मी माझ्या घराजवळ उतरल्यानंतर त्या महिलेनं माझ्या आईला मी आजारी असल्याचं सांगितलं. तिकडं काय प्रकार घडला, तेही सविस्तर सांगितलं. त्या रात्री आई माझ्याशी वेगळीच वागत होती, एकदम चांगली. तिनं मला बिछान्यावर झोपवलं. मला बरं वाटावं म्हणून काहीतरी प्यायला दिलं. ती महिला प्रत्येकीच्या आईला तिथल्या अपघाताविषयी सांगत असताना बसचा चालक तिथं वाट बघत थांबला होता. कदाचित सगळ्यांच्या आयांना अपघाताचा तोच तपशील सांगितला जात आहे ना, हे बघायला तो थांबत असावा.

या मुलीच्या बाबतीत काहीतरी विचित्रच घडलं पण आम्ही कोबी गोळा करत होतो तेव्हा ती कायम रांगेत मध्ये असायची. कधीही रांगेच्या टोकाला गेली नाही. आमच्यात कुठल्याही मुलीचं बाकीच्या मुलींकडून अशा प्रकारे सारखं संरक्षण केलं जात असेल तर ती मुलगी पळून जाण्याची शक्यता आहे, असा अर्थ होतो. मी

निरीक्षण केलं होतं की, या मुलीभोवती सतत बाकी मुलींचा घोळका असायचा. तिला रांगेतली तिची जागाही बदलू दिली जात नव्हती. तिच्याशी कुणी बोलतही नव्हतं. ती 'चारमुटा' होती. त्यामुळं तिच्याकडं बघण्यासही बंदी होती. आम्ही तिच्याशी बोललो असतो तर आम्हालाही चारमुटा म्हटलं गेलं असतं. चालकानं जाणूनबुजून तिच्या अंगावर गाडी घातली का? गावात बराच काळ तशी अफवा होती. पोलीस आमची चौकशी करायला आले होते. आम्हाला सगळ्यांना बसमध्ये भरून शेतात जिथं ही घटना घडली तिथं घेऊन गेले. एकूण तीन पोलीस होते. गणवेशातले पोलीस बघण्याची आम्हाला गंमत वाटत होती. आम्ही त्यांच्या नजरेला नजर देऊ शकत नव्हतो. त्यांच्याशी अत्यंत आदरानं वागावं लागत होतं. आम्ही खूपच भारावून गेलो होतो. मी त्यांना अपघाताची नेमकी जागा दाखवली. मी खाली वाकून पाहिलं. जमिनीवर डोक्याची प्रतिकृती ठेवली होती. त्या मुलीचं डोकं मी ज्या प्रकारे उचललं होतं त्या प्रकारे ही प्रतिकृतीही उचलली. ते लोक मला फक्त इतकंच बोलले, 'हलास... हलास... हलास...' बस्स! इतकंच.

आम्ही पुन्हा बसमध्ये येऊन बसलो. बसचालक रडत होता. तो झपाटल्यासारखा वेगानं गाडी हाकत होता. गाडी रस्त्यावर अक्षरशः उडत होती. आमच्यावर लक्ष ठेवणारी ती महिलाही बसमध्ये होती. मला आठवतं, बसला जसे गचके बसत होते तशी तिची छातीही उडत होती. म्हणून तिनं दोन्ही हातांनी छाती घट्ट धरून ठेवली होती. बसचालकाला तुरुंगात टाकण्यात आलं. पण आमच्यासाठी आणि अवघ्या गावासाठी घडलेली घटना म्हणजे अपघात नव्हता.

या प्रकारानंतर बरेच दिवस मी आजारी होते. त्या मुलीचं चिरडलेलं डोकं मी हातानं उचलत असल्याचं सारखं मला समोर दिसायचं. माझे आईवडील या मुलीबद्दल जे बोलत ते ऐकून मला भीती वाटायची. ते म्हणत की ती चारमुटा होती. तिनं नक्कीच काहीतरी चुकीचं केलं असणार, पण काय ते मला माहीत नव्हतं. त्या रात्री माझा डोळ्याला डोळा लागला नाही. त्या मुलीचं चिरडलेलं डोकं दिसत राहिलं आणि चालकानं बस मागे घेतली तेव्हा चाकांचा झालेला आवाज कानात घुमत राहिला. मी या मुलीला कधीही विसरणार नाही. कितीही त्रास होत असला तरी मी एकटी मुकाट्यानं सोसत होते. ती प्रतिमा माझ्यासमोरून ढळतच नव्हती. ती माझ्याच वयाची होती. तोकडे केस, अतिशय सुंदर प्रकारे कापलेले. तिचे केस लहान होते, हेही मला विचित्र वाटायचं. या गावातल्या मुली कधीही केसांना कात्री लावत नसत. मग हिनं केस का कापले? ती आमच्यापेक्षा वेगळी होती. तिचे कपडे आमच्यापेक्षा छान होते. ती चारमुटा कशामुळं झाली असेल? मला याचं उत्तर कधीच मिळालं नाही. पण माझ्याबाबतीत काय घडलं होतं ते मला माहीत होतं.

मी जसजशी मोठी होत होते तसतसे लग्नाचे वेध लागले होते. लग्नाची मागणी

येण्याचे विचार डोक्यात घोळत राहत. पण कैनातसाठी कुणीही मागणी घालत नव्हतं याचं तिला काही वाटतही नव्हतं, असं जाणवायचं. तिचं लग्न झाल्याशिवाय माझं लग्न होणार नव्हतं. त्यामुळं मला हे सगळं भीतिदायक वाटायचं, आम्हा दोघींसाठीही.

कुणीतरी नावं ठेवेल म्हणून इतरांच्या लग्नात जाताना मला संकोच वाटू लागला. लग्न झाल्यानंतर फार फार तर मी स्वातंत्र्याची अपेक्षा करू शकले असते. पण विवाहित असल्यावरही, वागण्यात झालेली लहानशी चूकही जीवघेणी ठरू शकायची. मला एक महिला आठवते. तिला चार मुलं होती. तिचा पती कायम जाकीट घालायचा. त्यानं कदाचित शहरात काम केलेलं असावं. मी जेव्हा जेव्हा त्याला लांबून बघत असे तेव्हा तो झटपट चालत असलेला दिसायचा. तो चालताना त्याच्या बुटामुळं मागं धुरळा उडायचा. त्याच्या बायकोचं नाव होतं सौहिला. गावातल्या महिला तिच्याविषयी किस्से सांगायच्या, असं मी आईकडून ऐकलं होतं. दुकानमालकाशी तिचं सूत जमलं असावं, असं लोक म्हणत. ती त्या दुकानात अनेकदा ब्रेड, भाज्या आणि फळं घ्यायला जायची. कदाचित तिच्याकडं आमच्यासारखी मोठी बाग नसेल किंवा कदाचित ती त्या पुरुषाकडं चोरून बघत असेल. माझ्या आईनं फेदलसोबत तसंच केलं होतं. एके दिवशी आईनं सांगितलं की, त्या बाईचे भाऊ एकदा तिच्या घरी गेले आणि त्यांनी तिचं मुंडकं छाटून टाकलं. तिचा मृतदेह तसाच जमिनीवर टाकला आणि तिचं मुंडकं हातात घेऊन ते गावभर फिरले होते. तिचा नवरा कामावरून परत आला तेव्हा त्याला त्याची बायको मेल्याचं पाहून कोण आनंद झाला. दुकानमालकाशी तिचे संबंध असावेत, असा त्याला बरेच दिवस संशय होता. पण ती काही फार सुंदर नव्हती आणि तिला चार मुलंही होती.

हे भाऊ बहिणीचं डोकं हातात घेऊन गावात फिरल्याचं मी काही बघितलं नव्हतं. आईकडून ऐकलं तेवढंच. ते समजण्याइतकी समज मला आली होती. मी काहीही स्वतःच्या डोळ्यांनी पाहिलेलं नसल्यानं मला ते ऐकून भीती वाटली नाही. बहुतेक आमच्या घरात कुणी चारमुटा नव्हतं बहुतेक. अशा गोष्टी माझ्यासोबत होत नव्हत्या. या महिलेनं नियम मोडले म्हणून तिला त्याची शिक्षा मिळाली आणि या नेहमी घडणाऱ्या गोष्टी होत्या. माझ्या वयाच्या मुलीला रस्त्यावर चिरडून मारलं जाणं, यापेक्षा तरी हे नक्कीच सौम्य होतं.

मला समजत नाही की, शेजाऱ्यांच्या समजुती-गैरसमजुतींवरून केलेल्या कुचाळक्या किंवा काहीतरी खोटारडेपणा एखाद्या स्त्रीला चारमुटा कसं काय ठरवू शकतो किंवा कुणाच्या तरी सन्मान रक्षणासाठी तिला मृत्यूच्या दारात कसा नेऊ शकतो?

■

# नववधूचं रक्त

हुसेनचे आईवडील नूराला मागणी घालण्यासाठी आले. नंतर याविषयी चर्चा करण्यासाठी अनेक वेळा आले. आमच्याकडं लग्नात मुलगी सोन्याच्या बदल्यात विकली जात असे. त्यामुळं हुसेनच्या वडलांनी सोनं आणलं होतं. त्यांनी ते छान ताटलीत सजवून ठेवलं होतं. हुसेनचे वडील म्हणाले, "यातलं अर्धं अदनानसाठी (वडील) आणि अर्धं त्यांची मुलगी नूरासाठी आहे."

तुमच्याकडं पुरेसं सोनं नसेल तर या बाबतीत वाटाघाटी होत राहतात. सोन्याचे असे दोन भाग करणं आवश्यक असतं. मुलीच्या वडलांना मुलीच्या बदल्यात किती सोनं दिलंय ते लग्नाच्या दिवशी मुलीच्या अंगावर असलेल्या दागिन्यांतून दिसायला लागतं.

लग्नाच्या दिवशी नूराच्या अंगावर असलेले सोन्याचे दागिने तिच्यासाठी नसणार होते. भरपूर ब्रेसलेट, नेकलेस, हे सगळं तिला आईवडलांच्या आणि तिच्या अब्रूसाठी घालावं लागणार होतं. लग्नाच्या दिवशी मुलीकडं दागिने नसतील तर तिच्यासाठी आणि तिच्या घरच्यांसाठी ही शरमेची बाब असते. 'तुम्ही मुली काडीच्या उपयोगाच्या नाही आणि मेंढीइतक्याही मोलाच्या नाही', असे ओरडत असताना आमचे वडील एक गोष्ट मात्र विसरत की, ते मुलीला सोन्याच्या बदल्यात विकतील तेव्हा त्यांना अर्धं सोनं मिळणार होतं. या सोन्यासाठी ते वाटाघाटी करू शकत होते.

हा सगळा व्यवहार मुली उपस्थित नसताना ठरतो. आमच्या पालकांमध्येच काय ते बोलणं होतं. व्यवहार ठरल्यावर तो लेखी स्वरूपात करून त्या करारावर स्वाक्षरी केली जात नाही, पण पुरुषांनी एकमेकाला दिलेला तो शब्द असतो. तो पाळला जातो. शब्द फक्त पुरुषांचा असतो. नववधूबरोबरच माझी आई, हुसेनची आई या महिलांनाही यात बोलण्याचा काहीही अधिकार नव्हता. कुटुंबातल्या कोणीही मिळणारं सोनं पाहिलं नव्हतं. पण हुसेनचं कुटुंब आमच्याकडं येणार असल्यानं लग्न ठरल्याचं आम्हा सगळ्यांना माहीत होतं. आम्हा स्त्रियांना पुरुषांच्या या व्यवहारांमध्ये पडण्याचा काही अधिकार नव्हता. आम्ही ते पाहून न पाहिल्यासारखं

करायचं होतं. त्यांच्या व्यवहारात अडथळे आणायचे नव्हते.

हुसेन आपल्या आईवडलांना घेऊन आपल्या घरी आला आहे, म्हणजे आपलं लग्न नक्की होणार आहे याची नूराला कल्पना होती. त्यामुळं ती खूप खूश होती. छान छान कपडे घालायला मिळावेत, भुवया कोरायला मिळाव्यात, स्वतःचं कुटुंबं असावं, मुलं असावीत अशा इच्छा नूरा माझ्याकडं बोलून दाखवत असे. नूरा दिसायला छान होती. लाजाळू होती. दोघांच्या वडलांची बोलणी सुरू होती तेव्हा तीही काहीशी अस्वस्थ होती. तिच्या बदल्यात त्याच्या वडलांनी किती सोनं द्यायचं ठरवलंय, हे जाणून घ्यायला तीही उत्सुक होती. दोघांचं एकमत होऊन दोघांचेही वडील करार करण्यास तयार व्हावेत, अशी प्रार्थना ती करत होती. तिचा होणारा नवरा कसा दिसतो, त्याचं वय किती आहे हे तिला माहीतच नव्हतं आणि ते तिनं विचारलंही नसतं. असे प्रश्न विचारायला तिला लाजल्यासारखं व्हायचं. अगदी मला विचारतानाही ती बुजायची. मी तर कुठंही लपून तिचा होणारा नवरा कसा दिसतो ते चोरून पाहू शकले असते. मी आमच्या आईवडलांना जाऊन सांगेन, अशी तिला भीती वाटत असेल कदाचित. काही दिवसांनी आमच्या वडलांनी नूराला बोलावून घेतलं आणि अमुक अमुक  दिवशी तिचं लग्न आहे हे सांगितलं. आईही तिथं होती तेव्हा. हे ऐकायला मी तिथं नव्हते. मला तिथं थांबण्याचा अधिकार नव्हता.

मला अधिकार नव्हता, हेही मी म्हणू नये खरं तर. कारण तिथं अधिकार नावाचा प्रकारच अस्तित्वात नव्हता. आमच्याकडं या गोष्टी अशाच घडतात. इथल्या प्रथाच आहेत तशा. तुमच्या वडलांनी तुम्हाला सांगितलं की खोलीच्या एका कोपऱ्यात बसून राहायचं आणि उरलेलं आयुष्य याच कोपऱ्यात बसून काढायचं, तर तुम्ही तसंच करायचं. मरेपर्यंत त्या कोपऱ्यातून ढिम्म हलायचं नाही. एखाद्या दिवशी तुमच्या वडलांनी तुमच्या पानात फक्त ऑलिव्ह वाढला आणि सांगितलं की आज हेच आणि इतकंच खायचं, तर तुम्ही फक्त ऑलिव्हच खायचा. या गुलामगिरीच्या जिण्यातून बाहेर पडणं अत्यंत कठीण होतं. स्त्रीजातीत जन्माला आल्यावर तुमचं संपूर्ण बालपण अस्तित्वहीन असणं, पुरुषांना आणि त्यांनी केलेल्या कायद्यांना पाळण्यात घालवणं अशाच प्रकारे जातं आणि ते तसंच जाईल याची दक्षता तुमचे वडील, तुमची आई, तुमचा भाऊ घेत असतात. लग्नानंतर नवराही हाच कित्ता गिरवत असल्यानं लग्नानंतरही नशिबात हेच भोग असतात.

लग्नासारखा हवाहवासा क्षण नूराच्या आयुष्यात आला तेव्हा ती कदाचित सतरा वर्षांची असेल. कदाचित जास्तही असेल. मोजण्यात माझी चूक होऊ शकते. आठवणींच्या तुकड्यांची जुळवाजुळव करताना काही गोष्टी पुढं-मागं होऊ शकतात. आता युरोपात आल्यावर मला जाणवतं की खासगी आयुष्यातल्या अविस्मरणीय

स्मृती जपता येतील, अशा पूर्वायुष्यातल्या कोणत्याच गोष्टी माझ्याकडं नाहीत. इथल्या लोकांकडं मात्र त्या दिसतात. ना कधी माझा वाढदिवस साजरा झाला, ना कधी फोटो काढला गेला. तिथं माझं आयुष्य म्हणजे एखाद्या प्राण्यासारखं होतं. प्राणी जसा खातो, पटापट कामं करतो, झोपतो, मार खातो तितकं निरर्थक जगणं होतं माझं. एखादी लहानशी चूक झाली तरी समाजाचा रोष ओढवून घेण्याचा धोका निर्माण झाला की तुम्ही वयात आलात, 'मोठ्या' झालात असं समजायचं. याच्या पुढची पायरी म्हणजे विवाह. साधारणत: दहाव्या वर्षी मुलगी वयात यायची आणि चौदा ते सतरा या वयात तिचं लग्न केलं जायचं. नूरा लग्न करायलाच हवं, या मर्यादेपर्यंत आली होती वाटतं.

घरात लग्नाची तयारी सुरू झाली होती. घर तेवढं मोठं नसल्यानं स्वागतसमारंभासाठी वेगळी जागा भाड्यानं घेतली जाणार होती. ती जागा छान होती. एक प्रकारच्या फुलांची तिथं बाग होती. ग्रेप वाइन आणि नाचण्यासाठी स्वतंत्र जागा होती. तिथंच बंद व्हरांडा होता. त्यामुळं नवऱ्या मुलीसाठी सोयीची जागा होती. आमचे वडील चांगल्या मेंढीची निवड करत होते. मांस कोवळं असेल म्हणून शक्यतो लहानात लहान कोकरू निवडलं जातं. ते फार शिजवावंही लागत नाही. मांस शिजायला बराच वेळ लागला तर मुलीच्या वडलांनी जून मेंढी निवडलीय, त्यांची परिस्थिती बेताची असावी, फार चांगलं आदरातिथ्य झालं नाही, अशी कुजबुज आलेल्या पाहुण्यांमध्ये सुरू होते. गावातील त्यांच्या प्रतिमेला यामुळं धक्का बसे. अशा बापाच्या मुलीला तर त्याहून जास्त सोसावं लागे. त्यामुळं आमचे वडील जातीनं यात लक्ष घालत आणि स्वत: कोकरू निवडत. त्यासाठी ते तबेल्यात जात. चांगलंसं कोकरू शोधत आणि त्याला बागेत घेऊन येत. कोकरू इकडं-तिकडं पळू नये म्हणून त्याचे खूर घट्ट बांधून ठेवत. त्याची मान पकडत आणि एका फटक्यात मानेवर घाव घालत. त्याचं रक्त सांडून टाकण्यासाठी मोठ्या थाळीवर त्याचं डोकं धरून ते अलगद फिरवत. हे रक्त पाहताना मला अक्षरश: किळस वाटायची. मान कापली तरी कोकराचे पाय थरथरत. आमच्या वडलांचं काम झालं की मग बाकीच्या बायका त्या मांसाची पुढची जबाबदारी घ्यायच्या. कोकराला आतून स्वच्छ करण्यासाठी पाणी उकळत ठेवलं जायचं. त्याचा कोथळा खात नसत, पण तो नीट बाजूला काढून ठेवला जात असे. त्याचा कशासाठी तरी वापर केला जायचा वाटतं. नंतर त्या कोकराची कातडी हळुवार सोलून काढली जायची. हे नाजूक आणि किचकट काम माझी आई करायची. ही कातडी खराब होऊन चालायची नाही. ती आहे तशी काढावी लागायची. हे सगळं होईपर्यंत कोकरू स्वच्छ झालेलं असायचं आणि केवळ त्याचा देह शिल्लक राहिलेला असायचा. आई मोठ्या सुऱ्यानं कोकराची कातडी त्याच्या शरीरापासून विलग करायची. कातडीवर ती छेद द्यायची आणि

विशिष्ट पद्धतीने तो सुरा धरून त्वचा कापत न्यायची. पूर्ण कातडी कापून झाली की हळूहळू कातडी कोकरापासून वेगळी व्हायची. मग ती कातडी पूर्ण वाळू द्यायची. नंतर ती विकून टाकायची किंवा तशीच ठेवून द्यायची. आमच्या बऱ्याचशा मेंढ्यांची कातडी आम्ही विकून टाकायचो. पण एखाद्या मेंढीची कातडी विकायला गेलो तर बाजारात कुणी लक्षही द्यायचं नाही. तुम्ही श्रीमंत आहात, भरपूर मेंढ्या बाळगून आहात, हे दाखवण्यासाठी अनेक मेंढ्यांची कातडी घेऊन जावं लागायचं.

लग्नाच्या आदल्या दिवशी रात्रीपर्यंत मेंढीचं काम पूर्ण झाल्यावर आईनं बहिणीकडं मोर्चा वळवला. तिनं एक जुना तवा घेऊन त्यात लिंबू, थोडंसं ऑलिव्ह तेल, अंड्याचा बलक आणि थोडी साखर घेतली. हे सगळं साहित्य तिनं एकत्र करून एकजीव करून घेतलं आणि नूराला घेऊन एका खोलीत गेली. आतमध्ये दोघीच होत्या. तिनं खोलीचं दार आतून बंद करून घेतलं. हे मिश्रण लावून ती नूराच्या गुप्त इंद्रियावरचे केस काढणार होती. त्या जागेवरचा केस अन् केस काढावा लागायचा. तो भाग स्वच्छच असावा लागायचा. आई म्हणायची, चुकून जरी एखादा केस राहिला तरी नवरा आपल्या नव्या पत्नीला दूर ढकलून द्यायचा आणि ती घाणेरडी आहे असंही म्हणायचा.

बायकांच्या काही अवयवांवर असलेले केस घाणेरडे समजले जायचे. राहून राहून माझ्या डोक्यात त्याविषयी विचार यायचे. पायावरचे किंवा काखेतले केस न काढता फक्त योनीवरचे केस काढले जात. भुवया कोरायच्या पण तेही सुंदर दिसण्यासाठी. छातीला उभार येणे व गुप्तेंद्रियांवर केस येणे म्हणजे त्या मुलीचे रूपांतर स्त्रीमध्ये झाले असे समजले जाई. आपणच हे केस तयार केले आहेत अशा प्रकारे ते सगळे काढून टाकायचे, एकही राहू द्यायचा नाही, हे विचित्रच वाटायचं मला. सगळ्या मुलींना योनीवरचे केस काढून टाकण्याच्या कल्पनेनंच फार अभिमान वाटायचा. आजपर्यंत त्यांची जबाबदारी त्यांच्या वडलांवर होती. पण आता दुसरा कोणीतरी पुरुष त्यांच्या आयुष्यात येणार असल्याची भावना यामागं होती. हे केस काढताना किती दुखत असेल ते माझ्या बहिणीच्या किंचाळण्यावरून मला जाणवत होतं. त्यामुळं हळुवार भावनेपेक्षा ही मला शिक्षाच वाटायची. हा कार्यक्रम उरकल्यावर ती खोलीच्या बाहेर आली तेव्हा दाराजवळ बऱ्याच बायका घोळका करून उभ्या होत्या. त्यांना या प्रकाराविषयी फार उत्सुकता होती. यातला सगळ्यात मोठा आनंद म्हणजे माझी बहीण लग्नाला उभी होती. कौमार्याचा त्याग करायला तयार झाली होती. हे सगळं झाल्यावर ती झोपायला गेली. सगळं काही रितीनुसार सुरळीत चाललं असल्याची खात्री करून घेऊन बायकांचा तो घोळकाही आपापल्या घरी परतला.

दुसऱ्या दिवशी सूर्योदय होताच अंगणात जेवणाचे वास येऊ लागले. जेवण

बनवायला सुरुवात झाली होती. प्रत्येकानं हे जेवण बनवलं जात असताना प्रत्यक्ष येऊन पाहायचं असतं आणि किती ताटं होतात ते मोजायचं असतं. एकाही पदार्थात गडबड होऊन चालत नाही. नाही तर गावातले लोक त्यावरून टोमणे मारतात. साधारण अर्धं अंगण या जेवणासाठी लागतं. मटण, चिकन, भाज्या, भात, अनेक प्रकारची मिठाई, केक असा बेत होता. माझ्या आईनं शेजारणींच्या मदतीनं सगळी मेजवानी बनवली होती. तिला एकटीला इतके पदार्थ बनवणं जमलं नसतं. हे सगळे पदार्थ बाकीच्यांना बघण्यासाठी सजवून ठेवून ती आणखी एकीला घेऊन माझ्या बहिणीची तयारी करायला गेली. बहिणीचे कपडे पायघोळ होते, पावलापर्यंत. पुढच्या बाजूला एम्ब्रॉयडरी केलेली होती. कापडाची बटणं लावलेली होती. सोन्याचे दागिने ल्यालेली नूरा झकासपैकी तयार होऊन खोलीच्या बाहेर आली तेव्हा अप्रतिम दिसत होती. फुलासारखी सुंदर दिसत होती. नूराने ब्रेसलेट, नेकलेस घातले होते. सगळ्यात महत्त्वाचं म्हणजे कुठल्याही नवऱ्या मुलीसाठी अतिशय खास असलेला मुकुट तिनं घातला होता. सोन्याच्या तुकड्यांनी तयार केलेल्या रिबिनीपासून हा मुकुट बनवलेला होता. तिनं केस मोकळे सोडले होते. केसांना छान चमक यावी म्हणून त्यांना ऑलिव्ह तेल लावलं होतं. तिला गादीवर बसवलं गेलं तिच्या खास जागी. तिच्यासाठी खुर्ची ठेवली होती. त्यावर पांढरं कापड घातलं होतं. नवरी मुलगी कशी दिसते, ते बाकीच्यांना दिसावं म्हणून तिला मुद्दाम तिथं बसवलं होतं. तिचा होणारा नवरा येईपर्यंत नव्या नवरीचं कौतुक सुरू होतं. तिला बघण्यासाठी बायकांची झुंबड उडाली होती.

पुरुष मंडळी बाहेर नाचण्यात दंग होती. अंगणात नाचत असलेल्या महिलांमध्ये पुरुष मिसळत नव्हते. त्यांचा नाच बघण्यासाठी आम्हाला खिडकीत जाऊन उभं राहण्याचीही परवानगी नव्हती. तितक्यात नवऱ्या मुलाचा प्रवेश झाला. नवऱ्या मुलीची मान लाजेनं खाली गेली. तिला त्याच्याकडं एक कटाक्ष टाकण्याचीही मुभा नव्हती. तो कसा दिसतो ते ती आता पहिल्यांदाच बघणार होती. तो कसा आहे, कसा दिसतो, कुठं काम करतो, त्याचं कुटुंब कसं आहे, त्याचं वय किती आहे याविषयी माझ्या आईनं तिला थोडंसं सांगितलं असणार. कदाचित असेल किंवा नसेलही. पण तिला एक नक्की सांगितलेलं असणार की, त्याच्या आईवडलांनी पाहिजे तितकं सोनं दिलेलं होतं.

माझ्या आईने नूराच्या डोक्यावर बुरखा घातला. नवरा मुलगा उत्तम कपड्यात एखाद्या राजकुमाराच्या थाटात आला. तिच्याजवळ गेला. बुरख्यातही नूरानं मान खाली घातली होती. गुडघ्यावर हात ठेवून ती विनम्रपणे बसली होती. यातून मुलीवरचे चांगले संस्कार दिसतात. माझ्या बहिणीच्या आयुष्यातला हा अत्यंत महत्त्वाचा आणि मोलाचा क्षण होता. सगळ्यांसोबत मीही हा क्षण पाहत होते. मला

तिचा हेवा वाटत होता. माझ्या आईसोबत कुठंही जायला मिळत असल्यानं मला त्यांचा हेवा वाटायचा. त्यावेळी मी कैनातसोबत गोठ्यात बसून राहिले होते. घर सोडून ती आधी जाणार, म्हणून मला आकस वाटत होता. या दिवशी प्रत्येक मुलीचं नवरी मुलगी होण्याचं, सुंदर पांढरे कपडे घालण्याचं, भरभरून सोन्याचे दागिने घालण्याचं स्वप्न असतं. नूरा खूप छान दिसत होती. तिनं पायात चप्पल घातली नव्हती, ही एकच गोष्ट मला खटकत होती. अशा वेळी अनवाणी असणं म्हणजे वेडेपणाच आहे. बाजारात जात असलेल्या, रस्त्यावरून चालत असलेल्या महिलांना मी पायात चपला घातल्याचं पाहिलं होतं. पुरुषांच्या पायात कायम चपला असल्यानं मला ते स्वातंत्र्याचं प्रतीक असल्यासारखं वाटायचं. दगडगोटे पायाला न टोचता चालता यावं, असं मनोमन वाटायचं. नूरा अनवाणी होती आणि हुसेननं पॉलिश केलेले चकाचक बूट घातले होते. मला ते आकर्षित करत होते.

हुसेन माझ्या बहिणीच्या दिशेनं येत होता. एका उंच टेबलावर त्याच्यासाठी आणखी एक खुर्ची ठेवण्यात आली. तिच्यावरही पांढरं कापड टाकलं होतं. तो खाली बसला. त्यानं तिचा पांढरा बुरखा वर केल्यावर अंगणात आनंदानं जल्लोष झाला. सोहळा संपन्न झाला होता. या पुरुषानं त्याच्या आयुष्यात आलेल्या या शुद्ध असलेल्या आणि त्याला मुलगे देणार असलेल्या स्त्रीचा चेहरा नुकताच पाहिला. ते दोघंही तिथंच बसून राहिले होते, सगळ्यांनी बघण्यासाठी पुतळे बसवावेत तसे. बाकीचे सगळे नाचत, गात होते, खात होते. हे दोघे मात्र अजिबात हलत नव्हते. त्यांच्यासाठी कुणीतरी खायला आणलं. त्यांचे छान कपडे अन्न सांडल्यास खराब होऊ नयेत म्हणून कुणीतरी त्यांना अंगावर घ्यायला पंचा दिला. नवरा आपल्या बायकोला स्पर्श करत नव्हता. तिचं चुंबन घेत नव्हता. तिचा हात हातात घेत नव्हता. त्यांच्यात एकमेकांप्रती कोणत्याच भावना व्यक्त केल्या जात नव्हत्या. प्रेमाचा कटाक्ष नाही की एकमेकांविषयी वाटणारी आपुलकी नाही. जणू काय तिथं दोन पुतळे बसवून ठेवले होते. बराच वेळ ते तसेच बसून होते.

मला या माणसाविषयी, त्याच्या वयाविषयी काहीच माहीत नव्हतं. त्याला बहीण-भाऊ आहेत का, तो कुठं काम करतो, कुठं राहतो, याविषयी काहीच कल्पना नव्हती. पण तो आमच्याच गावात राहणारा होता. तुम्ही तुमच्याच गावातली मुलगी बघायची असते ही आमची प्रथा. मीही पहिल्यांदाच या पुरुषाला पाहिलं. तो दिसायला चांगला होता की वाईट, उंच की ठेंगणा, जाडा की बारीक, की आंधळा हेही कळेना. त्याचं तोंड वाकडं होतं का, नाक मोठं होतं का, कान कसे होते माहीत नाही.

हुसेन अतिशय आकर्षक दिसणारा होता. तो फार उंच नव्हता. त्याचे केस लहान, कुरळे होते. चेहरा सावळा होता. लहानसं, काहीसं चपट नाक होतं,

नाकपुड्या मात्र रुंद होत्या. तो दिसायला चांगला होता. ऐटीत चालायचा. पहिल्या नजरेत तो हलकट वाटायचा नाही, पण तो तसा होता असं मला तरी वाटायचं. आता आणि तेव्हा तो अगदी निरशासारखं बोलायचा.

लग्नाचा सोहळा आता संपत आलाय आणि पाहुण्यांनी आवरतं घेऊन निघण्याचा विचार करावा, हे थेट न सांगता अप्रत्यक्षपणे सुचवण्यासाठी बायका नवऱ्या मुलाला उद्देशून गायला सुरुवात करतात. त्यांच्या गाण्याचा सारांश साधारणत: असा असतो, 'माझं रक्षण कर. माझा संरक्षक झाला नाहीस तर तू पुरुषच नाहीस...' यानंतर एक गाणं हमखास गायचं असतं. ते असं असतं, 'तू थोडा तरी नाचल्याशिवाय आम्ही इथून अजिबात जाणार नाही.' सोहळ्याचा समारोप करण्यासाठी नवदांपत्यानं नाचायचंच असतं. इथं मात्र नवी नवरी आणि नवरा थोडेसे जवळ येतात. नवरा आपल्या नव्या बायकोला बोटांनी स्पर्श करतो. ती आता त्याची झालेली असते. ते एकत्र नाचू लागतात. काही जोडपी लाजाळू असतात. त्यांना असं नाचायला लाज वाटते म्हणून ते नाचत नाहीत. माझी बहीण तिच्या नवऱ्यासोबत मस्त नाचली.

नवरा मुलगा नव्या नवरीला आपल्या घरी घेऊन गेला. तोपर्यंत अगोदरच रात्र झाली होती. त्याच्या वडलांनी त्याला घर दिलं होतं. असं घर दिलं नाही तर त्यांच्या पुरुषत्वाविषयी शंका घेतली जाते. हुसेनचं घर गावातच होतं. आमच्या घरापासून तसं जवळच. ते दोघेही पायी गेले. त्यांना जाताना बघून आम्ही खूप रडलो. माझ्या भावाच्या डोळ्यातही अश्रू आले. ती आम्हाला सोडून गेली म्हणून आम्हाला रडू येत होतं. तिच्या नवऱ्याच्या दृष्टीनं ती 'कुमारिका' नसेल तर तिला काय भोगावं लागेल, या विचारानं आमचा गळा दाटून आला होता. तिच्याबद्दलच्या विचारांच्या काहुरानं आम्ही कमालीचे अस्वस्थ होतो. नव्या नवरीला झालेल्या रक्तस्रावाचा डाग लागलेलं पांढऱ्या रंगाचं कापड नवऱ्यानं गच्चीत किंवा सकाळी खिडकीला लावायचं असतं. नूराचा नवरा हे कापड कधी लावतोय याची आम्ही आतुरतेने वाट बघत होतो. नवरीला रक्तस्राव झाल्याचं यातून लोकांना अधिकृतपणे सांगितलं जातं. हे कापड सगळ्यांना दिसेल अशा ठिकाणी लावलं जातं. गावातले शक्य तितके लोक येऊन हे कापड बघून जातात. दोन किंवा तीन जणांनी जाऊन या घटनेचे साक्षीदार बनून चालत नाही. या पुराव्याची आवश्यकता केव्हाही लागू शकते. त्यामुळं जितके जास्त जण हे प्रत्यक्ष पाहतील, तितकं चांगलं.

मला त्यांचं घर, अंगण अजूनही आठवतं. त्याभोवती दगड आणि सिमेंटची भिंत होती. जो तो तिथं उभा राहून या कापडासाठी वाट बघत होता. अचानकपणे माझे मेहुणे ते पांढरं कापड घेऊन बाहेर आले. आम्ही नि:श्वास टाकला. पांढरं कापड दाखवण्यात आल्यावर पुरुषांनी शिट्या वाजवल्या, महिलांनी गायला

सुरुवात केली. टाळ्या वाजवल्या. हे कापड खास असतं. लग्नाच्या पहिल्या रात्री खाटेवर टाकलं जातं. हुसेनने ते कापड गच्चीत व्यवस्थित अडकवलं. त्याला पांढऱ्या पिना लावल्या. लग्नाच्या वेळी सगळीकडं पांढरा रंग दिसतो. कपडे पांढरे. या कापडाला लावलेल्या पिनाही पांढऱ्या. त्यावरचं रक्त मात्र लाल. हुसेननं लोकांकडं पाहून हवेत हात हलवला आणि तो आत गेला. जणू काय तो लढाई जिंकला होता!

मेंढीचं रक्त, 'कुमारिका' मुलीचं रक्त. कायम आपला रक्ताचा विषय. मला आठवतं की प्रत्येक ईदला आमचे वडील मेंढी कापायचे. अख्खं भांडं रक्तानं भरून जायचं. या रक्तात ते ब्रश बुडवायचे आणि पुढचं दार रंगवून काढायचे. जमिनीलाही या रक्तानं रंगवायचे. घरात प्रवेश करायचा असेल तर या रक्तानं रंगवलेल्या दारातूनच आत यावं लागत असे. मला या गोष्टीचा फार त्रास व्हायचा. वडलांनी कुणाचाही जीव घेतला तरी माझा भीतीनं थरकापच उडायचा. मी लहान होते तेव्हा अन्य मुलांप्रमाणे मलाही वडील कोंबडी, मेंढी, ससा कापत असल्याचं दृश्य सक्तीनं बघावं लागलं. ते पाहून, एके दिवशी ते कोंबडी, सशाप्रमाणं आपलीही मान मुरगाळून टाकतील आणि आपला जीव घेतील, असं मला आणि माझ्या बहिणीला वाटायला लागलं होतं. मी पहिल्यांदा असा प्रकार पाहिला तेव्हा इतकी घाबरले होते की ते पाहवेना म्हणून मी आईच्या मागे जाऊन लपले. पण आई मला लपू देईना. तिनं ते सगळं मला बघायलाच लावलं. वडील कसे या प्राण्यांना मारतात, ते आम्ही बघायलाच हवं असं आईचं म्हणणं होतं. म्हणजे उद्या कुटुंबात वावरताना आम्हाला भीती वाटली नसती. माझ्या मनात मात्र भीती कायमचं घर करून बसली होती. माझ्या वडलांनी कुणाचंही रक्त सांडलं तरी धडकीच भरायची.

लग्नाच्या दुसऱ्या दिवशी बाकी लोकांबरोबरच मीही माझ्या बहिणीचा रक्तस्राव लागलेलं ते कापड बघायला गेले. माझी आई रडत होती. त्यामुळं मलाही रडू येत होतं. अशा वेळेला आमच्यात रडायचं असतं. त्यातून आपल्याला किती आनंद झालाय, ते दिसतं आणि आपल्या मुलीला 'कुमारिका' ठेवल्याबद्दल तिच्या वडलांच्या प्रतिष्ठेलाही सलाम ठोकला जातो. नूरानं फार मोठी परीक्षा पार केल्याच्या सुटकेच्या निःश्वासानंही आम्ही रडत होतो. ती मुलाला जन्म देऊ शकते, या परीक्षेव्यतिरिक्तची तिच्या आयुष्यातली ही एकमेव परीक्षा. माझ्या बाबतीतही हेच होईल, अशी अपेक्षा मी करत होते. तसं व्हायला हवं, माझ्याकडून हे अपेक्षितच होतं. नूराचं लग्न झालं म्हणून मला खूप आनंद झाला. आता लवकरच माझाही नंबर येणार होता. असं म्हणणं विचित्र होतं, पण त्या वेळी माझ्या मनात कैनातचा विचार अजिबात आला नव्हता. ती माझ्यापेक्षा वर्षभरानं मोठी होती, हे क्षणभर लक्षातच आलं नव्हतं. पण तिचं लग्न माझ्याआधी होणार हे निश्चित होतं.

तिथून सगळे पाहुणे आपापल्या घरी परतले. सगळं अंगण झाडून स्वच्छ करायचं होतं. ताटल्या साफ करणं, अंगण चकाचक करणं ही मुलीकडच्या लोकांची कामं होती. काम प्रचंड होतं. काही वेळा शेजारच्या बायका मदतीला येत, पण कधीतरीच, नेहमी नाही.

लग्नानंतर नूरा आमच्या घरी फारशी येत नसे. तिला तिच्या नव्या कुटुंबाकडं बघावं लागत असल्यानं घराबाहेर पडायला फारसा वाव नसायचा. पण लग्नानंतर थोड्याच दिवसांत, अगदी महिन्याच्याही आत ती रडत आणि तक्रार करत आमच्या घरी आली. काय झालंय ते मी विचारू शकत नसल्यानं मी पायऱ्यांवर बसून त्यांच्यावर नजर ठेवून होते. काही कळतंय का बघत होते. नूरा तिच्या अंगावर उठलेले वळ दाखवत होती. हुसेननं तिला इतक्या जोरात मारलं होतं की तिला जखम झाली होती. तिच्या चेहऱ्यावरही जखमा होत्या. तिनं सलवार खाली करून काळवंडलेल्या मांड्या दाखवल्या. ते सगळं बघून माझी आई रडायलाच लागली. त्यानं तिला केसाला धरून जमिनीवर खेचलं असणार. सगळे पुरुष असंच करतात. त्यानं तिला इतकं का बडवलं ते मला कळलं नव्हतं. नव्या नवरीला जेवण करता येत नसेल, ती मीठ घालायला विसरली असेल, पदार्थात पाणी घालायला विसरल्यानं रस सुटला नसेल तर मारझोड करण्यासाठी इतकंसंही कारण पुरेसं असायचं. माझे वडील अतिशय हिंस्त्र होते. त्यांनी हे ऐकलं असतं तरी तिचं पूर्ण ऐकूनही न घेता त्यांनी तिला परत पाठवलं असतं. त्यामुळं नूरा आईकडं मन मोकळं करत होती. आईनं सगळं ऐकून घेतलं खरं, पण तिचं सांत्वन केलं नाही. आई तिला म्हणाली, "तो नवरा आहे तुझा. तो असं वागला तर त्यात काही फार गंभीर नाही. तुला परत जायचंच आहे त्याच्याकडं."

नूरा परत गेली, मारणाऱ्या नवऱ्याकडं. त्यानं तिला काठीनं झोडून काढून तिची चूक 'दुरुस्त' केली होती.

त्यानं आपल्याला काहीही केलं तरीही आपल्यासमोर दुसरा पर्यायच नसतो. माझ्या बहिणीच्या या स्थितीकडं बघितल्यानंतर मला जाणवलं की लग्न करून काहीही उपयोग नसतो. आधीसारखाच नंतरही मार खायचा. लग्नानंतर केवळ मारहाणच नशिबात असली तरी तेव्हा मला लग्नापेक्षा वेगळं काही सुचत नव्हतं. माझ्या गावातल्या अरबी महिलांच्या नशिबात असलेली ही अतिशय उत्सुकतेची गोष्ट होती. लग्नानंतर आमच्यावर जे प्रसंग ओढवतात ते आम्हाला नैसर्गिक वाटतात. काहीही भोगावं लागलं तरी त्याविरोधात बंडखोरी करण्याचा विचारही कुणाच्या मनात येत नाही. क्रांती करायची, आवाज उठवायचा म्हणजे काय, हेही तिथल्या बायकांना माहीत नाही. काठीचा मार वाचवायचा असेल तर कसं रडायचं, लपायचं, खोटं बोलायचं ते आम्हाला माहीत आहे, पण बंडखोरी कधीही नाही.

याचं एक साधंसोपं कारण म्हणजे आम्हाला राहण्यासाठी वडलांचं घर किंवा पतीचं घर यापेक्षा तिसरा पर्याय नाही. एकटीनं राहण्याची सोय नाही.

हुसेन त्याच्या बायकोला साधा बघायलाही आला नव्हता. ती फार दिवस राहिली नाही म्हणा, पण तरीही. ती परत जाणारच नाही की काय, अशी भीती आमच्या आईला वाटत होती. नंतर नूराला दिवस गेल्यावर आणि ते मुलगा होण्याची अपेक्षा करत असताना तिच्या सासू-सासऱ्यांसाठी, नवऱ्यासाठी आणि आमच्या कुटुंबासाठी नूरा म्हणजे राजकुमारी झाली होती. काही वेळा मला तिचा मत्सर वाटायचा. घरातलं तिचं महत्त्व माझ्यापेक्षाही वाढलं होतं. लग्नाच्या आधी ती आईसोबत बराच वेळ घालवायची. लग्नानंतरही त्या दोघी एकमेकीच्या खूप जवळ होत्या. गव्हाच्या शेतात त्या दोघी एकत्र जायच्या तेव्हा बराच वेळ रेंगाळायच्या. त्यांचा बराचसा वेळ एकमेकींशी गप्पा मारण्यात जायचा. गहू, पीठ आणि ऑलिव्ह साठवण्यासाठीच्या खोलीतही त्या खूप वेळ एकत्र असायच्या. त्या खोलीचं दार हिरव्या रंगाचं होतं, हे मला स्पष्ट आठवतं. मी जेव्हा जेव्हा तिथून जात असे तेव्हा मला एकटी पाडल्यासारखं आणि वेगळं टाकल्यासारखं वाटायचं. माझी आई आणि बहीण आत असायच्या म्हणून मला असं वाटत असेल. माझी आई नूराच्या लग्नापूर्वी तिच्या जननेंद्रियावरचे केस काढत होती तेव्हाही ती याच खोलीत होती.

हे दार इतक्या अचानकपणे आणि निर्दयपणे माझ्या स्मरणात का आहे, ते कळत नाही. मी जवळजवळ दररोज सामान घेऊन या दरवाजातून जात असे. या दाराच्या मागे काहीतरी अस्वस्थ करणारं घडलं असावं. पण नेमकं काय? मला वाटतं मी सामानाच्या गोणीच्या मागे भीतीनं थरथरत लपली असावी. एखाद्या माकडासारखं अंग चोरून घेऊन मी अंधारात दडून बसली असावी. मला आठवतं, या खोलीत फारसा उजेड नव्हता. मी तिथं लपले होते. खोलीतल्या लाद्या तांबड्या होत्या. तांबड्या रंगाचे लहान लहान चौकोन होते. त्यामधल्या जागा आमच्या वडलांनी पांढऱ्या रंगानं रंगवल्या होत्या. मला कशाची तरी प्रचंड भीती वाटत होती. मला आई दिसत होती. तिनं डोक्यावर गोणी घेतली होती. माझ्या वडलांनी तिच्या डोक्यावर ते पोतं ठेवलं होतं. या खोलीत होती की अन्य कुठल्या? तिला त्यांनी शिक्षा केली होती का? तिला दडपून टाकण्याचा हा प्रयत्न होता का? मी जोरात रडूही शकत नव्हते. माझ्या वडलांनी आईच्या डोक्यावरची गोणी मागे घट्ट खेचून धरली होती. मी तिला पाहू शकत होते. तिचं नाक मला दिसत होतं. एका हातानं त्यांनी तिचे केस खेचून धरले होते आणि दुसऱ्या हातानं गोणी पकडली होती.

वडलांनी काळे कपडे घातले होते. काही तासांपूर्वी काही घडून गेलं असेल

का? पण काय? माझी बहीण घरी परत आली कारण तिचा नवरा तिला मारहाण करत होता. आईनं तिचं म्हणणं ऐकून घेतलं. आईनं आपल्या मुलीला दयाही दाखवायची नाही का? तिनं रडूही नये का? तिला तिनं आमच्या वडलांपासून सुरक्षित ठेवायचं नाही का? हिरव्या दाराभोवतीच्या आठवणी एकमेकांत गुंतलेल्या आहेत, असं मला वाटतं. माझ्या बहिणीचं येणं आणि माझं गव्हाच्या पोत्यांच्या मागे लपणं, माझ्या वडलांनी रिकामं पोतं घेऊन माझ्या आईला घुसमटवून टाकणं, सगळं कसं एकमेकात मिसळून गेलंय. मी तिथं कदाचित लपण्यासाठी गेले असेन. लपून बसण्याची मला सवयच होती. या खोलीत, गोठ्यात किंवा व्हरांड्यातल्या कपाटाच्या इथं, जिथं मेंढ्यांची कातडी विकण्यापूर्वी सुकायला ठेवली जात असे तिथं लपून राहण्याची माझी खोड होती. मेंढ्यांची कातडी बाजारात, दुकानात जशी लटकवली जात तशी इथं सुकायला ठेवली जायची. तिथं अक्षरशः गुदमरायला होत असलं तरी कुणी मला शोधू नये म्हणून मी आतमध्ये बसून राहायची. साठवणुकीच्या खोलीतल्या पोत्यांमध्ये मात्र मी फारशी लपत नसे. तिथून एखादा साप बाहेर आला तर याची मला भीती वाटायची. त्यामुळं मी त्या खोलीत लपले असेन तर भयानक घाबरलेल्या अवस्थेत, माझ्या जिवाला धोका असल्याच्या जाणिवेनंच असणार.

कदाचित त्या दिवशी माझ्या वडलांनी मला मेंढीच्या कातडीनं गुदमरवून मारून टाकण्याचा प्रयत्न केला असेल. आई त्यांना फसवते आहे की नाही, याविषयी खरं-खोटं काय आहे, ते त्यांना माझ्याकडून वदवून घ्यायचं असेल. त्यांनी लोकरीचे दोन भाग केले आणि माझ्या तोंडावर चेपून माझं तोंड जोरात दाबलं. मी आईला परपुरुषासोबत पाहिलं होतं. पण तरीही आईचा विश्वासघात करण्यापेक्षा मी त्या क्षणी मरण पत्करलं असतं. मी सत्य काय ते सांगितलं असतं तर वडलांनी आम्हा दोघींनाही मारून टाकलं असतं. माझ्या मानेवर त्यांनी सुरा ठेवला असता तरी मी बधले नसते आणि आईच्या विरोधात गेले नसते. मला श्वासही धड घेता येत नव्हता. वडलांनी मला जाऊ दिलं की मीच तिथून माझी सुटका करून घेतली? काहीही असेल, पण मी कुठंतरी लपण्यासाठी धावत सुटले. त्या हिरव्या दाराच्या आड जाऊन लपले. गोण्यांच्या मध्ये. त्या स्थिर गोण्याही मला अक्राळविक्राळ वाटत होत्या त्या वेळी. नेहमीच अंधाऱ्या असलेल्या या खोलीतल्या त्या गोण्या कायमच मला भीतिदायक वाटायच्या. आमचे वडील रात्रीच्या वेळी या गव्हाच्या गोण्या रिकाम्या करून त्यात साप भरून ठेवत आहेत, असं मला अनेकदा स्वप्नात दिसायचं.

हिरवं दार, पोती, माझ्या आईला वा मला बोलतं करण्यासाठी मेंढीच्या कातडीनं श्वास कोंडून टाकण्याचा प्रयत्न करणारे वडील, काळोखात मला

वाटलेली प्रचंड भीती, साप असे माझ्या आठवणींचे तुकडे झाले आहेत. ते एकत्र करण्याचा मी प्रयत्न करत असते.

फार जुनी नाही, तशी अलीकडची गोष्ट आहे. एका मोठ्या कचऱ्याच्या डब्यात मी कचऱ्याचा छोटा डबा रिकामा करत होते. प्लॅस्टिकचा एक तुकडा त्या डब्यातच राहिला. टाकला गेला नाही. तो कचऱ्याच्या डब्यात पडल्यावर विशिष्ट प्रकारचा आवाज ऐकू आला. या कचऱ्याच्या डब्यातून साप बाहेर आला आहे, अशी समजूत होऊन भीतीनं मी जोरात उडीच मारली. मी थरथरत होते. मी लहान मुलासारखी रडायलाच सुरुवात केली होती.

सापाला कसं मारायचं ते आमच्या वडलांना माहीत होतं. त्यांच्याकडं एक खास काठी होती. काठीच्या टोकाला दोन हूक होते. सापाला हलता येऊ नये म्हणून ते त्याला त्या दोन हूकच्या मध्ये पकडायचे. नंतर त्याला ते काठीनं मारून टाकत. सापाला मारण्यासाठी ते त्याची हालचाल पूर्णपणे थांबवू शकत होते, तर पीठ घेण्यासाठी मी पोत्यात हात घातल्यावर सापानं मला डसावं म्हणून त्याला ते पोत्यातही भरू शकत होतेच. त्यामुळंच मला त्या हिरव्या दाराची दहशत वाटायची. माझी आई आणि बहीण आतमध्ये होत्या, मला आतमध्ये न घेता तिचे केस काढण्याची प्रथा पार पाडत होत्या, म्हणूनही हे दार माझं लक्ष वेधून घ्यायचं. मला लग्नासाठी तशी कुणाची मागणी आली नसली तरी मी जेमतेम बारा किंवा तेरा वर्षांची असताना असं काहीतरी माझ्या कानावर आलं होतं की, एका कुटुंबानं अधिकृतपणे माझ्याबाबत आमच्या घरच्यांना विचारलं होतं. गावात माझ्यासाठीही कुणीतरी पुरुष होता. पण तो मिळण्यासाठी मला वाट बघावी लागणार होती कारण माझ्याआधी कैनातचा नंबर होता.

■

# असाद

घोडा घसरल्यामुळं असाद खाली पडल्यावर त्याच्याकडं धावत गेलेली आणि त्याच्यासाठी रडू लागलेली मी एकटीच होते. माझ्या भावाची ती प्रतिमा कायम माझ्या डोळ्यासमोर असते. त्यानं हिरवा शर्ट घातला होता. तेव्हा वारा सुटला असल्यामुळं त्याचा शर्ट त्याच्या अंगाच्या मागच्या बाजूला उडत होता. त्या घोड्यावर बसलेला तो विलक्षण दिसत होता. माझ्या भावावर माझा इतका जीव होता की त्याची सावली माझी पाठच सोडायची नाही.

हनन अचानक गायब झाल्यानंतरही माझं त्याच्याबरोबरचं वागणं बदललं नव्हतं. मी त्याच्या पायाशी बसले होते. मला त्याची अजिबात भीती वाटत नव्हती. मला तो काहीतरी करेल, असं जराही वाटत नव्हतं. मी त्याच्यापेक्षा मोठी होते म्हणून? आमचं नातं जवळचं होतं म्हणून? माझे वडील नसायचे तेव्हा तो मलाही बेदम मारायचा. एकदा तर तो माझ्या आईच्या अंगावरही धावून गेला होता. त्यांचा काहीतरी वाद झाला. त्यानं आईचे केस खेचले, जोरात खेचले. ती बराच वेळ रडत होती. मी हा प्रकार पाहिला, पण नेमकं कशावरून त्यांचं वाजलं ते कळलं नव्हतं. सगळ्या घटनांची, आठवणींची संगती लावणं मला नेहमीच कठीण वाटतं. युरोपमध्ये नवं आयुष्य सुरू करत असताना पॅलेस्टाइनमधल्या आठवणी तुकड्या-तुकड्यांच्या स्वरूपात उरलेल्या होत्या.

माझ्या भावानं काय केलं ते आता समजणं कठीण आहे, पण त्या वेळी भीतीनं गाळण उडाली होती. हनन आता हयात नाही, हे समजलंच नव्हतं. इतक्या वर्षांनी आज ते दृश्य पुन्हा डोळ्यासमोर उभं राहिलंय. नाहीतर सगळ्या घटना आठवून, तार्किकदृष्ट्या आणि नेमकं जे घडलं होतं त्यानुसार त्यांचा अर्थ लावताना फार गोंधळ उडायचा. एक तर त्या वेळी माझे आईवडील घरात नव्हते आणि जेव्हाही ऑनर क्राइम होतो, म्हणजे कोणत्याही स्त्रीला तिच्या कुटुंबाकडून मारलं जातं तेव्हा हे काम करणारी व्यक्तीच फक्त तिथं हजर असते. त्यानंतर मी केव्हाही हननला घरात पाहिलं नाही. कधीच नाही. त्या संध्याकाळी असाद रागानं लाल झाला होता. त्याची बायको बाळंत होत असताना त्याला मात्र तिच्यापासून लांब ठेवलं म्हणून

तो संतापला होता. होणाऱ्या बाळाचा मृत्यू झाल्याची बातमी या दूरध्वनीवरून आली होती का? हनन त्याच्याशी तुटकपणे बोलली का? मला माहीत नाही. महिलांविरोधी अत्याचार, हिंसाचार या आमच्या घरात आणि गावात घडणाऱ्या रोजच्याच गोष्टी होत्या. तरीही मला असाद फार आवडायचा. माझे वडील त्याचा जितका तिरस्कार करायचे, तितका मला तो आवडायचा.

त्याच्या लग्नाचा सोहळा मोठा जंगी झाला होता. माझ्या विचित्र भूतकाळातली कदाचित ती एकमेव सुखद आणि खरंच आनंददायी घटना असावी. मी त्या वेळी अठराची असेन. लग्नासाठी आधीच माझं वय तसं जास्त होतं. बाकीच्या मुली माझी चेष्टा करतील, एकमेकीला कोपरानं खुणावतील, मी जवळून गेल्यावर सूचक हसतील या भीतीनं मला लग्नामध्ये जायलाही नको वाटायचं. बाकीच्यांच्या लग्नात जायचं नाही, हे मी ठरवून टाकलं होतं. मी अनेकदा रडत असे. काही वेळा मला प्राण्यांचा कळप घेऊन गावातून जायला लाज वाटायची, लोकांच्या नजरांची भीती वाटायची. डोळ्यात दोष असलेल्या, कुणालाही नकोशा असलेल्या माझ्या शेजारणीपेक्षा मी काही वेगळी नव्हते. आमच्या शेजाऱ्यांकडं असलेल्या लग्नात न येण्याची परवानगी मला आईनं दिली होती. तिला माझी मन:स्थिती कळायची. त्यामुळं वडलांकडं हा विषय काढण्याचं धाडस मी केलं. 'माझं लग्न करून द्या,' असं म्हटलं. पण त्यांनी नकार दिला आणि माझ्या डोक्यात जोरात मारून म्हणाले, "आधी तुझ्या बहिणीचं लग्न करायचं आहे. चालती हो इथून." त्यांना मी हे एकदाच बोलले, नंतर पुन्हा नाही.

माझ्या भावाच्या लग्नात मात्र सगळं कुटुंब एकदम खूश होतं. माझ्यापेक्षा जास्त आनंद कुणालाच झाला नसेल. तिचं नाव फातमा. ती दुसऱ्या गावातली का होती, ते मला कळलं नाही. लग्नाची मुलगी आमच्या गावात, जवळच्या कुटुंबात नव्हती का? लग्नाला जाण्यासाठी आमच्या वडलांनी बसेस ठरवल्या होत्या. एक पुरुषांसाठी आणि एक महिलांसाठी. पुरुषांसाठीची बस साहजिकच पुढं होती.

आम्ही डोंगराळ भागातून जात असताना बस तीव्र वळणावरून गेली की जीवघेण्या खोल दरीपासून आपल्याला सुरक्षित ठेवल्याबद्दल गाडीतल्या बायका अल्लाचे आभार मानायच्या. ग्रामीण भाग वाळवंटासारखा असल्याचं भासत होतं. रस्ते फार सवयीचे नव्हते. जमीन काळी, कोरडी होती. समोरून जात असलेल्या पुरुषांच्या बसमुळं हवेत धुळीचे लोट उठत होते. प्रत्येक जण नाचत होता. मी पायांच्या मधोमध डफ ठेवला होता. गाडीतल्या महिलांच्या जल्लोषात डफाचाही आवाज मिसळला जात होता. मीपण माझा स्कार्फ धरून नाचत होते. मला छान जमायचं ते. चालक सोडला तर प्रत्येक जण नाचत होता, धमाल करत होता. नुसता जल्लोष सुरू होता.

माझ्या बहिणीच्या लग्नापेक्षा भावाचं लग्न दणक्यात झालं. त्याची बायको तरुण, सुंदर, थोडी बुटकी आणि सावळी होती. ती वयानं लहान नव्हती. वयानं कदाचित

असादइतकीच असेल. असादला अशा वयाच्या मुलीशी लग्न करावं लागलं आणि तेही दुसऱ्या गावातल्या, म्हणून आमच्या गावातले लोक आमच्या आईवडलांना टोमणे मारायचे. असादनं त्याच्यापेक्षा लहान मुलीशी लग्न करायला हवं होतं. सारख्याच वयाच्या व गावाबाहेरच्या मुलीशी लग्न केल्यामुळे लोक आपसात कुजबुजत होते.

ती मुलगी खूप सुंदर होती. तिला अनेक भाऊ असल्यानं नशीबवान होती. आमच्या वडलांनी तिच्या बदल्यात भरपूर सोनं दिलं. तिनं भरपूर दागिनेही घातले होते. नाचत, आनंद साजरा करत तब्बल तीन दिवस लग्नसोहळा चालला होता. माझा स्कार्फ आणि डफ मला अजून आठवतो. मीपण खूप खूश होते. असादचा मला अभिमान वाटत होता. आमच्यासाठी तो जणू देवच होता. त्याच्याबद्दल वाटणारी ही माया कमी होणार नव्हती. त्यानं मला मारलं, त्यानं त्याच्या बायकोला झोडपून काढलं, त्यानं खून केला तरी मला त्याचा तिरस्कार करणं शक्यच होत नव्हतं.

माझा लाडका भाऊ असाद जणू माझ्या डोळ्यांतच होता. माझा लाडका असाद. आजही सकाळी त्याला शुभेच्छा दिल्याशिवाय मी कधीही कामाला जात नाही. माझं त्याच्यावर जिवापाड प्रेम आहे. आम्ही मुलं मुलं एकमेकांना खूप गोष्टी सांगायचो. त्याचं लग्न झाल्यानंतर आणि तो त्याच्या बायकोसोबत आमच्याबरोबर राहत असल्यानंतरही मी त्याच्यासाठी खूप काम करत असे. त्याला अंघोळीला गरम पाणी नसेल तर ते तापवून देत असे. त्याच्यासाठी बाथटब स्वच्छ करत असे. त्याची अंतर्वस्त्र धुऊन वाळत घालत असे. ती उसवली असतील तर शिवून टाकत असे.

मी इतका जीव लावून त्याच्यासाठी करत होते ते बरोबर वाटायचं नाही. तोही बाकी पुरुषांसारखा पुरुष होता. लग्नानंतर काही दिवसांतच असादनं फातमाला बडवून काढलं आणि त्यापेक्षा लाजिरवाणा प्रकार म्हणजे तिला तिच्या माहेरी पाठवून दिलं. पण तिच्या आईवडलांनी प्रथा धुडकावून लावली. त्याच दिवशी तिच्यावर सक्ती करून आमच्या घरी तिला परत आणलं नाही. ते आमच्यापेक्षा श्रीमंत होते, आधुनिक होते त्यामुळं का, ती त्यांची एकुलती एक मुलगी असल्यानं तिच्यावर त्यांचा जीव होता ते मला माहीत नाही पण त्यांनी तिला माहेरी ठेवून घेतलं. कदाचित यामुळं माझे वडील आणि असाद यांच्यात वाद सुरू झाले होते. माझ्या भावालाही दुसऱ्या गावातली मुलगी हवी होती. त्यासाठी त्यानं तिच्या वडलांना खूप सोनंही दिलं होतं. पण त्याचं फळ काय मिळालं तर तिचा गर्भपात. ती त्याला साधा एक मुलगा देऊ शकली नाही. आपल्या माहेरी जाऊन तिनं आमच्या कुटुंबाची बेअब्रू केली होती. कुटुंबांच्या बैठकींदरम्यान अर्थातच मी उपस्थित नव्हते. हे मी कशामुळे सांगतेय ते नेमकं आठवत नाही, कारण त्याला तसा आधार काही नाही. पण मला अजूनही आठवतं की आमचे वडील गच्चीत उभे होते. त्यांच्या हातात दगडांनी भरलेली टोपली होती. एकामागून एक दगड ते

असादच्या डोक्यात हाणत होते. याचा परिणाम असा झाला की या प्रकाराचा सूड घेण्यासाठी असादनं आमच्या वडलांना त्याच्या खोलीत येता येणार नाही अशी सोय करून ठेवली होती. असादला खरं तर अख्खं घर हवं होतं. घर त्याचंच असल्यासारखा तो वागत होता. त्याला घरावर काही अधिकार द्यायचा नाही, अशी कदाचित आमच्या वडलांची इच्छा असावी. असाद त्यांची जागा आणि पैसा घेतोय, अशी भीती त्यांना वाटली असावी. तो अजून लहान आहे, हे त्याला ते सारखे सांगत असत. एखाद्या पुरुषाला तू अजून लहान आहेस, असं सांगणं म्हणजे आमच्या संस्कृतीत घोर अपमान वाटायचा.

असाद अधिकाधिक बंडखोरी करायचा. तो घरात राजकुमारासारखा वावरायचा. 'हे माझं घर आहे,' असं तो ओरडून सांगायचा. वडील त्याच्याकडं लक्ष द्यायचे नाहीत. 'फातमानं असं काय केलं आहे? ती सारखी तिच्या माहेरी का जाते?' असं गावातले लोक सारखं विचारायचे. तिला दुसऱ्या एखाद्या पुरुषाबरोबर पाहिलं होतं का? अशा मसालेदार गोष्टी वेगानं गावात पसरायच्या. तिच्याविषयी लोक फार वाईट बोलायचे. पण ते तद्दन खोटं होतं. ती चांगली मुलगी होती. दुर्दैवानं, गावातल्या एखाद्यानं एखाद्या मुलीला वाईट म्हटलं की बाकीचं गावंही त्याचं अनुकरण करायचं. फातमाच्या बाबतीतही हेच झालं.

माझ्या आईला हे सगळं आवडायचं नाही. आमचे वडील जेव्हा जेव्हा असादवर भडकायचे तेव्हा ती त्यांना शांत करायचा प्रयत्न करायची. ती म्हणायची,

"तुम्ही कशाला लक्ष देताय? जाऊ द्या ना."

"मी त्याला मारून टाकेन. तू त्याला वाचवायचा प्रयत्न केलास तर तुझं पण तेच करेन."

फातमाला जमिनीवर झोपवून तिला लाथाबुक्क्यांनी मारताना मी माझ्या भावाला पाहिलं होतं. एक दिवस तिचा डोळा सुजला होता आणि चेहरा काळानिळा पडला होता. पण मी काही करू वा बोलू शकत नव्हते. वडील आणि मुलगा यांच्यातल्या कमालीच्या हिंसाचारामध्ये आम्ही कुणीही काहीही करू शकत नव्हतो. आम्हाला बेदम मार बसणं टाळण्यासाठी लपणं, इतकंच काय ते आमच्या हातात होतं. माझ्या भावानं त्याच्या बायकोवर प्रेम केलं का? मला प्रेम म्हणजे काहीतरी गूढ वाटायचं. आमच्या संस्कृतीत तुम्ही लग्नाविषयी बोलू शकता, प्रेमाविषयी नाही. एक स्त्री आणि एक पुरुष यांच्यातील प्रेमविषयक नात्याबद्दल कुणी बोलू शकत नसे. लग्नामुळं एका 'कुमारिके'शी स्वाभाविकपणे येणाऱ्या लैंगिक संबंधांविषयी बोललं जायचं. नवऱ्यासाठी ही 'कुमारिका' लग्न करून आणली जायची. प्रेम अस्तित्वात होतंच कुठं?

पण आमच्या गावात एका छान घरात नवरा आणि मुलांसोबत राहणारी एक

बाई मला आठवते. ते अतिशय श्रीमंत होते. त्यांचं घरही आलिशान होतं. त्यांची मुलं शाळेत जायची. त्यांच्या घरात भावंडा-भावंडांमध्येच लग्न होत असल्यामुळं त्यांचं कुटुंब मोठं होतं. त्यांनी सगळीकडं छप्पर घातलं होतं. बाहेर जायच्या रस्त्यावरही छप्पर होतं. दुसऱ्या घरांकडं येणाऱ्या रस्त्यावर मात्र वाळू वा गोटे होते. या घरासमोर सुंदर रस्ता होता. रस्त्याच्या दोन्ही बाजूंना झाडं लावली होती. त्यांच्या अंगणाची आणि बागेची निगा राखण्यासाठी एक माणूस होता. अंगणाभोवती लोखंडाचं कुंपण होतं. सोनं असावं तसं ते लकाकायचं. दुरूनही हे घर नजरेत भरायचं. आमच्या संस्कृतीत लकाकणाऱ्या आणि चमकणाऱ्या सगळ्या गोष्टी लोकप्रिय आहेत.

एखाद्या पुरुषाचा दात सोन्याचा असेल तर तो श्रीमंत आहे, असं समजायचं. तुम्ही श्रीमंत असाल तर लोकांना तुमची श्रीमंती दिसली पाहिजे. हे घर अतिशय आधुनिक आणि नवं होतं. बाहेरून भव्य होतं. दारात कायम दोन किंवा तीन गाड्या उभ्या असायच्या. मी कधीच त्या घरात गेले नाही, पण मेंढ्या घेऊन घरासमोरून जात असताना मला ते स्वप्नवत वाटायचं. घराच्या मालकाचं नाव होतं हसन. तो उंचापुरा होता, ऐटबाज दिसायचा. तो आणि त्याची पत्नी कायम एकत्र दिसायचे, एकमेकांच्या जवळ. ती गरोदर होती. लवकरच जुळ्यांना जन्म देणार होती. दुर्दैवानं, बाळंतपणात तिचा मृत्यू झाला. नवजात जुळी बाळं सुखरूप होती. इतक्या लहान वयात ती गेल्यामुळं तिच्या आत्म्याला शांतता लाभो अशी मी अल्लाची करुणा भाकली. आमच्या गावात हा एकमेव दफनविधी मी पाहिला होता. मला आश्चर्य याचं वाटलं की तिला जिथं ठेवलं होतं तिथं तिचं सगळं कुटुंब तिच्यासाठी अश्रू ढाळत होतं. तिचा नवरा तर सगळ्यांपेक्षा जास्त रडत होता. तिच्या मृतदेहामागून जाताना दुःखानं तो त्याचा पांढरा पारंपरिक पायघोळ शर्ट अक्षरशः फाडत होता. तिची सासूही दुःखानं तिचे कपडे फाडत होती. फाडलेल्या कपड्यांच्या तुकड्यांवर खाली पडलेल्या तिच्या सासूची उघडी छाती मी पाहिली. मी आजवर अशा प्रकारे दुःख व्यक्त करताना कुणाला पाहिलं नव्हतं. मरण पावलेल्या महिलेवर तिच्या कुटुंबाचं अतिशय प्रेम होतं. तिच्या जाण्याचं फक्त त्या कुटुंबालाच नाही, तर अख्ख्या गावाला वाईट वाटलं.

मी तिथं प्रत्यक्ष होते की गच्चीतून दफनविधी पाहिला? कदाचित मी गच्चीवरून हे पाहिलं असेल, कारण तेव्हा मी खूप लहान होते. मीही रडत होते. तिथं खूप लोक जमले होते. हळूहळू ते गावात आपल्या घरी परतत होते. पत्नीच्या मृत्यूच्या वेदनेनं विव्हळत असलेल्या, आपले कपडे फाडणाऱ्या त्या माणसाला मी कधीही विसरू शकणार नाही. बायकोसाठी इतका जीव टाकून शोकाकूल झालेला पुरुष पाहून बरं वाटत होतं. अतिशय आत्मसन्मान असलेला तो पुरुष होता.

माझ्या आईचे आईवडील आणि काका गावातच राहत. माझ्या आजोबांचं नाव मॉंथर. ते त्यांच्या मुलासारखेच उंचपुरे होते. चकाचक दाढी केलेले. कायम

नीटनेटके कपडे घातलेले. कपडे साधेसुधे असले तरी व्यवस्थित. त्यांच्या लांबड्या बोटांमध्ये कायम जपाची माळ असायची. आमच्या वडलांसोबत पाइप ओढण्यासाठी ते कधी कधी आमच्याकडं येत असत. त्या दोघांचं चांगलं जमायचं असं मला नेहमीच वाटायचं. एके दिवशी माझ्या वडलांनी आईला इतकं बेदम मारलं की त्या रात्री ती तिच्या माहेरी राहायला गेली. तिनं आम्हाला मात्र वडलांसोबत घरीच ठेवलं. आमच्याकडं महिलेनं असं माहेरी जाताना मुलांना न्यायलाच हवं, असं नसतं. मग त्या मुली असोत वा मुलगे, त्यांना त्यांच्या वडलांकडंच ठेवलं जातं. जसजशी मी मोठी होत होते, तसतसे वडील आमच्या आईला जास्तच मारत असल्याचं दिसायचं. त्यामुळं माहेरी जाण्याची वेळ तिच्यावर जास्त वेळा येत असे. आमचे आजोबा आईला जबरदस्तीनं पुन्हा सासरी पाठवत असत. काही वेळा आई आठवडाभर, काही वेळा एखादा दिवस किंवा एखादी रात्र माहेरी राहत असे. एकदा ती महिनाभर माहेरीच राहिली. तेव्हापासून आजोबांनी आमच्या वडलांसोबत बोलणं टाकलं.

मला वाटतं, माझ्या आईचा मृत्यू झाला असता तर तिचा दफनविधी त्या महिलेसारखा नक्कीच झाला नसता. आमच्या वडलांनी हसन यांच्यासारखे ना दुःखानं कपडे फाडले असते ना अश्रू ढाळले असते. त्यांचं माझ्या आईवर अजिबात प्रेम नव्हतं. आमच्या संस्कृतीत प्रेम नावाचा प्रकारच नसतो. निदान आमच्या घरात तरी नव्हता. हे सगळं पाहून माझी अशीच धारणा झाली होती. कितीही हिंसाचार करत असला आणि वेड्यासारखं वागत असला तरी माझ्या भावावरच काय तो माझा जीव होता. माझ्या बहिणींचंही त्याच्यावर प्रेम होतं. नूरा तोपर्यंत गेली होती, पण कैनात माझ्यासारखीच होती. तीही त्याचं रक्षण करायची. तो घोड्यावर बसला की कौतुकानं, आनंदानं टाळ्या वाजवायची.

लग्नाविषयी स्वप्नरंजन करण्याचं वय नसलेल्या दोन छोट्या बहिणी वगळल्या, तर आमच्या घरात लग्न न झालेल्या आम्ही दोघीच होतो. कैनातला त्यात फार रस नसावा. ती फारशी घरादारात रमणारी नव्हती. तशी सुंदर किंवा प्रसन्न दिसणारीही नव्हती. कैनात माझ्यापेक्षा वेगळीच दिसायची. आमचे कपडे भोंगळ, विस्कटलेले असायचे. मी बारीकशी आणि सडपातळ होते, तर ती धष्टपुष्ट होती. तिची छातीही खूप भरलेली दिसायची. पुरुषांना जरा मांसल, भरलेल्या मुली आवडतात, पण इतकी मोठी छाती असलेल्या मुलींकडं त्यांचं विशेष लक्ष जात नाही. ती मुलांच्या नजरेत भरत नसे आणि स्वतःला कसं आकर्षित करायचं ते तिला जमत नसे. यामुळं ती नाराज असायची. मी जे खात होते तेच ती खात होती, पण तरीही ती जाड होती. हा काय तिचा दोष नव्हता आणि खरं तर, देवानं आपल्याला जे रूप दिलंय त्यापेक्षा सुंदर होणं आपल्या कुणाच्याही हातात नसतं आणि सुंदर दिसायचं तरी कशानं? आमच्याकडं चांगले चांगले कपडे नव्हते. आम्ही कायम पांढरी किंवा

राखाडी सलवार घालायचो. ना मेक-अपचं साहित्य होतं, ना दागदागिने. कोंबड्यांसारखं कायम खुराड्यात तर बंद असायचो आम्ही. नखानं माती कुरतडत. मेंढ्या घेऊन घरातनं बाहेर पाऊल टाकल्यापासून आमची मान खाली. नजर पायांकडं.

कैनातनं सगळ्या आशा सोडून दिल्या होत्या. लग्नाचं दार बंद करून टाकलं होतं. मला निदान माहीत तरी होतं की माझ्यासाठी कुणीतरी विचारणा केली होती. माझी आई मला म्हणाली, ''फईझचे वडील आले होते. त्यांच्या मुलासाठी तुझी चौकशी करत होते. पण आता सध्या आम्ही तुझ्या लग्नाविषयी काही बोलू शकत नाही. आधी तुझ्या बहिणीचा विचार करावा लागेल.'' हे कळल्यापासून माझं स्वप्नरंजन सुरू झालं होतं. मी कल्पना करत होते की तो माझ्यासाठी वाट बघतोय. माझ्या आईवडलांनी नकार दिल्यामुळं त्याचा धीर सुटायला लागलाय, असं माझ्या मनानं घेतलं. माझा भाऊ असाद त्याला ओळखायचा. फईझ रस्त्याच्या त्या बाजूला, आमच्या समोरच्या घरात राहायचा. ते आमच्यासारखे शेतकरी नव्हते. त्यांच्या बागेत ते फार काम करायचे नाहीत. फईझच्या आईवडलांना तीन मुलं. त्यापैकी फईझचंच लग्न झालेलं नव्हतं. त्यांच्या घरात मुलीच नव्हत्या. त्यामुळं घराभोवती मोठी भिंत नव्हती. पण कमी उंचीचं छान कुंपण होतं. दाराला कधीही कुलूप नसायचं. भिंतीचा रंग गुलाबी होता. दारात कायम उभी असलेली गाडी करड्या रंगाची होती.

फईझ शहरात काम करायचा. तो काय काम करायचा ते नेमकं माहीत नाही पण तो कदाचित एखाद्या कार्यालयात असावा. माझ्या काकांसारखा. नेहमीच तो माझ्या मोठ्या बहिणाचा नवरा, हुसेनपेक्षा चांगल्या कपड्यांमध्ये असायचा. हुसेन कायम एखाद्या कामगारासारख्या कपड्यांमध्ये वावरायचा. कधीही स्वच्छ नसायचा. त्याच्या अंगाला घाणेरडा वास यायचा. फईझची ऐटच निराळी होती. चार आसनं असलेली अप्रतिम गाडी होती त्याच्याकडं. रोज सकाळी ती गाडी सुरू झाल्याचा आवाज यायचा. त्याच्याकडं चोरून पाहण्यासाठी मी त्याच्या गाडीच्या पाळतीवर असे. त्याच्यावर लक्ष ठेवण्यासाठी उत्तम जागा म्हणजे गच्ची. तिथं मी कारपेट झटकत असे, द्राक्ष तोडत असे, कपडे वाळत घालत असे. जेव्हा जेव्हा मी तिथं बघत असे तेव्हा तेव्हा मला त्याच्या सवयीबद्दल नवीन माहिती मिळायची. मी पाहिलं होतं की, तो त्याची गाडी नेहमी दारापासून चार एक पावलांवर उभी करत असे. मला एका वेळी फार काळ गच्चीत थांबता यायचं नाही. त्यामुळं तो सकाळी साधारण सात वाजता घराबाहेर पडतो, हे जाणून घेण्यासाठी मला बरेच दिवस लागले.

पहिल्यांदा मी त्याला पाहायला गेले तेव्हा नशिबानं तो दिसला. मी घाईघाईत गोठा साफ केला. मेंढी बाळंत व्हायला आली होती, म्हणून मी तिच्यासाठी सुकं गवत घेऊन येत होते. गवत घेऊन मी दोन-तीन पावलं टाकली तोच तो बाहेर येताना दिसला. आमच्या काकांसारखाच ऐटदार. सुटात रुबाबदार दिसत होता.

पायात बदामी लेस असलेले काळे बूट. हातात ब्रीफकेस. काळेभोर केस. सावळा रंग. व्यक्तिमत्त्वात भलताच रुबाब.

मी नजर वळवली आणि मान खाली घालून उगाच काहीतरी थातूरमातूर करत बसले. तो गाडीच्या दिशेनं जात असल्याचा, गाडीचं दार बंद केल्याचा, गाडी सुरू झाल्याचा आणि रेतीवर गाडीची चाकं फिरल्याचा आवाज मी ऐकला. गाडी काही अंतरावर गेल्यावरच मी मान वर करून पाहिलं. गाडी दिसेनाशी होईपर्यंत मी पाहत राहिले. माझ्या हृदयाची धडधड वाढली होती, पायही थरथरत होते. मी स्वत:लाच सांगू लागले, 'हा पुरुष मला नवरा म्हणून हवाय. मला तो खूप आवडतो. मला हाच नवरा हवा...'

पण नेमकं करावं काय, ते सुचतच नव्हतं. त्यानं माझ्या वडलांना भेटावं आणि लग्नाचं काय ते ठरवून टाकावं, हे त्याला मी कशी सांगू तेच समजत नव्हतं. मी पहिल्यांदा बोलायला सुरुवात कशी करू? मुलगी पहिल्यांदा स्वत:हून मुलाशी बोलत नाही. तिनं तर त्याच्याकडं थेट बघायचंही नसतं. या मुलाला माझ्याशी लग्न करायचं असलं तरी तो स्वत: हा निर्णय घेऊ शकत नव्हता. याबाबत माझे वडील काय ते ठरवणार होते. हा निर्णय नेहमी फक्त त्यांच्याच हातात होता. फईझचं लक्ष वेधून घेण्यासाठी मी गवताचा भारा घेऊन येत असताना रस्त्यात क्षणभर तरी रेंगाळल्याचं त्यांना कळलं असतं तरी त्यांनी माझा जीव घेतला असता.

त्या दिवशी मी फार काही अपेक्षा केली नव्हती त्याच्याकडून पण निदान त्यानं माझ्याकडं पाहावं, मी त्याच्यासाठी थांबलेय हे त्याला कळावं इतकंच वाटलं होतं. त्यामुळं त्याला गुपचूप भेटण्यासाठी आणि त्याच्याशी बोलण्यासाठी मी वाट्टेल ते करण्याचं ठरवलं होतं. त्यासाठी मरेपर्यंत मार खाण्याची आणि दगडफेक सहन करण्याचीही माझी तयारी होती. कैनातनं लग्न करून जाण्यासाठी वाट बघण्याची माझी अजिबात तयारी नव्हती. तिचं लग्न होण्यासाठी काही महिने लागले असते किंवा काही वर्षंही. इतकी वर्षं मला रखडत ठेवणं हा माझ्यावर अन्याय होता. लग्नाविना वय वाढत राहू देण्याची आणि लोकांच्या चेष्टेचा विषय बनण्याची माझी तयारी नव्हती. माझ्या वडलांच्या छळछावणीतून सुटका करून घेण्यासाठी, या पुरुषासोबत जाण्याची संधी घेण्यासाठी आलेला क्षण सोडण्यासाठी मन धजावत नव्हतं.

माझ्या या प्रियकराला बघण्यासाठी दररोज सकाळी आणि संध्याकाळी मी गच्चीवर जात असे. तो वर माझ्याकडं बघेपर्यंत आणि मला काहीतरी खाणाखुणा करेपर्यंत माझा पाय तिथून हलत नसे. मी असं केलं नाही तर तो गावातल्या किंवा अन्य ठिकाणच्या दुसऱ्या कुठल्या तरी मुलीला मागणी घालेल, अशी धास्ती मला वाटायची. त्याच्या गाडीतली माझी जागा दुसरी कुठली तरी स्त्री घेईल आणि ते मला सहनही होणार नाही हे मला माहीत होतं. ती फईझला माझ्यापासून चोरून नेईल, असं वाटायचं. ■

# रहस्य

फार मोठी जोखीम पत्करून मी माझी प्रेमकहाणी सांगण्याचं धाडस करतेय. ही कथा साधारण पंचवीस वर्षांपूर्वीची आहे. पॅलेस्टाइनमधल्या माझ्या लहानशा गावात घडलेली. नंतर या भागाचा इस्त्रायलींनी ताबा घेतला. मी त्या गावाचं नाव घेतलं तरी माझ्या जिवाला धोका आहे. मी गावापासून काही हजार मैलांवर असले तरीही! गावाच्या दृष्टीनं मी अधिकृतपणे मरण पावले आहे. इतक्या वर्षांत माझं अस्तित्वही पुसून गेलं असेल. पण मी पुन्हा तिथं गेले तर कुटुंबाच्या इभ्रतीसाठी मला दुसऱ्यांदा मारून टाकण्याचा प्रयत्न केला जाईल, असा नियमच आहे माझ्या मायभूमीतला.

आमच्या घराच्या गच्चीत माझा प्रियकर दृष्टीस पडण्याची मी आतुरतेनं वाट बघत होते. एका तरुण मुलीसाठी हे अतिशय जोखमीचं होतं. माझ्या डोक्यात फक्त लग्नाचे विचार सुरू होते. तेव्हा वसंत ऋतू होता. महिना कुठला होता ते आता मला आठवत नाही. कदाचित एप्रिल असावा. युरोपमध्ये काळ मोजतात तशी गणना आमच्या गावात होत नसे. तुमच्या आईचं वा वडलांचं नेमकं वय किती आहे, हे तुम्हाला कधीही कळत नाही. तुम्हाला तर स्वत:चीही जन्मतारीख माहीत नसते. रमदाननुसार, पिकाच्या हंगामानुसार किंवा अंजीर गोळा करण्याच्या काळानुसार वेळेचा अंदाज घेतला जातो. सूर्य हेच तुमचं घड्याळ. तोच मार्गदर्शक. सूर्याच्या उगवण्यानुसार आणि अस्ताला जाण्यानुसार तुमचा कामाचा दिवस सुरू होतो आणि संपतो.

माझ्या बाबतीत हे सगळं घडलं, तेव्हा माझं वय साधारण सतरा असेल. नंतर कागदपत्रांवरून माझ्या लक्षात आलं की मी तेव्हा एकोणीस वर्षांची होते. ही कागदपत्रं कुठून आली ते काही आठवत नाही. माझ्या जन्माविषयी आईला विचारलं असतं तर ती आम्हा मुलींच्या जन्माबाबत गोंधळली असती, ही शक्यता नाकारता येत नाही. माझी मासिक पाळी सुरू झाल्यापासून मी 'मोठी' झाले होते. गेल्या तीन-चार रमदानपासून लग्नासाठी योग्य झाले होते. माझ्या लग्नाच्या दिवशी मी मुलगी राहिले नसते, स्त्री झाले असते. माझी आई वयानं लहान होती, पण मोठी दिसायची. वडलांचे बरेचसे दात पडले होते म्हणून ते वयानं मोठे असल्यासारखे वाटायचे. फईझ माझ्यापेक्षा निश्चितच मोठा होता. हे एक बरं होतं. माझा भाऊ,

असादनं फार लवकर लग्न केलं. त्याची बायको त्याच्याच वयाची होती. तिनं त्याला मुलगे दिले नसते, तर एखाद्या दिवशी असादला दुसऱ्या एका स्त्रीची गरज लागली असती.

फईझ येत असल्याची चाहूल मला लागली. वाळूतून चालताना त्याचा पायरव कानावर आला. गच्चीच्या टोकावर मी माझा लोकरी रग हलवून हळूच पाहिलं. त्यानं माझ्याकडं कटाक्ष टाकला. माझा इशारा त्याला कळला असल्याचं माझ्या लक्षात आलं. काहीही खूण न करता, एकही शब्द न बोलता तो गाडीत बसला आणि निघून गेला. माझ्या अंगावरून मोरपीस फिरलं. पहिल्यांदाच. अविस्मरणीय असा तो अनुभव होता.

दुसऱ्या दिवशी सकाळी माझ्यात आणखी धाडस आलं. त्याच्या घरासमोरून जाण्यासाठी मी बकरीच्या मागं धावत असल्याचा आभास निर्माण केला. फईझ माझ्याकडं बघून हसला. त्याची गाडी सुरू झाल्याचा आवाज आला नाही, याचा अर्थ मी बकऱ्यांना घेऊन शेतात जाईपर्यंत तो माझ्याकडं बघत होता. सकाळच्या वेळी थंड हवा सुटली होती. त्यामुळं मला माझं लोकरीचं लाल रंगाचं जाकीट घालायची संधी मिळाली होती. माझ्याकडं हा एकमेव नवा कपडा होता. त्याची बटणं मी अगदी मानेपर्यंत लावली होती. त्यामुळं मी अजूनच खुलून दिसत होते. मेंढ्यांच्या कळपाच्या मध्ये जाऊन मला नाचता आलं असतं तर मी तेही केलं असतं. गावातून बाहेर पडताना मी हळूच गावाकडं वळून बघितलं असता त्यानं अजूनही गाडी सुरू केली नसल्याचं दिसलं. त्यामुळं मला अजूनही नाचावंसं वाटत होतं. आम्हा दोघांच्या बाबतीत यापेक्षा जास्त पुढाकार घेणं मला शक्य नव्हतं. आम्हाला चोरून कसं बोलता येईल, याची संधी शोधणं ही जबाबदारी आता त्याची होती. मी कुठं आणि केव्हा जाते ते त्याला बरोबर माहीत होतं. दुसऱ्या दिवशी माझी आई घरी नव्हती. माझ्या वडलांबरोबर शहरात गेली होती. माझा भाऊ त्याच्या बायकोसोबत होता. कैनात तबेल्यात काहीतरी करत आमच्या दोन लहान बहिणींना सांभाळत होती. मी घरी एकटीच होते. आमच्या सशांसाठी गवत कापून आणायला बाहेर गेले होते. पंधरा एक मिनिटं चालल्यावर फईझ माझ्यासमोर येऊन उभा राहिला. तो इतका वेळ माझा पाठलाग करत होता. तो अचानक समोर आल्यामुळं मी बावरून गेले. त्याला असं अचानक पाहिल्यावर माझा भाऊ आजूबाजूला नाहीये ना, गावातलं कुणी बघत नाहीये ना यासाठी मी अस्वस्थपणे इकडंतिकडं बघू लागले. तिथं कुणीच नव्हतं, पण तरीही नसती जोखीम नको म्हणून मी शेताच्या कडेला असलेल्या उंच बांधाच्या आडोशाला गेले. फईझ माझ्या मागून तिथं आला. मी लाजेनं लाल झाले होते. लाजेनं माझी नजर माझ्या पायाच्या दिशेला झुकली होती. हातानं माझ्या ड्रेसशी मी अस्वस्थ चाळा करत होते. जाकीटची बटणंही मी

काढून टाकली. काय बोलावं तेच सुचत नव्हतं. तो अगदी खास पद्धतीनं उभा होता. गव्हाची हिरवी काडी चावत होता. तो माझ्याकडं बघत म्हणाला,

"अजून तुझं लग्न कसं नाही झालं?"

"माझ्यासाठी मुलगा तर शोधायला हवा आणि माझ्याआधी माझ्या मोठ्या बहिणीचं लग्न व्हायला हवं."

"तुझे वडील तुझ्याशी काही बोलले का?"

"ते म्हणाले की बऱ्याच दिवसांपूर्वी तुमचे वडील त्यांना भेटायला आले होते."

"तुला घरी काही त्रास आहे का?"

"त्यांनी मला तुमच्याबरोबर पाहिलं तर मला झोडून काढतील."

"आपल्या दोघांचं लग्न झालं तर तुला आवडेल का?"

"पण आधी माझ्या बहिणीचं लग्न व्हायला हवं."

"तुला भीती वाटतेय का?"

"हो, मी खरंच घाबरलेय. माझे वडील फार निर्दयी आहेत. ते तुमच्यासाठीही धोकादायक ठरू शकतं. ते आपल्या दोघांनाही बदडून काढतील."

मी गवत गोळा करत असताना तो तिथंच थांबला होता. बांधाच्या मागं शांतपणे बसला होता. तो कदाचित माझ्यासाठी थांबून राहिला होता. पण मी त्याच्यासोबत गावात परतू शकत नाही, याची त्याला कल्पना होती. मी त्याला काही वेळ तिथंच थांबायला सांगितलं आणि मला एकटीला गावात परत जाऊ देण्याची विनंती केली. मी झपाझप पावलं टाकत घराच्या दिशेनं चालू लागले. मला माझाच अभिमान वाटत होता. त्याच्यासमोर माझी चांगली प्रतिमा असावी आणि त्यानं मला एक चांगली मुलगी म्हटलं पाहिजे, असं मला मनोमन वाटत होतं. त्याच्या दिशेनं पहिलं पाऊल मी उचललेलं असल्यानं त्याच्यासमोर मला माझी प्रतिमा जपणं अतिशय आवश्यक होतं.

मला त्या दिवशी अपूर्व आनंद झाला होता. त्याचा केवळ सहवासही फार सुखावह होता. काही मिनिटांसाठी का असेना, पण तो नुसता जवळ असणंही मोरपिसं फिरवणारं होतं. तो माझ्या रोमारोमात, अंतर्मनात सामावून गेला होता. खरं तर मी या सगळ्या गोष्टींचा विचार करणं बरोबर नव्हतं. त्यासाठी माझं वय तसं लहान होतं. शिक्षणाचा गंध नव्हता. पण हा जो सुखाचा अनुभव होता तो हृदयाच्या आणि शरीराच्या स्वातंत्र्याचा होता. त्या दिवशी पहिल्यांदा मला माझ्या अस्तित्वाची जाणीव होत होती. कारण त्या दिवशी मला काय करायचं ते करण्याचा निर्णय मी स्वत: घेतला होता. मी सजीव असल्यासारखं वाटत होतं. त्या दिवशी मला माझ्या वडलांच्या किंवा बाकी कुणाच्या आदेशांचं पालन करायचं नव्हतं. उलट सांगायचं तर एका अर्थी मी त्यांचे आदेश पाळतच नव्हते.

ते क्षण अजूनही आरशासारखे माझ्यासमोर लख्ख उभे आहेत. त्यानंतरही जे जे घडलं ते मला अगदी स्पष्टपणे आठवतं. तो अनुभव घेण्यापूर्वी मला माझ्या अस्तित्वाची जणू जाणीवच नव्हती. मी कशी दिसते, मी सुंदर आहे का, असं काही मला माहीतच नव्हतं तोपर्यंत. आपणही मनुष्यप्राणी आहोत, आपल्यालाही भावना आहेत, विचार करण्याची क्षमता आहे, याचा विसरच पडला होता. किंबहुना कधी तशी जाणीवच झालेली नव्हती. आतापर्यंत माहीत होती ती केवळ जबरदस्त भीती. एखाद्या प्राण्याला गोठ्यात बांधून ठेवावं असं राहणीमान, अपमान आणि प्रचंड त्रास. आजवर इतक्या वेळा गुरासारखं बडवून काढण्यात आलं होतं की माझ्या पाठीला कसली संवेदनाच उरली नव्हती. गुदमरवून मारून टाकण्याची किंवा विहिरीमध्ये ढकलून जीव घेण्याची शक्यता सतत सावलीसारखी वावरत असे. या भीतीनं एक प्रकारची दहशत घातली होती मला. आमचे वडील आमच्याइतकं झटपट चालू शकत नव्हते तरी आम्हाला तावडीत पकडण्यासाठी त्यांना नेहमी काहीतरी सापडायचं. मी थोडंसं पाणी वाया घालवलं तर वडील बाथटबच्या कडेला माझं डोकं जोरात आपटायचे. ते त्यांना सहज जमायचं. चहा द्यायला उशीर झाला की ते माझ्या पायांवर फटाफट फटके मारायचे. अशा प्रकारे जिणं नशिबी आलं की स्वत:चाच स्वत:ला विसर पडतो. हिरव्या गव्हाच्या शेतात फईझला पहिल्यांदा भेटल्यावर माझ्या चेतना जागृत झाल्या. मी कोण आहे याची संवेदना चेतवली गेली. फईझला बघण्यासाठी मी उतावीळ झाले होते. त्याच्यावर जिवापाड प्रेम करत होते. उद्या त्याचीच बायको होणार, याची खात्री बाळगून तशी स्वप्नं बघत होते.

दुसऱ्या दिवशी त्याच वाटेवर तो माझ्यासाठी थांबला होता. मी शेतात जायची वाट बघत होता. त्यालाही माझ्याबरोबर यायचं होतं.

“तू माझ्याव्यतिरिक्त बाकी मुलांकडं बघतेस का?”

“नाही. कधीच नाही.”

“मी आपल्या दोघांच्या लग्नाविषयी तुझ्या वडलांशी बोलावं असं तुला वाटतं का?”

तो हे बोलल्याबद्दल मला त्याच्या पायाचं चुंबन घ्यावंसं वाटलं होतं. मनात आलं, त्यानं आताच्या आता, याच क्षणी धावत जावं आणि माझ्या वडलांना सांगावं की आता मला आणखी थांबायचं नाही. माझ्यासाठी त्यानं माझ्या घरच्यांकडं मागणी घालावी. माझ्यासाठी सोनं आणि दागिने आणावेत. मोठ्या सोहळ्याची तयारी करावी, अशी तीव्र इच्छा होत होती.

“पुढच्या वेळी भेटायचं असेल तेव्हा मी तुला खूण करेन. पण येताना तुझं हे लाल जाकीट घालून येऊ नकोस. ते लगेच डोळ्यात येतं. आपल्यासाठी धोक्याचं आहे ते.”

अनेक दिवस गेले. सूर्य उगवायचा आणि मावळून जायचा. सकाळ-संध्याकाळ मी गच्चीत जाऊन त्याच्या खुणेची वाट बघत बसायची. तो माझ्या प्रेमात आहे, याची मला एव्हाना खात्री झाली होती. गेल्या वेळी आम्ही भेटणार होतो तेव्हा तो आलाच नाही. मी त्याची खूप वेळ वाट बघितली. मला घरी जायला फार उशीर झाला तर वडील जाब विचारतील आणि मग माझी काही धडगत नाही, याचाही विचार केला नाही मी त्याच्यासाठी. मला उगाचच उदास वाटत होतं. कसलाच आनंद जाणवत नव्हता. पुढच्या वेळी मात्र तो ठरल्याप्रमाणे आला. तो रस्त्यावरून येत असल्याचं मी काही अंतरावरून पाहिलं. त्यानं मला शेताच्या टोकाला जाऊन लपण्याची खूण केली. मी शेताच्या टोकाला बांधाच्या मागं लपावं असं तो सुचवत होता. तिथं उंच गवत वाढलेलं होतं. आम्हाला तिथं कुणी बघू शकलं नसतं.

''तुम्ही आला का नाहीत?''

''मी आलो होतो. पण मला वाटलं तू कदाचित दुसऱ्या कुणाला तरी भेटत असशील म्हणून मी लांबून तुझ्यावर नजर ठेवून होतो.''

''पण मी तर कुणालाच पाहिलं नाही.''

''बरीच मुलं तुझ्यासाठी जीव टाकतात. तुला बघून शिटी वाजवतात.''

''पण मी कुणाला भीक घालत नाही. मी चारित्र्यवान मुलगी आहे.''

''मला ते कळलंय आता. मी तुझ्या वडलांना भेटलो आहे. लवकरच आपलं लग्न होईल.''

तो खरंच माझ्या वडलांना भेटला होता. आमच्या दुसऱ्या भेटीनंतर तो माझ्या वडलांना भेटायला आला होता. लग्नाची तारीख नक्की झाली नसली तरी त्या वर्षात आमचा बार उडणार, हे नक्की होतं. त्या दिवशी एकदम मस्त वाटत होतं. वातावरणही छान होतं. अंजीर पूर्ण पिकले नव्हते, तरी माझे हात पिवळे होण्यासाठी मला उन्हाळ्यापर्यंत किंवा पीक कापणीला येईपर्यंत थांबावं लागेल, असं काही दिसत नव्हतं. त्यापूर्वीच, लग्नाच्या पहिल्या रात्रीसाठी माझी तयारी करण्यासाठी माझ्या आईला गरम वॅक्स बनवावं लागेल, असं वाटत होतं. फईझ माझ्याजवळ आला. आणखी जवळ. मी डोळे मिटले. थोडीशी घाबरले होते. त्याचा हात माझ्या मानेभोवती फिरत असल्याची जाणीव मला होत होती. तितक्यात त्यानं माझ्या चेहऱ्याचं चुंबन घेतलं. एकही शब्द न बोलता क्षणात मी त्याला बाजूला ढकलून दिलं. पण फार लांब जाऊ नको, असे माझे हावभाव सांगत होते.

''उद्या भेटू या परत. माझ्यासाठी थांब. पण इथं रस्त्यावर नको. ते धोक्याचं आहे. इथं आडोशाला थांब कुठंतरी. माझं काम संपल्यावर भेटू आपण.''

आधी तो घरी निघून जायचा. तो गेल्यावर मी बराच वेळ थांबत असे आणि मगच जायला निघत असे. नंतरच्याही वेळी आम्ही तसंच केलं. पण त्या वेळी मी

गेल्या वेळेपेक्षा अस्वस्थ झाले होते. ते चुंबन... माझ्या आयुष्यातलं पहिलं चुंबन... मला नखशिखांत रोमांचित करून गेलं. दुसऱ्या दिवशी, मी लपत असे त्या ठिकाणी त्याला येताना पाहिल्यावर माझ्या हृदयाची धडधड आणखीच वाढली. माझ्या या चोरून होत असलेल्या भेटींचा संशय घरातल्या कुणालाही आला नव्हता. सकाळच्या वेळी मेंढ्या आणि बकऱ्यांना चरायला नेण्यासाठी काही वेळा माझी बहीण माझ्यासोबत येत असे. पण नंतर ती गोठ्याचं आणि घरचं काम करण्यासाठी घरी परत निघून जात असे. मग दुपारच्या वेळी मी एकटीच तिथं असे. वसंत ऋतूत गवत उंच वाढलेलं असायचं आणि मेंढ्या त्याचा फायदा घेऊन गवताच्या आडोशाला लपायच्या. हे माझ्या पथ्यावर पडायचं. त्यांना शोधण्याच्या नावाखाली मी बराच वेळ बाहेर काढू शकत होते. घरच्यांकडून हे एक प्रकारे स्वातंत्र्यच मिळायचं मला. नाही तर माझ्या जाण्याच्या आणि येण्याच्या वेळेकडं माझ्या वडलांचं बारीक लक्ष असायचं. माझं पाऊल जरा जरी चुकीचं पडलं किंवा वागण्यात चूक झाली तर त्याचे किती भयानक परिणाम होतील, याची जाणीव करून द्यायला गावातले लोक, शेजारी होतेच. मी गच्चीत जाऊन फईझशी जणू अदृश्य खुणांनी संवाद साधत असे. त्यानं गच्चीच्या दिशेनं वर पाहिलं तर तो येणार आहे, हे मला समजायचं. वर न बघताच तो गाडीत बसून निघून गेला की, त्याचा यायचा विचार नाही, हे मी समजून जात असे. त्या दिवशी तो नक्की येणार, अशी माझी खात्री होती. त्यानं तसा इशाराही मला केला होता. या भेटीत काहीतरी घडणार आहे, असं मला सारखं वाटत होतं.

फईझला केवळ माझं चुंबन घेऊन थांबायचं नव्हतं. माझ्याबरोबर त्याला याही पुढं जाऊन काहीतरी करायचं होतं. माझ्यासमोर काय वाढून ठेवलंय, याची जाणीवही करून न घेता खरं तर माझीही तीच इच्छा होती, पण फार भीती वाटत होती. तो फारच मर्यादा ओलांडायला लागला आणि मी त्याला रागानं लांब ढकललं आणि त्याचा त्याला राग आला तर, या भीतीनं मला पछाडलं होतं. लग्नाच्या पूर्वी मी त्याला मला हात लावू देणार नाही, याची त्याला खात्री असल्यानं तो असं काही करणार नाही, याची मला शाश्वती होती. मी चारमुटा नाही, हे त्याला पक्कं ठाऊक होतं. शिवाय त्यानं माझ्याशी लग्न करण्याचं वचनही दिलं होतं. पण तरीही मनात भीती घर करून राहिली होती. या शेतात, मेंढ्यांच्या कळपात मी तिथं एकटीच होते. उंच वाढलेल्या गवतात लपून मी मेंढ्यांकडं आणि रस्त्याकडं बघत बसले होते. तिथं बाकी कुणीच दिसत नव्हतं. शेत प्रचंड मोठं होतं. फुलंही फुलायला लागली होती. या हंगामात मेंढ्याही शांतपणे चरत असतात. त्यांचा बराचसा वेळ खाण्यात जातो. त्यामुळं त्यांच्यामागं इकडंतिकडं पळापळ करावी लागत नाही. उन्हाळा तीव्र झाला की गवताचं प्रमाण कमी होतं.

त्या वेळी मात्र मेंढ्या दमछाक करवतात.

तो माझ्या उजव्या बाजूनं येईल, अशी माझी अपेक्षा होती. पण तो वेगळ्याच दिशेनं आल्यामुळं मी गोंधळले. एका अर्थी ते योग्यही होतं. कुणी बघू नये म्हणून तो फार काळजी घेत होता. मलाही वाचवत होता. तो अत्यंत देखणा होता. कमरेपासून गुडघ्यापर्यंत घट्ट आणि गुडघ्यापासून पायापर्यंत रुंद अशा प्रकारच्या पँट तो घालायचा. आधुनिक, पाश्चिमात्य पद्धतीनं कपडे घालत असलेल्या पुरुषांमध्ये तेव्हा ही फॅशनच होती. त्याचा लांब हाताचा, पांढरा स्वेटर होता. स्वेटरचा गळा व्ही आकाराचा असल्यामुळं त्यातून त्याच्या छातीवरचे केस दिसायचे. तो अतिशय आकर्षक दिसत होता. मी त्यानं सांगितलेलं ऐकलं होतं. दुरून कुणाच्याही दृष्टीस पडू नये म्हणून त्या दिवशी मी माझं लाल जाकीट घातलं नव्हतं. त्या दिवशी माझे कपडे राखाडी रंगाचे होते. कामाच्या धबडग्यात कपडे फार मळत. म्हणून मी त्या दिवशी काळजीपूर्वक कपडे एकदम स्वच्छ केले होते. केस पांढऱ्या स्कार्फनं व्यवस्थित बांधले होते. राहून राहून मला माझ्या लाल जाकिटाची आठवण येत होती. जाकीट घालून मला माझं सौंदर्य आणखी खुलवायला आवडलं असतं.

आम्ही जमिनीवर बसलो होतो. त्यानं माझं चुंबन घ्यायला सुरुवात केली. माझ्या मांडीवर हात ठेवला. पण मी त्याला तसं करू दिलं नाही. त्यामुळं तो हिरमुसला. त्यानं माझ्याकडं पाहिलं तेव्हा त्याच्या नजरेत तिरस्काराचे भाव होते.

"तुला का नाही जवळ यायचं? त्यात गैर काय आहे?"

तो माझ्यापासून लांब जाईल, माझ्याऐवजी दुसऱ्या कुणाचा तरी विचार करेल याची मला कमालीची भीती वाटायची. तो दिसायला आकर्षक होता. त्यामुळं तो असं करायला मागं-पुढं पाहणार नाही, असा विचार मनात यायचा. माझा होणारा नवरा असा रुसायला नको होता. माझं त्याच्यावर जिवापाड प्रेम होतं. तो लग्नाआधी मला काही करणार नाही ना, याची खूप भीती वाटायचीच, पण सगळ्यात जास्त भीती तो माझ्यापासून लांब जाण्याची वाटायची. त्याच्या रूपानं एकमेव आशा माझ्या आयुष्यात उरली होती. त्यामुळं माझं पुढं काय होईल, तो कितपत पुढं जाऊन काय करेल, याची जराही तमा न बाळगता मी त्याला पूर्ण मोकळीक दिली. त्याला जे करायचंय ते करू दिलं. तो तिथं उभा होता, माझ्या डोळ्यासमोर. त्याला मला स्पर्श करायचा होता इतकंच मला त्या वेळी कळत होतं. बाकी सगळ्या जगाचा विसर पडला होता. सूर्य अस्ताला जात होता. तेव्हा फारसा उकाडा नव्हता. मेंढ्यांना घरी परत घेऊन जायची वेळ जवळ आली होती. त्यामुळं माझ्या हातात फारच कमी वेळ होता. त्यानं मला गवतात ढकललं आणि त्याला जे करायचं होतं ते केलं. मी काहीही बोलले नाही. त्याला विरोधही केला नाही. तो हिंस्त्र झाला नव्हता. त्यानं या गोष्टीसाठी माझ्यावर दबावही आणला नव्हता. तो काय करतोय

याची त्याला व्यवस्थित कल्पना होती. अचानकपणे मला वेदना जाणवू लागल्या. मी असं काय होईल, याची कल्पना केली नव्हती. रडू आलं. पण माझ्या रडण्याचं कारण हे नव्हतं. तो हे करण्यापूर्वीही काही बोलला नव्हता आणि नंतरही नाही. माझ्या रडण्याचं कारणही त्यानं विचारलं नव्हतं. माझ्या डोळ्यात इतके अश्रू का आले, याचं कारण खरं तर मलाही माहीत नव्हतं. त्यानं विचारलं असतं तरी त्यावर काय प्रतिक्रिया द्यायची, हेही मला कळलं नसतं. मला काही कारण द्यायचंही नव्हतं. मी एक 'कुमारिका' होते. स्त्री आणि पुरुष यांच्या संबंधांविषयी मला काही माहीत नव्हतं. त्याविषयी कधी कुणी सांगितलंही नव्हतं. माझ्या लहानपणापासून मी फक्त एकच पाहिलं होतं आणि एवढंच माहीत होतं की, स्त्रीनं पुरुषाबरोबर फक्त आणि फक्त खस्ता खायच्या असतात. त्याच्यासाठी रक्त आटवायचं असतं. त्याला जे करायचं होतं ते त्यानं केलं. शांतपणे. अगदी मला रक्तस्राव होईपर्यंत. नंतर अचानक त्याच्या चेहऱ्यावर आश्चर्याचे भाव उमटले. जणू काय त्यानं याची कल्पना केली नसावी. मी आधीही कुणा पुरुषासोबत संबंध ठेवले असतील, असं वाटलं असेल का त्याला? मी कायम मेंढ्यांसोबत असायची, एकटी. म्हणून त्याच्या मनात माझ्या चारित्र्याविषयी शंका आली असेल का? पण तो स्वत:च तर म्हणाला होता की त्यानं माझ्यावर नजर ठेवली होती आणि मी चारित्र्यवान मुलगी आहे, यावर त्याचा विश्वास होता. त्याच्या नजरेला नजर द्यायची माझी हिंमत होत नव्हती. लाजून माझी मान खाली जात होती. त्यानं माझी हनुवटी वर उचलली आणि म्हणाला,

"मला तू खूप आवडतेस. माझं तुझ्यावर प्रेम आहे."

"माझंही."

त्याला स्वत:चाच अभिमान वाटत होता, हे माझ्या त्या वेळी लक्षात आलं नाही. त्याच्यासाठी मी किती मोठी जोखीम पत्करलीय हे माहीत असूनही त्यानं माझा केवळ वापर केला, माझ्या चारित्र्यावर शंका घेतली, याची जाणीव होऊन नंतर मला प्रचंड चीड आली होती. पण हे मला फार नंतर जाणवलं. मला व्यभिचारानं कुणाचंही प्रेम मिळवायचं नव्हतं. गावातल्या बाकीच्या मुलींना जे हवं होतं तेच मलाही हवं होतं. मलाही त्यांच्याप्रमाणे विवाहबद्ध व्हायचं होतं, सुंदर कपडे घालून सजायचं होतं, सगळे मंगल विधी करायचे होते आणि नंतरच त्याच्या घरात त्याच्या बिछान्यात अधिकारानं जायचं होतं. लग्नाच्या दुसऱ्या दिवशी सकाळी त्यानंही पांढऱ्या कापडावर लागलेले रक्ताचे डाग सगळ्यांना दाखवावेत, अशी माझी इच्छा होती. पण त्यानं माझ्या भीतीचा गैरफायदा घेतला होता. त्याला जाऊ न देण्यासाठी मी असं काही करायला तयार होईन, याची त्याला खात्री होती आणि त्याचाच गैरफायदा घेत त्यानं मला फसवलं होतं.

जवळपास कुठंतरी लपून राहण्यासाठी मी धावत सुटले. माझ्या पायांवर

ओघळत आलेलं रक्त मला पुसायचं होतं. माझे कपडे नीट करायचे होते. तोपर्यंत तो शांतपणे त्याचे कपडे व्यवस्थित करत होता. 'मला सोडून जाऊ नकोस, लवकरच लग्नाचं बघ' यासाठी नंतर मी त्याच्याकडं अक्षरशः याचना केली. एखाद्या मुलीचं कौमार्य भंगणं ही तिच्यासाठी फार धोकादायक गोष्ट आहे. तिच्यासाठी सगळं काही संपल्यासारखंच असतं.

''मी तुला कधीही सोडून जाणार नाही.''

''माझं तुमच्यावर खूप प्रेम आहे.''

''माझंही. आता घरी जा. तुझे कपडे बदल आणि काही घडलंच नाही अशी वाग घरी आणि घरच्यांसमोर अजिबात रडू नकोस.''

तो माझ्याआधी तिथून निघून गेला. मी रडणं थांबवलं. थोडा थकवा जाणवत होता. हे रक्त किळसवाणं वाटत होतं. पुरुषाबरोबर आलेले शरीरसंबंध नक्कीच स्वर्गसुख देणारे नव्हते. मला घाण वाटत होती, वाईट वाटत होतं. स्वत:ला स्वच्छ करण्यासाठी तिथं पाणीही नव्हतं. ते किळसवाणं रक्त धुऊन काढण्यासाठी गवतच काय ते तिथं होतं. अजूनही माझ्या नाभीत जळजळ जाणवत होती. अशा खराब झालेल्या कपड्यांतच मला मेंढ्यांना एकत्र आणायचं होतं, त्यांना घरी परत घेऊन जायचं होतं. मला कुणाच्याही नकळत कपडे आणि स्वत:ला स्वच्छ करावं लागणार होतं. मी घाईघाईत घरी परत जात होते. या घाईत पुन्हा रक्तस्राव होणार नाही ना, असा विचार मनात येत होता. तितक्यात मनात पाल चुकचुकली की, मला कायम नवऱ्याबरोबर संबंध ठेवताना असं किळसवाणं वाटेल का? हे संबंध नेहमी इतके घाणेरडे असतील?

मी घरी पोहोचले तेव्हा माझ्या चेहऱ्यावरचे हावभाव नेहमीपेक्षा वेगळे नव्हते ना? मी नंतर अजिबात रडत नव्हते, पण शरीरात आतमध्ये जखम झाली होती. मी भयंकर घाबरले होते. मी काय करून बसलेय याची तेव्हा जाणीव होत होती. मी आता 'कुमारिका' राहिले नव्हते. माझं लग्न होईपर्यंत माझी काही धडगत नव्हती. तोपर्यंत मला सुरक्षित वाटणार नव्हतं. माझ्या लग्नाच्या पहिल्या रात्री आता मी 'कुमारिका' असणार नव्हते. त्याच्यासोबत संबंध ठेवताना तरी मी 'कुमारिका' आहे, हे त्याला माहीत असल्यानं हा काळजी करण्यासारखा मुद्दा नव्हता. 'लग्नाच्या पहिल्या रात्री मी वेळ मारून नेईन. सुरीनं कापून घेईन आणि पांढऱ्या कापडावर माझ्या रक्ताचे डाग दाखवेन. मग मलाही बाकीच्या स्त्रियांप्रमाणेच समजलं जाईल,' मी विचार करत होते.

मी तीन दिवस वाट बघितली. भेटण्यासाठी फईझ मला खूण करेल, यासाठी गच्चीवर जाऊन मी सतत लक्ष ठेवून होते. यावेळी त्यानं मला शेताच्या टोकाला एके ठिकाणी भेटायला बोलावलं. तिथं दगडाचा एक आडोसा होता. पाऊस आला

तरी भिजायला होणार नाही असा हा आडोसा होता. यावेळी मला रक्तस्राव झाला नाही. मी थोडी अस्वस्थ होते. पण गेल्या वेळेपेक्षा भीती कमी झाली होती. तो परत आला यातच मी धन्यता मानत होते. तो तिथं माझ्यासोबत होता यातच सगळं पावलं होतं. त्यामुळं मला त्याच्याविषयी जास्तच प्रेम वाटत होतं. माझं त्याच्यावर मनापासून आणि प्रचंड प्रेम आहे, हा एकच विचार माझ्या डोक्यात त्या क्षणी होता. मग तो माझ्या शरीराचं काय करतोय, याचं भानच उरलं नव्हतं आणि ते ठेवावं असं वाटतही नव्हतं. तो म्हणजे माझं आयुष्य होता. माझ्या आई-वडलांचं घर सोडल्यावर माझा एकमेव आधार, एकमेव आशा होता. रस्त्यावर त्याच्याच सोबत मला दिमाखात जायचं होतं, त्याच्या गाडीत बसून ऐटीत खरेदीला जायचं होतं, दुकानात जाऊन कपडे आणि चपला खरेदी करायच्या होत्या. एक स्त्री म्हणून माझं मन असं स्वप्नरंजन करू लागलं होतं. त्याच्याबरोबर असताना, त्याची असताना मला स्वर्गसुख मिळाल्याचा आनंद आणि समाधान मिळत होतं. तो एक पुरुष होता. समर्थ पुरुष. आमचं लग्न होणार याची मला खात्री होती. कधी, ते ना त्याला माहीत होतं ना मला. पण मी त्याला एकही प्रश्न केला नाही. ते होणारच आहे, अशी माझी पक्की खात्री होती.

लग्न होईपर्यंत आमच्या या चोरून होत असलेल्या भेटीगाठी सावधपणे करायला हव्या होत्या. मला त्याच्याबरोबर कुणी पाहत नाहीये ना, याबाबत सावध राहावं लागणार होतं. पुढच्या वेळी त्याला भेटायला येताना मी रस्ता बदलून येणार होते. मला आवश्यक असलेला जास्तीचा वेळ मी कसाही मिळवला असता. तोपर्यंत घराचं लोखंडी दार स्वतःहून ओलांडून जायचं धाडस मी केलं नव्हतं. माझ्या आईसाठी किंवा बहिणीसाठी मी थांबून राहात होते. फईझला सकाळी बाहेर पडून जाताना मी रोज बघत होते. वाळूत त्याचा पायरव ऐकला की सिमेंटच्या भिंतीच्या दिशेनं मी धावत सुटत होते. बाहेर बाकी कुणी असेल तर मी पाठमोरी उभी राहात होते आणि कुणी तिथं नसलं तर त्याच्याकडून काहीतरी इशारा मिळण्याची वाट बघत होते. माझं कौमार्य गमावल्यापासून दोनदा मी शरीरसुखाचा स्वर्गीय अनुभव घेतला. आम्ही एकमेकांना रोज बघू शकत नव्हतो, पण ते शहाणपणाचंही नव्हतं. त्यानंतर सहा दिवसांनी त्यानं मला तिसऱ्यांदा भेटण्यासाठी इशारा केला. माझ्या मनातली भीती कमी झालेली नव्हती, पण एक प्रकारचा विश्वासही होता. गावाकडच्या बाजूनं थोडा आवाज ऐकू येत होता. माझं लक्ष तिकडं खिळलेलं होतं. रस्त्याच्या बाजूला उभं राहून त्याची वाट बघणं मी जरा टाळलं. त्याऐवजी माझी काठी घेऊन उंच गवतात जाऊन थांबले. फुलांमधलं बीज दिसत होतं. एक दिवस असा येईल जेव्हापासून मला शेळा-मेंढ्यांची राखण करावी लागणार नाही, गोठ्यात जाऊन प्राण्याचं हगणं-मुतणं काढावं लागणार नाही,

अशी दिवास्वप्नं माझ्यासमोर तरळत होती. त्याचं माझ्यावर प्रेम आहे. त्यामुळं तो नक्की येईल, असं मन सांगत होतं. मला भेटून निघाल्यावर पहिल्या आणि दुसऱ्या भेटीप्रमाणं मी त्याला मला सोडून न जाण्याची विनंती करणार होते.

आम्ही तिसऱ्यांदा शरीरसुखाचा आनंद घेतला. सूर्य पिवळसर दिसत होता. मला घरी जाऊन मेंढ्या आणि गायींचं दूध काढायचं होतं. मी त्याला म्हटलं,

"मला तुम्ही खूप आवडता. मला कधीही सोडून जाऊ नका. परत कधी भेटायला याल?"

"आता आपल्याला इतक्यात भेटता येणार नाही. थोडा धीर धरावा लागेल आणि सावधगिरीही बाळगावी लागेल."

"पण किती दिवस?"

"मी तुला पुन्हा इशारा करेपर्यंत."

माझं हे प्रेम प्रकरण दोन आठवडे चाललं. त्यात मेंढ्यांच्या साक्षीनं शेतात आमची तीनदा भेट झाली. फईझ म्हणाला ते बरोबर होतं, आम्ही सावध राहायला हवं होतं. मला घायकुतीला येऊन चालणार नव्हतं. माझे आई-वडील नूराशी जसं बोलले तसं माझ्याशीही बोलायला येण्याची वाट बघायला हवी होती. माझ्याआधी कैनातचं लग्न होण्यासाठी माझ्या वडलांनी आता फार थांबू नये, असं वाटत होतं. फईझनं तर त्यांच्याकडं माझ्यासाठी मागणी घातलीच होती आणि विशीत येऊनही कैनातचे हात अजून पिवळे झालेले नव्हते. त्यामुळं त्यांनी माझा बार उडवून टाकावा, असं मला वाटत होतं. माझ्यानंतर त्यांना आणखी दोन मुली होत्या, खजिदा आणि सलिमा. त्या लहान होत्या. पण माझ्या लग्नानंतर कामासाठी या दोघींची मदत झाली असती. आईला मदत करण्यासाठी कामं करण्याचा माझ्यानंतर त्यांचाच नंबर होता. शेळ्या-मेंढ्यांच्या कळपाची आणि पिकाची जबाबदारीही त्यांच्यावरच पडणार होती. माझ्या भावाची बायको, फातमा पुन्हा गरोदर होती. तिचे दिवस भरत आले होते. लवकरच ती बाळंत होणार होती. तीही काम करू शकत होती. मी नशिबाकडं डोळे लावून बसले होते. भीतीचं सावट होतंच. दिवसामागून दिवस जात होते. पण फईझचा काही पत्ता नव्हता. त्याच्याकडून कसलाच इशारा मिळत नव्हता. पण तरीही मी आशा सोडली नव्हती. रोज संध्याकाळी मला आशा वाटायची की तो आज तरी मला भेटीसाठी काहीतरी खूण करेल. कुठून तरी अचानक येईल आणि मी जिथं उभी असेन तिथं डाव्या किंवा उजव्या बाजूला उभा राहील.

एके दिवशी सकाळच्या वेळी तबेल्यात काहीतरी काम करत असताना मला जरा विचित्र वाटू लागलं. तिथल्या मलमूत्राच्या वासानं मला कसंसंच झालं. नंतर जेवणाची तयारी करत असताना मटणामुळे गरगरल्यासारखं वाटलं. अस्वस्थपणा आला होता. उगाचच रडावंसं किंवा जाऊन झोपावंसं वाटत होतं. फईझ अनेकदा

त्याच्या घरातून बाहेर यायचा. इकडंतिकडं बघायचा. पण मला मात्र काहीही इशारा करायचा नाही. असे खूप दिवस लोटले. बरेच दिवस झाले, माझी शेवटची मासिक पाळी कधी आली होती किंवा आता केव्हा यायला हवी, हेच मला आठवेना. माझी आई नूराला अनेकदा विचारताना कानावर यायचं,

"तुझी पाळी येऊन गेली?"

"होय."

ती असंही विचारायची,

"तुझी पाळी नाही आलेली? बरं, म्हणजे तुला दिवस गेलेत."

माझी पाळी यायची काही चिन्हं दिसेनात. पाळी सुरू झालीय का, हे मी दिवसातून कितीतरी वेळा तपासून बघत असे. जेव्हा जेव्हा मी बाथरूममध्ये जात असे तेव्हा पाळी सुरू होऊन कुठं रक्त दिसतंय का, ते बघत असे. पाळी आल्यानंतर जसं वाटतं तसं काही वेळा वाटायचं. पण रक्ताचा थेंबही पडलेला नसायचा. आता उलटी होईल की काय, अशी भावना निर्माण व्हायची आणि मग मला फार भीती वाटायची. यापूर्वी कधीही असं वाटलं नव्हतं. मला उठावंसं, काम करावंसंच वाटत नव्हतं. माझा स्वभाव फार बदलत होता. वागण्यातही बदल झाले होते. मी या सगळ्याची कारणं शोधण्याचा प्रयत्न करत होते. ते कारण भलतंच असू नये, असं मला वाटायचं. आता 'कुमारिका' राहिले नसल्याच्या धक्क्यानं तर मुलींमध्ये असे बदल होत नसतील ना, असं राहून राहून मनात यायचं. कदाचित आता लगेच मासिक पाळी येणार नव्हती. माझ्या या विचारांच्या गुंत्याला स्पष्टीकरण किंवा योग्य ती माहिती मिळणारच नव्हती म्हणा. या सगळ्याबाबत शेवटचा प्रश्न माझ्या मनात आला की भीतीनं थरकाप उडायचा. माझी काही खैर नाही, या भीतीनं शिरशिरी जायची सर्वांगातून. माझ्या डोक्यात सतत हाच विचार सुरू असायचा. प्रत्येक क्षणी डोक्यात तेच घोळत असायचं. विशेषत: रात्री झोपल्यावर तर या विचारांचं, प्रश्नांचं मोहोळ उठायचं. रात्री मी माझ्या बाकीच्या बहिणींजवळ झोपत असे. वाटायचं, मी गरोदर असेन तर वडील मेंढीच्या कातडीच्या ब्लँकेटमध्ये गुदमरवून माझा जीव घेतील. दुसऱ्या दिवशी सकाळी झोपेतून उठल्यावर मी जिवंत असल्याचं पाहून मला कोण आनंद व्हायचा आणि दिलासा मिळायचा!

माझं काहीतरी बिनसलंय, मी नेहमीसारखी वागत नाही, हे घरातल्या कुणाच्या लक्षात आलं तर? ही चिंता मन कुरतडत राहायची. भाताच्या ताटलीसमोर बसलं की मला ओकारी यायची. तबेल्यात गेल्यावर सारखी पेंग यायची आणि झोपावंसं वाटायचं. सारखा थकवा जाणवायचा. गाल निस्तेज झाले होते. आईच्या नजरेतून हे सुटणारं नव्हतं. एक ना एक दिवस ती 'मी आजारी आहे का', हे मला विचारणार याची खात्री होती. त्यामुळं मी सावधपणे वावरत होते. मला काहीच झालेलं

नसल्यासारखं भासवत होते. पण हे असं भासवणं सोपं नव्हतं. दिवसेंदिवस मला ते कठीण वाटू लागलं होतं. फईझचाही काही पत्ता नव्हता. रोज चांगले चांगले कपडे घालून, ब्रीफकेस घेऊन आणि चकाचक बूट घालून गाडीत बसून तो ऐटीत निघून जायचा. हे सगळं अगदी क्षणात घडायचं. तो इतक्या घाईनं निघून जायचा की नंतर त्याच्या गाडीनं उडवलेला धुरळाच तेवढा दिसत राहायचा. उन्हाळा सुरू झाला होता. सकाळच्या वेळी खूप उकडायचं. पहाटेच्या वेळी मला शेळ्या-मेंढ्यांना चरायला घेऊन जावं लागत असे. मात्र, सूर्य डोक्यावर तळपू लागण्यापूर्वी परत यावं लागत असे. मला त्याच्याशी आमच्या लग्नाविषयी बोलायचं होतं. त्याला भेटणं खूप गरजेचं होतं. पण त्याची वाट बघत मी यापेक्षा जास्त वेळ गच्चीत रेंगाळू शकत नव्हते. माझ्या नाकावर विचित्र डाग दिसू लागला होता. त्यामागचा अर्थ मला बरोब्बर कळत होता, म्हणून तो तपकिरी डाग लपवायचा मी आटोकाट प्रयत्न करत होते. नूराला दिवस गेले होते तेव्हा तिच्याही नाकावर असाच डाग आला होता. त्यामुळं आता त्याला भेटायलाच हवं होतं. माझ्या आईनं मला विचारलंही,

"तू स्वत:चं हे काय करून घेतलंयस? हे काय दिसतंय नाकावर?"

"अगं मेंदी लागली चुकून. माझ्या हातावर मेंदी होती. माझं लक्ष नसताना चुकून नाकावर हात लागला."

मी जाणूनबुजून मेंदी लावली आणि त्यातला एक ठिपका नाकावरही लावला. पण हा खोटेपणा फार काळ खपणारा नव्हता. मी गरोदर होते. फईझला बघून तर महिना उलटून गेला होता.

त्याच्याशी बोलायला हवंच होतं. एका संध्याकाळी मी कपड्यांसाठी पाणी उकळत ठेवलं. सूर्य अस्ताला जायचा होता. बागेत कपडे धुवायचा माझा विचार होता. जेणे करून ते वाळत घालण्यासाठी मला गच्चीत जायची संधी साधता आली असती. तो घरी परतण्याची साधारण वेळ मला माहीत होती. मला ती वेळ साधायची होती. यावेळी मान हलवून मीच त्याला इशारा केला. त्याच्या लक्षात यावं म्हणून खाणाखुणा करत राहिले. मला त्याला सांगायचं होतं, 'मला तुला भेटायचंय. मी खाली जातेय. तूही माझ्या मागून ये...'

त्यानं मला पाहिलं होतं. त्याची वाट बघत थांबण्यासाठी मी धावत सुटले. आजारी असलेल्या मेंढीला तबेल्यात जाऊन बघून यायचा बहाणा केला आणि त्याची वाट बघत राहिले. मेंढी खरंच आजारी होती. ती बाळंत होण्याकडं आमचे डोळे लागले होते. अशा वेळी मी तिच्याजवळ थांबण्याची ही काही पहिलीच वेळ नव्हती. काही वेळा तर तिचा आवाज ऐकू आला नाही तर? या विचारानं मी तबेल्यातच तिच्याजवळ झोपलेही होते. त्यामुळं मला चांगलंच कारण मिळालं होतं.

माझ्यानंतर काही वेळानं तो भेटायच्या ठरलेल्या ठिकाणी आला. येताच त्यानं

माझ्याशी लगट करण्याचा प्रयत्न केला. मी त्यासाठीच त्याला बोलावलं असल्यासारखा तो अंगाशी खेटण्याचा प्रयत्न करत होता. मी त्याच्यापासून थोडी मागं झाले.

"मला यासाठी तुम्हाला भेटायचं नव्हतं."

"मग कशासाठी?"

"मला तुमच्याशी बोलायचं होतं."

"आपण नंतर बोलू या ना. आधी जवळ ये."

"तुमचं माझ्यावर प्रेमच नाही. आपण फक्त बोलण्यासाठी एकमेकांना भेटू शकत नाही का?"

"माझं तुझ्यावर खरंच खूप प्रेम आहे. मला तू खूप आवडतेस. इतकी की तू दिसल्यावर तुला जवळ घ्यावंसं वाटतं."

"फईझ, पहिल्या भेटीत आपण फक्त बोललो. नंतर तुम्ही माझं चुंबन घेतलंत. त्यानंतर तीन वेळा आपले शारीरिक संबंध आले. पण मी काहीच बोलले नाही. माझी मासिक पाळीच आली नाही."

"कदाचित पुढं गेली असेल."

"नाही. आतापर्यंत कधीच उशिरा आलेली नाही आणि मला कसंतरीच होतंय."

त्याच्या चेहरा काळाठिक्कर पडला. आता त्याला मला जवळ घ्यावंसं वाटत नव्हतं.

"आपण आता काय करायचं?"

"आता आपल्याला लग्न करावंच लागणार आहे. फार उशीर करून चालणार नाही. माझ्या वडलांना भेटा लवकर. आपलं लग्न जोरात, थाटामाटात नाही झालं तरी चालेल. मला नाही फरक पडत. पण आपण आता एकत्र यायला हवंय."

"गावात उलटसुलट चर्चा होईल. दुसऱ्या दिवशी सकाळी आपण गच्चीत रक्ताचा डाग असलेलं कापड कसं लावणार आहोत? छे, हे जमणार नाही."

"त्याची तुम्ही काळजी करू नका. मी ते सांभाळून घेईन."

"पण आपल्याला लग्न थोडक्यात उरकून घेता येणार नाही. मोठा सोहळा करावा लागेल. लग्न दणक्यातच होईल. मी तुझ्या वडलांशी बोलेन. उद्या याच ठिकाणी भेटू आपण."

"मला नेहमीच इथं असं भेटणं जमेल असं नाही. तुम्ही पुरुष मंडळी तुम्हाला वाटेल ते करू शकता. आमच्यावर बंधनं आहेत. मी इशारा करेपर्यंत थांबा. मला येणं शक्य असेल तर मी केस विंचरत उभी राहीन. मी माझा स्कार्फ काढला नाही तर येऊ नका."

दुसऱ्या दिवशी मला आजारी मेंढीसाठी गवत गोळा करण्याचं कारण मिळालं.

मी भेटीसाठी इशारा केला आणि अक्षरश: धावत गेले. तीही थरथरत. माझ्या वडलांनी काही सांगितलं नाही नि मी काही ऐकलं नाही. मी इतकी घाबरले होते की मला नीट श्वास घेता येत नव्हता. फईझ माझ्यानंतर चांगला अर्ध्या तासानं आला. मी तुटूनच पडले त्याच्यावर.

"तुम्ही माझ्या वडलांना भेटायला का आला नाहीत?"

"मला तुझ्या वडलांच्या नजरेला नजर द्यायची हिंमतच झाली नाही. फार घाबरलो मी."

"पण आता तुम्हाला घाई करायला हवीय. आता जवळजवळ दोन महिने उलटलेत. आता माझं पोट दिसायला लागेल. असं झालं तर काय करू मी?" इतकं बोलून मी रडायलाच सुरुवात केली.

"रडणं थांबव आधी. घरात गेल्यावर तर अजिबात रडू नको. मी उद्याच तुझ्या वडलांना भेटतो."

मी त्याच्यावर याही वेळी विश्वास ठेवला. माझा त्याच्यावर प्रचंड विन्वास होता. त्याच्याविषयी वाटणाऱ्या निस्सीम प्रेमातून तो आला होता. त्यानं पूर्वी माझ्यासाठी माझ्या वडलांकडं मागणी घातलेली असल्यानं आशेचा किरणही दिसत होता. त्यामुळंच विश्वास ठेवावासा वाटत होता. आता त्यांच्यासमोर जाण्याची त्याला भीती वाटत होती, हे मी समजून घेऊ शकत होते. लग्न लवकर का करायला हवं, हे त्यांना सांगणं तसं सोपं नव्हतं. माझ्या वडलांनी अविश्वास दाखवला किंवा ते चिडले तर तो काय कारण सांगणार होता? शिवाय, त्यानं आमच्या संबंधाचं गुपित उघड करून वा माझी आणि त्याची प्रतिष्ठा पणाला लागेल, असंही काही बोलून चालणार नव्हतं. हे वाटतं तितकं सहज होणारं नव्हतं.

त्या रात्री मी तळमळत होते. नेहमीप्रमाणे अल्लाची करुणा भाकत होते. माझे आईवडील फार धार्मिक होते. माझी आई खूपदा मशिदीत जायची. मुलींनी घरातूनच दिवसातून दोनदा नमाज पढायचे, असा रिवाज होता. दुसऱ्या दिवशी सकाळी मला जाग आली तेव्हा मी अल्लाचे आभार मानले, मला जिवंत ठेवल्याबद्दल!

मी गच्चीवर गेले तेव्हा त्याची गाडी अगोदरच निघून गेली होती. मग मी नेहमीप्रमाणे माझ्या कामाला लागले. मेंढ्यांचं सगळं करून झालं, गोठा स्वच्छ करून झाला. मेंढ्या घरी परत घेऊन आले. टोमॅटो काढून झाले. संध्याकाळपर्यंत मी वाट बघितली. मी इतकी घाबरले होते की त्या नादात दगड हातात घेतला आणि जोराजोरात पोटावर मारू लागले. मला रक्तस्राव होईल आणि या त्रासातून माझी कायमची सुटका होईल, अशी मला भाबडी आशा होती.

■

# शेवटची भेट

संध्याकाळ होत आली होती. फईझ एकटा किंवा आई-वडलांना घेऊन मला मागणी घालायला कधी येतोय याची डोळ्यात प्राण आणून मी वाट बघत होते. त्याच्या वाटेकडं डोळे लावून बसले होते. तो येणार नाही, याची खात्री असूनही मन ऐकायला तयार नव्हतं. तो दिवस तर मावळून गेला होता. इतका उशीर होऊनही त्याच्या घरासमोर त्याची गाडी उभी दिसत नव्हती. दारही बंदच होतं. माझ्या अंगावर भीतीनं काटे येत होते. रात्रभर डोळा लागला नव्हता. तो त्याच्या कुटुंबीयांना भेटायला कुठंतरी गेला असेल, उन्हामुळं घराची दारं बंद ठेवली असतील, असं मी सारखी मनाला समजावण्याचा प्रयत्न करत होते.

माझ्या आयुष्यात येऊन गेलेले हे काही आठवडे भयानक होते. मनावर त्याचा इतका खोल पडसाद उमटलाय की ते दिवस मी कधीही विसरू शकणार नाही. प्रचंड क्रौर्य, सतत त्रास, अशांतता आणि दुःख अशा काही मोजक्या आठवणी वगळता माझ्या बालपणाच्या स्मृती अतिशय विखुरलेल्या आहेत. पण हे काही दिवस कधीही न विसरता येणारे आहेत. संधी साधून उपभोगलेलं स्वातंत्र्य, सतत भीतीची सावली, आशेचा किरण शोधण्यासाठीची धडपड... असे हे क्षण मनात खोलवर रुतून बसलेत. त्या रात्री मेंढीच्या कातडीच्या पांघरुणात मी अंगाचं वेटोळं करून कशी झोपले होते ते अजूनही नजरेसमोर येतं. माझे गुडघे हनुवटीपर्यंत वर आले होते. दोन्ही हातांनी मी पोट घट्ट धरून ठेवलं होतं. अंधारात अगदी लहानात लहान आवाज तरी ऐकू येतोय का, ते पाहण्यासाठी कान आतुर झाले होते. उद्या तो इथं येईल... उद्या तो येणार नाही... तो या नरकातून माझी सुटका करेल... तो मला सोडून निघून जाईल... असं विचारांचं काहूर डोक्यात धिंगाणा घालत होतं. काही केल्या ते वादळ शांत होत नव्हतं.

दुसऱ्या दिवशी सकाळी एक गाडी आमच्या घरासमोर येऊन थांबली. मी मनात म्हटलं, 'आहे बुवा तो जिवंत! म्हणजे अजूनही आशा आहे काहीतरी.' तो निघताना मी जाऊन त्याला बघू वा भेटू शकले नाही. पण संध्याकाळच्या वेळी तो परत येतो तेव्हा मी गच्चीत गेले होते. दुसऱ्या दिवशी सूर्यास्त होण्यापूर्वी भेटायला

येण्यासाठी मी त्याला इशारा केला. दुसऱ्या दिवशी दुपार सरत असताना सूर्यास्ताच्या पूर्वी मी मेंढ्यांसाठी गवत आणण्यासाठी घराबाहेर पडले. दहा मिनिटं थांबले. आणखी पाच मिनिटं गेली. तो पुढं जाऊन कुठंतरी लपला असेल, असं मला वाटलं. पीक कापून झालेलं होतं. पण शेतात काही ठिकाणी अजूनही पेंढा पडलेला दिसत होता. तो एकत्र करण्याचं कारण मला मिळालं होतं. हा पेंढा मी रस्त्याजवळ एकत्र करून ठेवला आणि नंतर तो नीट बांधून घेतला. माझे हात पटापट चालले होते. पण पेंढ्याच्या चार-पाच काड्या त्यात बांधल्या जाणार नाहीत, याची मी पुरेपूर काळजी घेतली होती. या ठिकाणाहून मी कुणालाही सहज दिसू शकत होते. कुणाला माझा संशय येऊ नये, म्हणून मी ही शक्कल लढवली होती. पेंढा बांधण्याचं काम मी आधीच केलेलं होतं. पण मी किती कामात गुंतलेय, असा आभास निर्माण करण्यासाठी मला त्या अढीजवळ वाकून काहीतरी करत असल्यासारखं भासवायचं होतं. त्यामुळं घरी जाण्यापूर्वी मला आणखी पंधरा मिनिटं तिथं थांबून वाट बघण्याची संधी मिळाली. 'गवत गोळा करून अर्ध्या तासात घरी परत येते,' असं आईला सांगून मी निघाले होते. या वेळापर्यंत मेंढ्या, शेळ्या, गायी अगोदरच गोठ्यात परतलेल्या होत्या. दुसऱ्या दिवशी चीज बनवण्यासाठी मला घरी जाऊन त्यांचं दूध काढायचं होतं. आमचं भेटण्याचं ते ठरलेलं ठिकाण होतं. वेगवेगळ्या शक्यता लक्षात घेऊन मी शक्य असेल तिथं तिथं जाऊन आले. प्राण्यांसाठी पाणी काढण्यासाठी विहिरीवर जाऊन आले. पाणी आणण्यासाठी किमान तीन खेपा माराव्या लागायच्या. पाण्याचं भांडं डोक्यावर ठेवून आणावं लागत असे. सशांना कोवळं गवत लागत असे. कोंबड्यांना धान्य खायला घालावं लागत असे. तेही मीच गोळा करून आणलं. अंजीर पिकायला लागलेत का ते बघून यायचं होतं. जेवणासाठी लिंबंही आणायची होती. ब्रेड ओव्हनमध्ये जाळ करायचा होता.

आयुष्यभर आपल्या मुलीचा विश्वासघात करणाऱ्या माझ्या आई-वडलांचा मीही नेहमी विश्वासघातच करायला हवा होता. मुलगी काहीही करू शकते आणि आपल्याला फसवू शकते, असं वाटायचं त्यांना. ती अंगणात गेलीय का? तिथं ती काय करतेय? ब्रेड ओव्हनच्या मागे जाऊन ती प्रेमाचे चाळे करतेय का? ती विहिरीवर गेलीय का? जाताना पाण्याची बादली घेऊन गेलीय का? प्राण्यांना आधीच पाणी देऊन झालेलं नाही ना? ती गवत गोळा करायला गेलीय का? येताना ती किती आढ्या घेऊन आली?

त्या संध्याकाळी मी कपड्याची पिशवी झटपट भरली आणि वाट बघत बसले. खूप वाट पाहिली. वडील नेहमीप्रमाणे घरासमोरच्या दिव्याखाली बसलेले असतील, हातात एखाद्या राजाप्रमाणे पाइप असेल, ते दिमाखात तो ओढत असतील, हे माहीत होतं. मुलीनं सांगितलेल्या वेळी घरी परतायला हवं. नाहीतर पट्ट्यानं फोडून

काढण्यासाठी ते तयारीतच असतील. एकेक मिनिट ते मोजत असतील, याचीही जाणीव होती. त्यांच्याकडं घड्याळ होतं. त्यांचा मार चुकवायचा असेल तर वेळ पाळायलाच हवी होती. मी म्हटलं की अर्ध्या तासात येते तर अर्ध्या तासाला एखादं मिनिट असताना मी परतायला हवं होतं. नाहीतर संपलंच!

माझ्याकडं बांधण्यासाठी तीनच पेंढे होते. काळोख दाटू लागला होता. पिवळा सूर्य हळूहळू बुडत चालला होता. माझ्याकडं घड्याळ नव्हतं. पण रात्र व्हायला काहीच मिनिटं उरली होती, हे लक्षात येत होतं. आमच्याकडं सूर्यास्त झाला की अंधार होण्यासाठी फार वेळ लागत नाही. आमच्यासाठी प्रकाशाचे किरण पाडून सूर्य थकतो आणि अचानक मावळून आम्हाला अंधारात ढकलून देतो, असं काहीसं चित्र असतं.

एव्हाना मी आशा सोडलेली होती. सारं काही संपलेलं होतं. त्यानं मला सोडून दिलं आहे याची खात्री पटलेली होती. मी हताश होऊन घरी आले. त्याची गाडी तिथं दिसत नव्हती. दुसऱ्या दिवशी सकाळी उठून उत्सुकतेनं मी जाऊन बघितलं. तेव्हाही त्याची गाडी तिथं नव्हतीच. आता तर खरंच सगळं संपलं होतं. यातून काही चांगलं होण्याची धूसरशी आशाही शिल्लक राहिलेली नव्हती. त्यानं माझा केवळ गैरफायदा घेतला होता. काही क्षण माझ्यासोबत मजा करून घेतली, ही बोचरी जाणीव मला झालेली होती. गेले काही दिवस त्याचं जे काही सुरू होतं ते फक्त स्वत:च्या स्वार्थासाठी होतं. माझा विचार त्यानं कधीच केला नव्हता. मी ओक्साबोक्शी रडले. स्वत:चेच केस ओढत राहिले. पण आता खूप उशीर झाला होता. तो पुन्हा कधीही मला दिसणार नव्हता. तो आठवडा संपत आल्यावर मी गच्चीत जाऊन त्याला शोधत राहण्याचा वेडेपणाही थांबवला. गुलाबी रंगाच्या त्या घराची दारं अजूनही बंदच होती. एखाद्या भित्रटासारखा तो गाडीत बसून पळून गेला होता. मी कुणाची साधी मदतही मागू शकत नव्हते.

तिसऱ्या वा चौथ्या महिन्यात माझं पोट वाढू लागलं होतं. अजूनही ते कपड्यांच्या आत लपवता येत होतं. पण डोक्यावर बादली किंवा बाकी काही ओझं घेतलं आणि ते दोन्ही हातांनी धरलं की मात्र मला वाढतं पोट लपवण्यासाठी फार प्रयत्न करायला लागायचे. नाकावरचा डाग होताच आणि तो घालवून टाकायचा मी आटोकाट प्रयत्न केला तरी काही केल्या तो गेला नव्हता. मला पुन्हा त्यावर मेंदी लावता येत नव्हती. यावेळी आईनं विश्वास ठेवला नसता.

रात्रीच्या वेळी माझ्या यातना पराकोटीला जायच्या. मी खूपदा बाहेर जाऊन मेंढ्यांसोबत झोपत असे. यासाठी माझं पालुपद ठरलेलं असायचं, मेंढी बाळंत होणार असते तेव्हा ती एखाद्या माणसाप्रमाणं आवाज करते. वेळीच जाऊन तिची सुटका केली नाही तर बिचारं कोकरू आईच्या पोटातच घुसमटून मरून जाईल.

काही वेळा याच विशिष्ट मेंढीविषयी मी विचार करत बसत असे. तिचं कोकरू जन्माला येताना तिला फार त्रास व्हायचा. ती सुखरूप बाळंत व्हावी म्हणून मला हळुवारपणे दोन्ही हात तिच्या आत घालावे लागत. कोकराचं डोकं योग्य दिशेनं पकडावं लागत असे आणि त्याला अलगद माझ्या दिशेनं ओढायला लागत असे. त्याला इजा होऊ नये म्हणून मी खूप काळजी घेत होते. या वेळी त्याला या जगात आणण्यासाठी बराच वेळ प्रयत्न करावा लागला. त्याला जन्माला घालण्यासाठी जोर लावणं त्या मेंढीला जमत नव्हतं. त्यामुळं मला तिला बरीच मदत करावी लागत होती. शेवटी ते कोकरू बाहेर आलं. पण तासाभरात त्या मेंढीनं प्राण सोडले.

कोकरू म्हणजे छोटी मेंढी होती. ती एखाद्या बाळाप्रमाणं माझ्या मागं मागं यायची. मी निघतेय असं तिला दिसलं की ती मला तिच्याकडं बोलावून घ्यायची. मी बाकी कुठल्या तरी मेंढीचं दूध काढून बाटलीत घालून तिला पाजत असे. बाळंत होणाऱ्या अशा अनेक मेंढ्यांच्या मदतीला मी धावून गेले आहे, पण ही मेंढी मला अजूनही आठवते. लहानशी मेंढी माझ्या मागून बागेत यायची. घराच्या पायऱ्या चढून यायची. मी जाईन तिथं मागं असायची. आई मरण पावली आणि लहानसं कोकरू मागे राहिलं...

आमची आई तिच्या बाळांना पांघरुणात घुसमटवून मारून टाकत असताना मेंढ्यांनी कोकरांना व्यवस्थित जन्म द्यावा म्हणून मात्र आम्ही प्रयत्नांची शर्थ करायचो, हे मनात आलं तरी कसंतरी वाटतं. त्या वेळी तर मी यावर फार काही विचार करू शकत नव्हते. माझी मन:स्थितीच वेगळी होती तेव्हा. अशी प्रथाच होती तिथली आणि ती आपल्याला पाळायला हवी, इतकंच कळत होतं.

आज या सगळ्या स्मृतींना एखाद्या स्प्रिंगप्रमाणं उसळून वर येऊ देत मी क्रांतीचा विचार करतेय. आज माझ्यामध्ये जितकी जागरूकता आहे तितकी तेव्हा असती तर मी माझ्या आईला निदान एका तरी मुलीला वाचवायला भाग पाडलं असतं. इतक्या प्रमाणात आज्ञाधारकपणा बाळगावा लागणाऱ्या आणि स्वत:चे काडीमात्र अस्तित्व नसलेल्या महिलेसाठी मुलीला मारून टाकणं म्हणजे फार मोठी गोष्ट नव्हती. माझ्या वडलांसारख्या बापासाठी एखाद्या मेंढीचे केस कापून काढावेत तसं आपल्या मुलीला केसांना धरून फरफटत नेणं वावगं वाटणारं नव्हतं. तसंच, पट्ट्यानं किंवा काठीनं झोडपून काढणं, रात्रभर गोठ्यात गायींसोबत बांधून ठेवणं हेही काही वेगळं नव्हतं.

मी गरोदर आहे, हे कळल्यावर माझे वडील काय बरं करतील? हा विचार मला अस्वस्थ करत होता. मला आणि माझी बहीण कैनातला वाटायचं की गोठ्यात बांधून ठेवणं, हा सगळ्यात वाईट प्रकार आहे. आमचे हात मागे बांधून

ठेवले आहेत. आम्ही आरडाओरडा करू नये म्हणून तोंडात कापडाचा बोळा कोंबलेला आहे. आम्हाला मारायला वापरल्या जाणाऱ्या दोरीनं आमचे पाय आवळून बांधून ठेवले आहेत. आम्ही रात्रभर स्तब्ध आहोत. मूक. रात्रभर जाग्या. दोघी हताशपणे एकमेकीकडं बघतोय. दोघींच्याही मनात एकच विचार, आपल्याला अजून बांधून ठेवलंय म्हणजे आपण अजूनही जिवंत आहोत. असे प्रकार काही नवीन नव्हते.

माझे वडील माझ्या दिशेनं पावलं टाकत येत होते. त्यांची काठी अंगणातल्या जमिनीवर ठक ठक आवाज करत होती. ते माझ्यामागं येऊन थांबले. मला उठून उभं राहायचं धाडसच झालं नाही.

"मला खात्री आहे की तुला दिवस गेलेत."

हे ऐकताच माझ्या हातातले कपडे तिथंच गळून पडले. त्यांच्याकडं बघण्याची हिंमतच नव्हती माझ्यात. तसं करून मला चकित झाल्यासारखं किंवा ओशाळल्यासारखं करायचं नव्हतं. किंवा त्यांच्याकडं पाहिलं असतं तर खोटं बोलण्याची माझी हिंमत नव्हती.

"नाही."

"नाही कसं? होय. तुझा आकार वाढल्यासारखा वाटतोय आणि तो नाकावरचा डाग. तिथं डाग असूनही तो मेंदीचा ठिपका आहे असं सांगतेस तू? तुझ्या आईला तुझी छाती बघायला सांगतो."

म्हणजे माझ्या आईला संशय आला होता तर! तिनं वडलांना सांगितलं असणार. आता ते माझं भवितव्य ठरवणार होते.

"तुला ते दाखवावंच लागेल."

काहीही न बोलता माझे वडील त्यांची काठी घेऊन निघून गेले. त्यांनी मला अजिबात मारलं नाही. मी निषेधही केला नाही. माझं तोंड बंदच झालं होतं. सुन्न झाले होते मी. हाच तो क्षण. आता आपलं मरण अटळ आहे, याची माझी खात्रीच झाली. वडलांनी हे सांगितल्यावर आता आई तिचं कर्तव्य बजावणार होती. ती वरवर शांत दिसत होती, पण आतून धुमसत होती.

"ते कपडे तिथंच ठेव आणि आधी मला तुझी छाती दाखव."

"नको ना आई, मला कसंतरीच वाटतंय हे."

"मला दाखवतेयस की मी तुझे कपडे खाली करू?"

त्यामुळं मी छातीपर्यंत बटणं उघडली आणि कपडे बाजूला करून तिला दाखवलं.

"तू गरोदर आहेस?"

"नाही."

"तुझी मासिक पाळी येऊन गेली?"

"हो."

"पुढच्या वेळी तुझी पाळी आली की मला बघायचीय."

मी 'हो' म्हटलं आणि शांत राहिले. तिलाही शांत होऊ दिलं. माझ्या सुरक्षिततेच्या दृष्टीनं तेच योग्य होतं. पुढच्या वेळी मला स्वत:ला जखम करून घेऊन ते रक्त कागदाच्या तुकड्यावर सांडून आईला दाखवावं लागणार होतं. म्हणजे तिची खात्री पटली असती.

मी कपडे तिथंच ठेवले आणि कुणालाही न सांगता घराबाहेर निघून गेले. लपून राहण्यासाठी लिंबाच्या एका जुन्या झाडाच्या फांदीवर चढून बसले. तिथं असा आसरा घेणं म्हणजे मूर्खपणाचं होतं. हे लिंबाचं झाड काय मला वाचवू शकलं नसतं. पण मी त्या वेळी इतकी घाबरले होते की मी काय करतेय ते माझं मलाच कळत नव्हतं. माझे वडील मला इकडं-तिकडं शोधत होते. थोड्याच वेळात शोधता शोधता ते त्याच परिसरात आले. त्यांनी मला लिंबाच्या झाडावर, फांद्यांच्या आड बसलेलं पाहिलं. त्यांनी माझ्या पायाला जरासा धक्का दिला आणि मी खाली पडले. माझ्या गुडघ्यातून रक्त वाहू लागलं. ते मला घरी घेऊन गेले. कसल्याशा झाडाची पानं खुडली. ती चुरली आणि रक्त थांबण्यासाठी तिचा लेप जखमेवर लावला. हे काहीतरी विचित्रच होतं. मला इतक्या निर्दयपणे झाडावरून खाली ओढल्यानंतर त्यांना माझा इतका का पुळका आला ते कळेना. कधी नव्हे ते माझी इतकी कशाला काळजी घेत होते कोण जाणे! मग झाडावरून खाली तरी कशाला पाडलं? कदाचित ते वाटतात तितके निर्दयी नसतील. मी जे काही सांगितलं त्यावर त्यांचा विश्वास बसला असावा. पण काही दिवसांनंतर माझ्या मनात विचार आला की त्यांनी हे जाणूनबुजून केलं असेल. माझ्या गुडघ्यातून वाहत असलेल्या रक्ताला मी मासिक पाळीचं रक्त असल्याचं भासवेन, असा संशय त्यांना आला असावा. मी झाडावरून पडले तेव्हा पोटात जोरात कळ आली. वरून पडल्यामुळं माझ्यामागची कटकट कायम संपेल, अशी आशा चमकून गेली.

थोड्याच दिवसांत घरच्यांनी एक बैठक घेतली. त्यात मला बोलावलं नव्हतं. माझ्या आई-वडलांनी नूरा आणि हुसेनला बोलावलं होतं. भिंतीच्या मागे लपून मी त्यांची बोलणी ऐकत होते. त्यांचं कशावर तरी बोलणं सुरू होतं. माझे वडील म्हणत होते, "तिला नक्कीच दिवस गेलेत, माझी खात्री आहे. पण तिला ते आमच्यापासून लपवायचंय. आता तिची मासिक पाळी आली की तिनं आम्हाला ती दाखवायचीय. याचीच आम्ही वाट बघतोय."

त्यांचं बोलणं थांबल्याचा आवाज आल्यावर मी पटकन जिन्यातून वर निघून गेले आणि झोपले असल्याचा बहाणा केला. दुसऱ्या दिवशी माझे आई-वडील

शहरात गेले होते. मला घराबाहेर पडण्यास बंदी घालण्यात आली होती. अंगणातलं दार बंद केलेलं होतं. मी बागेतून निसटले आणि जोरात पळत सुटले. शेतात जाऊन लपून राहिले. मोठा दगड घेतला आणि जोरजोरात पोटावर मारायला सुरुवात केली. रक्त कधी वाहायला लागतंय ते बघत होते. आईच्या पोटात बाळ कसं वाढतं ते आजवर कधीच कोणी मला सांगितलेलं नव्हतं. काही विशिष्ट क्षणी बाळ आतमध्ये हालचाल करतं ते माहीत होतं. माझी आई गरोदर असलेली मी पाहिली होती. पोटात वाढत असलेलं बाळ जगात येण्यासाठी किती काळ लागतो याची मला कल्पना होती. पण बाकी कशाशीही मला देणं-घेणं नव्हतं. माझं बाळ जिवंत आहे वा अस्तित्वात आहे, हे आपण केव्हा म्हणणार? ते ज्या क्षणी जन्माला येईल तेव्हा. पोटात असताना ते आहे असं कशाला म्हणायचं? असं माझं तरी स्पष्ट मत होतं. बाळ या जगात आल्यावर त्याला जीवनदान द्यायचं की मरण हे माझी आई ठरवायची. हा प्रकार बघितल्यापासून माझं हे मत झालं होतं. मी तीन किंवा चार महिन्यांची गरोदर असले तरी मला एकच तीव्र इच्छा त्या क्षणी होत होती. रक्तप्रवाह सुरू व्हावा आणि माझी या त्रासातून सुटका व्हावी! इतकाच विचार त्या वेळी माझ्या डोक्यात घोळत होता. माझ्या पोटातलं बाळही एक जिवंत व्यक्ती आहे, हे मी विसरूनच गेले होते तेव्हा. जन्माला आलं नसलं तरी त्यालाही जीव होता, हे लक्षातच आलं नव्हतं. माझे आईवडील घरी यायची वेळ झाली होती. ते घरात पोहोचण्यापूर्वी मला घरी जाणं गरजेचं होतं. मी पोटावर इतकं मारूनही रक्त वाहत नव्हतं म्हणून मी भीती आणि संतापानं रडत पोटावर मारतच होते.

आता हे आठवलं तरी खूप त्रास होतो. माझ्या डोक्यात तेव्हा जे विचार आले त्याची लाज वाटते. माझ्यासमोर नशिबानं काय वाढून ठेवलं होतं या कल्पनेनं मी भयानक भेदरले होते. माझ्या पोटातलं बाळ या जगात येण्यापूर्वीच मरून जावं म्हणून मी जोराजोरात पोटावर बडवत होते, या विचारानं आता थरकाप उडतो.

दुसऱ्या दिवशीही मी तेच केलं. जे हातात येईल त्यानं पोटावर वार करत होते. अजून पूर्ण वाढही न झालेल्या माझ्या बाळाला पोटातच मारून टाकण्यासाठी जमतील ते प्रयत्न करत होते. आई माझी वाट बघत थांबली होती. माझी छाती तिनं सक्तीनं बघितली, त्या दिवसापासून तिनं मला एका महिन्याची मुदत दिली होती. तिच्या डोक्यात दिवसांचा हिशेब सुरू असणार, याची मला पूर्ण कल्पना होती. मी घराबाहेर जाणार नाही, याकडंही तिचं बारीक लक्ष होतं. माझ्या घराबाहेर पडण्यावर निर्बंध लादण्यात आला होता. घरातलीच कामं मला करावी लागत होती. आई वैतागून मला म्हणाली, "दारातून पाय बाहेर ठेवलास तर खबरदार! मेंढ्यांना चरायला नेण्यासाठी किंवा गवत गोळा करून आणण्यासाठी बाहेर जाण्याची अजिबात गरज नाही." दार बंद झालं असलं तरी मी अंगणातून किंवा बागेतून बाहेर

निसटू शकत होते. पण इथून बाहेर पडून जाऊ कुठं? मी एकटी बसमध्ये कधीच चढले नव्हते. माझ्याकडं पैसेही नव्हते. पैसे नसले तरी मला घेऊन जाईल, असा माझ्या ओळखीचा कुणी बसचालकही नव्हता.

मला बहुतेक पाचवा महिना लागलेला असावा. पोटात बाळाची हालचाल जाणवली होती. सगळे प्रयत्न करूनही ते बाळ जिवंत राहिल्यानं माझा उद्वेग अनावर होत होता. वेड्यासारखी मी भिंतीजवळ जाऊन जोरानं पोट दाबत होते. पण आता यापुढं खोटं बोलणं कठीण होतं. माझं वाढतं पोट आणि छाती माझं हे गुपित फार काळ लपवून ठेवणार नव्हती. सगळे प्रयत्न आता थकले होते.

डोकं सुन्न झालं असताना अचानक माझ्या डोक्यात एक विचार आला. एकमेव उरलेला रस्ता समोर दिसू लागला. या सगळ्यातून स्वत:ला वाचवण्यासाठी एकच शक्यता मला समोर दिसत होती. ती ही की घरातून पळून जायचं आणि माझ्या आईच्या बहिणीला मला घरात येऊ देण्याची विनंती करायची. ती आमच्याच गावात राहायची. मला तिचं घर ठाऊक होतं. एके दिवशी सकाळी आईवडील बाजारात गेलेले असताना मी संधी साधली आणि घराबाहेर धूम ठोकली. बागेतून जाऊन भिंत ओलांडून, वाटेतल्या अडथळ्यांवर उड्या मारत मी तिच्या घरापर्यंत पोहोचले. आईची बहीण हलकट होती. माझ्या आईचा ती द्वेष करायची, का ते मला माहीत नाही. त्यामुळं तिच्याकडून फार मदत होईल, अशी काही अपेक्षा नव्हती. पण तरी मी आशा सोडली नव्हती. कदाचित ती मला तिथं राहू देईल आणि यावर काहीतरी उपाय शोधून काढेल, असं वाटत होतं. मला एकटीलाच आलेली बघून तिनं आईवडलांची चौकशी केली. ते माझ्यासोबत का आले नाही ते विचारलं.

"कृपया मला मदत कर. मी खूप अडचणीत आहे."

तिच्याकडं मदतीची याचना करून मी तिला सर्व काही सांगून टाकलं. प्रत्यक्षात होऊ न शकलेलं माझ्या लग्नाचं स्वप्न, गव्हाच्या शेतातले ते क्षण सगळं सगळं सांगितलं.

"कोण आहे तो?"

"त्याचं नाव फईझ. पण तो आता इथं नाही. त्यानं लग्नाचं वचन दिलं होतं पण..."

"बरं. मी मदत करेन तुला."

तिनं कपडे बदलले. स्कार्फ घातला आणि मला हाताला धरून बाहेर पडली.

"चल, आपण दोघी जरा फिरून येऊ."

"पण कुठं? तू काय करणार आहेस नेमकं?"

"तू चल फक्त. माझा हात धर. तुला एकटीनं चालताना कुणी बघायला नको."

ती मला अन्य एखाद्या महिलेकडं घेऊन जातेय, असा माझा समज झाला. माझी मासिक पाळी कशी सुरू करायची किंवा माझ्या पोटात वाढत असलेल्या बाळाची वाढ कशी थोपवायची, याचं गुपित त्या महिलेला अवगत असावं, अशी आशा माझ्या मनात पल्लवित झाली. किंवा माझी यातून सुटका होईपर्यंत ती मला कुठंतरी लपवून ठेवणार असेल, असं मला वाटलं.

पण ती मला माझ्या घराकडंच घेऊन जाऊ लागली. चालायची इच्छा नसलेल्या गाढवाला कसं खेचत नेतात तशी ती मला ओढत घराकडं नेत होती.

"तू मला घरी परत का नेतेयस? नको ना नेऊ तिकडं. मी पाया पडते तुझ्या."

"कारण तुझी तीच जागा आहे. या लोकांनी तुझी जबाबदारी घ्यायला हवी; मी नव्हे."

"मी पाया पडते, मला एकटीला सोडू नकोस. तिथं गेल्यावर माझं काय होईल याची तुला कल्पना आहे ना?"

"तुला तिथंच न्यायला हवं. तीच योग्य जागा आहे. कळलं? आणि आता परत घरातून बाहेर पडण्याचा मूर्खपणा करू नकोस."

तिनं आमच्या दारातून मला अक्षरश: ढकललं आणि माझ्या आईवडलांना बोलावलं. मागे वळली आणि ती सरळ निघून गेली. तिच्या हावभावांमध्येही नीचपणा, तिरस्कार स्पष्ट जाणवत होता. तिनं विचार केला असेल, की तिच्या बहिणीच्या घरातला सापच आहे हा. या मुलीनं तिच्या घराचं वाटोळं केलं. अब्रूची लक्तरं वेशीवर टांगली.

माझ्या वडलांनी दार लावून घेतलं. माझ्या आईच्या डोळ्यातून आगीचे लोळ येत होते जणू! तिनं हात आणि हनुवटीनं काहीतरी कृती केली. तिच्या त्या मुद्रेतून तिच्या मनातले भाव कळत होते. "चारमुटा, नालायके, तुझी हिंमत कशी झाली माझ्या बहिणीकडं जायची?" त्या दोघी एकमेकींचा तिरस्कार करायच्या. एकीचं काही वाईट झालं की दुसरीला कोण आनंद व्हायचा.

"मी गेले होते तिच्याकडं मदत मागायला. मला वाटलं तीच मला मदत करेल आता, मला लपवून ठेवेल कुठंतरी."

"वरती निघून जा."

मी नखशिखांत थरथरत होते. पायातलं त्राण निघून गेलं होतं. मला एकदा खोलीत बंद करून ठेवलं की माझं काय होईल, याची कल्पनाच करवत नव्हती. निष्प्राण झाल्यागत मी स्तब्ध उभी होते. हालचाल करण्याचीही शुद्ध राहिलेली नव्हती.

"सुआद, उठ आणि चालती हो."

माझ्या बहिणीनं माझ्याशी बोलणं बंद करून टाकलं होतं. तिला माझ्याइतकंच

लाजिरवाणं वाटत होतं. माझ्या आईचा दिनक्रम नेहमीप्रमाणेच सुरू होता. माझ्या बाकीच्या बहिणी आमच्या पाळीव प्राण्यांची जबाबदारी घ्यायच्या. हे सगळे जण मला एका खोलीत बंद करून ठेवायचे. जणू काही मला एखादा संसर्गजन्य रोग झाला होता. त्यांची माझ्याविषयी सतत खुसफूस सुरू असायची. मी काय करून बसलेय हे कुणाला कळलं तर, गावातल्या कुणीतरी मला पाहिलेलं असलं तर गावात उलटसुलट चर्चा सुरू होईल, अशी भीती घरातल्या सगळ्यांना वाटत होती. तसं त्यांचं बोलणं होत असल्याचं माझ्या कानावर येत होतं. माझा बचाव करण्यासाठी मी मावशीकडं गेले याचा सगळ्यांनाच संताप आला. माझ्या आईला ही गोष्ट खूप लागली होती. तिला लाजिरवाणं वाटलं होतं. यामुळं हे गुपित आता शेजाऱ्यापाजाऱ्यांना कळलं असतं. गावात मीठमसाला लावून चर्चा झाल्या असत्या. सगळ्यांचे कान आमच्याकडं लागून राहिले असते, अशी धास्ती सगळ्यांना वाटत होती.

त्या दिवसापासून मी घराबाहेर पाय ठेवला नाही. मला कोंडून ठेवलं होतं त्या खोलीच्या दाराला वडलांनी नवं कोरं कुलूप आणून लावलं. ते रात्री जेव्हा जेव्हा कुलपाला हात लावायचे तेव्हा त्यातून गोळी मारल्यासारखा आवाज यायचा. बागेतल्या दाराचा आवाजही तसाच होता. काही वेळा कपडे धूत असताना या दाराकडं लक्षं गेलं तर मला घुसमटल्यासारखं वाटायचं. मी तिथून कधीही बाहेर निसटून जाण्याच्या फंदात पडणार नव्हते. या दाराला कळत नव्हतं की ते आमच्या ज्या उद्यानाचं आणि त्याला लागून घातलेल्या दगडी कुंपणाचं रक्षण करत असल्याची शेखी मिरवत होतं ते उद्यान आणि कुंपण ओलांडून पळून जाणं अवघड नव्हतं. मी स्वत: ते ओलांडून गेले होते. पण मी ज्या प्रसंगातून जात होते त्यामध्ये पळून जाण्यापेक्षा कैद करून ठेवणं कोणत्याही मुलीसाठी जास्त सुरक्षित होतं. घरातून बाहेर पडले असते तर न जाणो काय काय सोसावं लागलं असतं मला. बाहेर गावातल्या लोकांनी माझ्यावर दगड फेकले असते, माझी अब्रू वेशीवर टांगली असती, मला शिव्याशाप दिले असते. शेजारी माझ्या तोंडावर थुंकले असते किंवा त्यांनी मला केसाला धरून पुन्हा माझ्या घरी आणून सोडलं असतं. तिथून बाहेर पडण्याचा विचारही मला त्रासदायक वाटत होता. असेच काही आठवडे गेले. मला कुणीही एकही प्रश्न विचारला नव्हता. माझी ही अवस्था कुणी, कशी, कधी आणि का केली ते विचारण्यातही कुणाला रस नव्हता. मी फईझचं नाव घेतलं असतं तरी माझे वडील काय त्याला शोधून काढून माझ्याशी लग्न करायला लावणार नव्हते. ही माझी घोडचूक होती; त्याची नाही. मुलीचं कौमार्य नष्ट करणारा पुरुष दोषी नसतो. ही तर मुलीची इच्छा असते म्हणे! त्याहीपेक्षा वाईट म्हणजे, तिनंच असं करायला लावलेलं असतं. तीच पुरुषाला उत्तेजित करते. मुलीला कसलीही लाज-

शरम नसते, सन्मान नसतो, अशीच मानसिकता होती तिथं. त्यामुळं मी कितीही काही सांगण्याचा प्रयत्न केला असता तरी माझ्या बोलण्याला काही अर्थच नव्हता. माझ्या भावना, त्याच्याविषयी वाटणारं प्रेम, त्याचं लग्नाचं वचन, त्यानं माझ्या वडलांकडं आधी घातलेली मागणी या कशाचं काडीइतकं महत्त्व नव्हतं. आमच्या संस्कृतीत, एखाद्या पुरुषानं एखाद्या स्त्रीला खराब करून टाकलं की तो तिच्याशी लग्न करत नाही. त्याचा सन्मान त्यामुळं कमी होतो.

त्याचं माझ्यावर प्रेम होतं का? अजिबात नाही. मी त्याच्यावर जीव ओवाळून टाकला ही माझी घोडचूक होती. त्याला हवं होतं ते दिलं तर मी त्याला माझ्यात गुंतवून ठेवू शकेन, या अंदाजानं मी त्याच्याशी एकरूप होऊन गेले, हा माझा मूर्खपणा होता. मी त्याच्या प्रेमात होते का? तो दुसरी कोणीतरी पाहील या विचारानं अस्वस्थ झाले होते का? खरं तर माझ्या या वागण्याचं कोणत्याही प्रकारे समर्थन करता येण्यासारखं नव्हतं. जी कारणं माझ्या मनात येत होती, त्यांनाही काहीही अर्थ नव्हता. मलाही या सगळ्याचा मनस्ताप होऊ लागला होता.

एका संध्याकाळी आमच्या कुटुंबीयांची आणखी एक बैठक झाली. माझे आईवडील, माझी मोठी बहीण, तिचा नवरा हुसेन यांची. माझ्या भावजयीचे दिवस भरत आले होते. कोणत्याही वेळी ती बाळंत होण्याची शक्यता असल्याने माझा भाऊ तिच्यासोबत आणि तिच्या माहेरच्यांसोबत होता. मी भिंतीच्या मागे लपून या मंडळींचं बोलणं ऐकत होते. माझ्या हृदयाची धडधड कमालीची वाढली होती. आई हुसेनला म्हणत होती,

"आम्ही आमच्या मुलालाच हे काम सांगितलं असतं. पण आता त्याला तसं सांगता येत नाही. या कामासाठी तो खूप लहान आहे. आता तो हे पूर्ण करू शकणार नाही."

"मी बघतो तिचं काय करायचं ते."

मग माझे वडील म्हणाले,

"तू हे काम करणार असशील तर सगळं रात्रीच्या वेळी पार पाड. तू काय विचार करतोयस?"

"तुम्ही काळजी करू नका. मी बघतो काय करायचं ते. काम होईल व्यवस्थित."

आई पुन्हा बोलली,

"तुलाच तिच्याकडं बघावं लागेल आता. पण तू हे झटकन उरकून टाकशील ना?"

माझी बहीण रडत असल्याचा आवाज माझ्या कानावर आला. तिच्याच्यानं हे बघवणार नव्हतं. हे काम करत असताना आपल्याला घरी जायचंय, असे म्हणत होती. हुसेननं तिला थांबायला सांगून माझ्या आईवडलांना म्हटलं,

"तुम्ही बाहेर निघून जा. घरात थांबू नका. तुम्ही घरी येईपर्यंत सगळं उरकलेलं असेल."

मी स्वत:च्या कानांनी माझ्या मृत्युदंडाची शिक्षा ऐकत होते. माझी बहीण तिथून उठत होती, त्यामुळं कुणाला कळू नये म्हणून मी पटकन जिन्यावरून वर निघून गेले. त्यांचं पुढचं बोलणं काही मी ऐकलं नाही. थोड्या वेळानं माझे वडील अख्ख्या घरभर फिरून आले. माझ्या लहान बहिणी असलेल्या खोलीचा दरवाजा त्यांनी बंद करून टाकला. मला झोप लागेना. मी जे ऐकलं होतं त्यावर विश्वास बसत नव्हता. त्याविषयी विचार करवत नव्हता. हे स्वप्न आहे की सत्य, हेच कळत नव्हतं. ते खरंच मला मारून टाकणार होते? मला फक्त घाबरवून टाकण्यासाठी हे सुरू होतं का? ते जर खरंच असं काही करणार असतील तर नेमकं केव्हा? कसं? माझं डोकं धडावेगळं करून? कदाचित ते मला या मुलाला जन्म देऊ देतील आणि नंतर मला मारून टाकतील. माझ्या पोटातलं बाळ जर मुलगा असेल तर ते त्याला जगू देतील का? ती जर मुलगी असली तर माझी आई तिलाही घुसमटवून तिचा जीव घेईल का? ते आधी माझे प्राण घेणार आहेत का?

मी काहीच ऐकलेलं नाही, असा आव आणून दुसऱ्या दिवशी वावरत होते. काय घडणार आहे त्याची कल्पना आलेली असली तरी विश्वास ठेवण्याचा धीर होत नव्हता. पुन्हा अंगाचा थरकाप उडू लागला. कधी आणि कुठं हे दोनच प्रश्न डोक्यात पिंगा घालत होते. हुसेन त्याच्या घरी निघून गेला होता. त्यामुळं हा प्रसंग आता लगेच ओढवणार नाही, इतकी खात्री होती. त्यानंतर मग हुसेन मला मारायला येतोय, असा विचार मी करत बसले नाही.

माझ्या आईने तिच्या नेहमीच्या पद्धतीनं त्या दिवशी मला म्हटलं,

"तुझे वडील आणि मी शहरात जातोय. त्यामुळं आज तुला कपडे धुवावे लागणार आहेत."

पुढं काय घडणार आहे, याचा अंदाज मला आला. त्यांनी हुसेनला सांगितल्याप्रमाणे ते घरातून बाहेर जात होते.

अलीकडंच मला जेव्हा हनन अचानक गायब झाल्याचं आठवलं तेव्हा तिच्याही बाबतीत असंच काहीसं घडलं असणार, असं मला वाटलं. आईवडील बाहेर गेले होते. घरातल्या बहिणी त्यांच्या भावाबरोबर एकट्याच घरात होत्या. माझ्या बाबतीत फरक इतकाच होता की हुसेन अजून तिथं आला नव्हता. मी अंगणाकडं नजर टाकली. तिथं मोठी जागा होती. त्यातल्या काही भागावर लाद्या लावल्या होत्या. उरलेल्या भागात वाळू होती. अंगणाला भिंतीचं कुंपण घातलेलं होतं. त्या भिंतीवर लोखंडी सळ्या होत्या. एका कोपऱ्यात करड्या रंगाचं दार होतं. अंगणाच्या बाजूनं त्याला कुलूप नव्हतं. फक्त बाहेरच्या बाजूला हँडल होतं.

माझी बहीण कैनात कधीही माझ्याबरोबर कपडे धुवायला येत नसे. आम्ही कधीच दोघी मिळून कपडे धूत नसू. त्या वेळी तिच्याकडं काय काम देण्यात आलं होतं कुणास ठाऊक! किंवा ती कदाचित आमच्या दोन लहान बहिणींसोबत असावी. तिनं माझ्याशी बोलणं बंदच केलेलं होतं. मी आमच्या मावशीकडं जाऊन तिची मदत मागण्याचा प्रयत्न केल्यापासून कैनात माझ्याकडं पाठ फिरवून झोपायची. माझी आई मी धुण्यासाठी कपडे गोळा करून आणण्याची वाट बघत होती. आम्ही सर्वसाधारणपणे आठवड्यातून एकदा कपडे धुवायचो. त्यामुळं कपडे भरपूर साठलेले होते. मी दुपारी दोन किंवा तीन वाजता कपडे धुवायला बसले असते तर संध्याकाळी सहाच्या आत तरी ते धुऊन झाले नसते.

आधी मी विहिरीतून पाणी ओढून काढलं. आमची विहीर बागेच्या मागच्या बाजूला होती. चूल पेटवण्यासाठी लाकडं गोळा केली. त्यावर मोठा टब ठेवला आणि त्यात अर्ध्यापर्यंत पाणी ओतलं. पाणी तापेपर्यंत मी दगडावर बसून राहिले होते. माझे आईवडील घराच्या मुख्य दरवाजातून बाहेर पडले. बाहेर जाताना ते हे दार नेहमी बंद करून ठेवत.

मी अंगणाच्या दुसऱ्या बाजूला होते. आग विझू नये म्हणून मी कोळसे सतत धगधगत ठेवले होते. कपडे भिजत घालण्यापूर्वी पाणी कडकडीत तापायला लागतं. त्यामुळं कोळशाची धग कमी होऊन किंवा ते विझून चालणार नव्हतं. माझं लक्ष त्याकडंच होतं. त्यानंतर मी ऑलिव्ह तेलाच्या साबणानं कपडे स्वच्छ धुऊन घेणार होते. नंतर ते पिळून काढायला स्वच्छ पाण्यासाठी पुन्हा विहिरीकडं जाणार होते. हे काम अतिशय वेळखाऊ आणि थकवणारं होतं. मी ते वर्षानुवर्षं करत होते. यावेळी तर ते जास्तच त्रासदायक वाटत होतं.

मी दगडावर अनवाणी बसले होते. करड्या रंगाच्या कपड्यांत. सतत भीतीच्या छायेखाली वावरण्याचाही कंटाळा आला होता. माझ्या पोटात हे मूल किती काळ वाढतंय हेही मला समजत नव्हतं. या बाळामुळंच मी इतकी घाबरलेली होते. सहा महिने तरी नक्कीच उलटून गेले असतील. सारखं सारखं माझं लक्ष अंगणात मागच्या बाजूला असलेल्या दाराकडं जात होतं. त्या दाराकडं माझं लक्ष खिळलेलं होतं. तो आला असता तर याच दारातून येणार होता.

■

# आग

अचानक कानांवर दाराचा आवाज पडला. तो आला होता. तो माझ्या दिशेनं येत होता.

पंचवीस वर्षांनंतरही ही चित्रं अजूनही डोळ्यासमोर लख्ख दिसतात. काळ थांबून राहिला जणू! पॅलेस्टिनी भूमीतल्या माझ्या त्या गावातल्या माझ्या अस्तित्वाचं ते शेवटचं चित्र! एखाद्या सिनेमात स्लो मोशनमध्ये चित्र दिसावं तसं हे सगळं माझ्यासमोर तरळत आहे. सतत माझ्या डोळ्यासमोर ती चित्रं येत राहतात. एकदा एक चित्र डोळ्यासमोर तरळलं की बाकीचीही मागोमाग येऊ नयेत म्हणून मी ते लगेच पुसून टाकण्याचा प्रयत्न करते. पण ती काही केल्या ऐकत नाहीत. या सिनेमाला थोपवून धरणं मला शक्यच होत नाही. दरवाजाचा आवाज आला तेव्हा सगळा सिनेमा रोखण्यासाठी फार उशीर झालेला होता. मला पुन्हा हा सिनेमा डोळ्याखालून घालायला हवा. पुन:पुन्हा तो बघितल्यावर मला त्या वेळी न समजलेल्या अनेक गोष्टी समजून घेण्याचा मी प्रयत्न करत राहते. त्यानं हे कसं काय केलं? मला आधी कळलं असतं तर मी तिथून निसटले असते का?

तो माझ्या दिशेनं येत होता. तो माझा मेहुणा होता हुसेन. कामाला जायच्या कपड्यांतच तो आला होता. जुनी पँट आणि टी शर्ट घालून. माझ्यासमोर उभा ठाकून हसला आणि म्हणाला, ''काय, कसं काय?''

गवताची काडी चावत हसत तो म्हणाला,

''मी तुझी नीट काळजी घेणार आहे.''

त्याचं ते हसणं आणि माझी काळजी घेणार असल्याचं सांगणं मला अगदी अनपेक्षित होतं. मी थोडीशीच हसले. त्याला 'धन्यवाद' म्हणण्यापुरती. पण काही बोलण्याचं धाडस मात्र झालं नाही.

''तुझं पोट केवढं वाढलंय. बाप रे!''

माझी मान खाली गेली. मला त्याच्या नजरेला नजर द्यायला लाज वाटू लागली. माझी मान आणखी खाली गेली. माझं कपाळ गुडघ्याला टेकलं.

''तिथं डागपण दिसतोय. तू मुद्दामहून तिथं मेंदीचा ठिपका लावलास ना?''

"नाही. मी केसांना मेंदी लावत होते. हा डाग जाणूनबुजून लावलेला नाही."

"तू मुद्दाम हा डाग लपवण्यासाठी मेंदीचा डाग लावलास."

माझ्या थरथरत्या हातात निथळत असलेल्या कपड्यांकडं मी नजर वळवली. मला स्पष्ट आठवत असलेलं शेवटचं दृश्य म्हणजे कपडे आणि माझे दोन्ही थरथरते हात. त्याच्याकडून मला ऐकू आलेला शेवटचा शब्द म्हणजे, "तू मुद्दाम हा डाग लपवण्यासाठी मेंदीचा डाग लावलास."

तो आणखी काही बोलला नाही. माझं डोकं शरमेनं खालीच होतं. त्यानं अजून प्रश्न विचारले नव्हते म्हणून मला हायसं वाटलं.

अचानक मला डोक्यावर कसलंतरी थंडगार पाणी ओतल्यासारखं वाटलं आणि क्षणार्धात माझ्या शरीरानं पेट घेतला. एखाद्या सिनेमासारखं पटापट सगळं घडत होतं. मी बागेत सैरावैरा धावायला सुरुवात केली. अनवाणीच. मी माझे केस ओढले. जोरात किंचाळले. माझे कपडे मागच्या बाजूनं फुगलेले दिसले. म्हणजे आगीची धग माझ्या कपड्यांनाही लागली होती? त्यानं माझे कपडेही पेटवून दिले होते?

मला पेट्रोलचा वास आला. मी वाट फुटेल तिकडं धावत होते. अंगातला पायघोळ कपडा सारखा पायात येत होता. जीवघेणी भीती मला अंगणापासून दूर पळायला भाग पाडत होती. मी जीव घेऊन बागेकडं धावले. बाहेर पडण्यासाठी तो एकमेव मार्ग होता. मी पेटले आहे. जोराजोरात ओरडते आहे आणि तिथून सुटका करून घेण्यासाठी धावते आहे, याची मला जाणीव होती. पण त्यानंतरचं मात्र मला काहीही आठवत नाही. मी तिथून निघून कशी गेले? तो माझ्या मागनं धावला का? मी पडावं, जेणे करून आगीच्या ज्वाळांनी मला लपेटलेलं त्याला बघता येईल, असं त्याला वाटलं असेल का?

शेजारच्यांच्या बागेत शिरण्यासाठी किंवा रस्त्यावर धावण्यासाठी आमच्या बागेतली भिंत ओलांडण्यासाठी मी भिंतीवर चढले असणार. तिथं काही बायका होत्या. कदाचित दोन असाव्यात. याचा अर्थ मी रस्त्यावर आले होते. या बायकांनी मला ओढत ओढत गावातल्या कारंज्याजवळ नेलं. अचानक माझ्या अंगावर पाणी पडल्याची जाणीव झाली. भीतीनं मी आणखी ओरडले. या बायका ओरडत असल्याचा आवाज मला ऐकू येत होता. पण दिसलं काहीच नाही. माझं डोकं खाली झुकलं होतं. हनुवटी छातीला चिकटली होती. अंगावरून गार पाणी वाहत असल्याचं कळत होतं. ते पाणी आणखी वेदना देत असल्यानं मी विव्हळत होते अक्षरशः आगीनं अंग पोखरलं होतं. मांस जळाल्यावर, धूर झाल्यावर जसा उग्र वास येतो तशी संवेदना माझ्या नाकाला होत होती. मी कदाचित बेशुद्ध पडले असणार. त्यानंतर फारसं काही पाहिल्याचं मला आठवत नाही. काही संदिग्ध

आवाज, प्रतिमा मला मध्येच आठवायच्या. मी वडलांच्या गाडीत असल्यासारखं वाटायचं. पण मी त्यांच्या गाडीत नव्हते. माझे वडीलही तिथं नव्हते. माझ्यासाठी वाईट वाटणाऱ्या आणि चुकचुकणाऱ्या तिथल्या महिलांचे आवाज कानात अजून घुमताहेत. त्या माझं सांत्वन करत होत्या. मला गाडीमध्ये झोपवलं होतं. रस्त्यावरून जाताना गचके बसत असल्याचं जाणवत होतं. मी कण्हत, विव्हळत असल्याचं मला जाणवलं.

पण नंतर परत काही नाही. तोच गाडीचा आवाज आणि ते बायकांचे आवाज इतकंच ऐकू येत होतं. मला अजून आगीच्या ज्वाळांनी वेढलेली असल्यासारखी अंगाची लाही होत होती. मला हनुवटी वर उचलता येत नव्हती. मला शरीर किंवा हातांची हालचाल करता येत नव्हती. अजूनही मी धगधगतच होते. मला गॅसोलिनचा वास येत होता. गाडीच्या इंजिनाच्या आवाजामुळे त्या बायकांच्या आवाजाविषयी काही समजत नव्हतं. त्या मला कुठं घेऊन जात होत्या तेही कळत नव्हतं. डोळे थोडेसे उघडता आले तरी मला केवळ कपड्यांचा किंवा माझ्या त्वचेचा थोडासा भागच केवळ दृष्टीस पडत होता. बाकी काहीही दिसत नव्हतं. कपडे वा त्वचा काळीठिक्कर पडल्याचं दिसत होतं. त्यातून दुर्गंधी येत होती. आग विझली होती पण मला अजूनही दाह जाणवत होता. माझ्या मनाला, विचारांना आगीनं घेरलं होतं. ही आग घेऊनच मी सगळीकडं पळत होते.

माझं मरण दारात येऊन ठेपलं होतं. बरं झालं! कदाचित मी अगोदरच मरण पावलेली असेन. शेवटी, सगळं एकदाचं संपलं असतं!

■

# मृत्यूकडे वाटचाल

मी रुग्णालयातल्या एका खाटेवर निजले होते. मला कशात तरी गुंडाळून ठेवलं होतं आणि वर चादर टाकली होती. माझे कपडे फाडून काढण्यासाठी एक नर्स आली. तिनं धाडकन कपडे ओढून काढले. माझ्या शरीरात वेदनेची कळ उमटली. माझी हनुवटी छातीला चिकटलेली असल्यानं मला काहीच दिसत नव्हतं. हनुवटी छातीपासून वेगळी होतच नव्हती. मला हातही हलवता येत नव्हते. डोक्यात वेदना उमटत होत्या. हातातून कळा येत होत्या. माझी पाठ दुखत होती. छातीतूनही कळ येत होती. एकदम थकायला झालं होतं. ही नर्सही इतकी हृदयशून्य होती की खोलीत येताना ती अक्षरश: मला घाबरवायची. माझ्याशी अवाक्षर बोलायची नाही. भाजल्यामुळं माझ्या त्वचेचे झालेले तुकडे माझ्या शरीरापासून वेगळे करण्यासाठी ती यायची. मला मारून टाकावं असं तिच्या मनात आलं असतं तर तिनं प्रत्यक्षात तसं केलंही असतं. नक्कीच. मला खात्री होती. तिच्या दृष्टीनं मी वाईट मुलगी होते. मला बघून तिच्या डोक्यात काय विचार आले असतील, याचा मला अंदाज होता. मला जाळून मारण्याचा प्रयत्न झाला असेल तर तो योग्यच होता. लग्नाच्या बंधनात न अडकताच मी गरोदर राहिले होते. त्यामुळं मला मारायलाच हवं होतं. तीच पात्रता होती माझी, असाच विचार ती करत असणार.

आयुष्यात गडद अंधार दाटला होता. फक्त काळोख. किती काळ लोटला, किती रात्री, किती दिवस उलटले, कुणास ठाऊक! कुणीही मला बघायला फिरकलं नव्हतं तिकडं. कुणी मला स्पर्श करायचं नाही. माझ्याशी बोलायचं नाही. तिथले लोक मला खायला-प्यायलाही द्यायचे नाहीत. माझी काळजी नीट घेतली जात नव्हती. सगळे जण माझ्या मरणाची वाट बघत होते. मी कधीतरी मरेन, अशी आशा त्यांना होती. मलाही मरण बरं, असं वाटत होतं. अजूनही जिवंत असल्याची लाज वाटत होती. मरणयातना होत होत्या. जराही हालचाल करता येत नव्हती. ही निर्दयी बाई माझ्या त्वचेचे तुकडे ओरबाडून काढत होती. शरीराचा दाह कमी होण्यासाठी मला अंगावर चोळायला तेल हवं होतं. वाऱ्याच्या झुळकीनं जरा गारवा मिळेल म्हणून माझ्या अंगावरची चादर बाजूला केली जावी, असं सारखं वाटत

होतं. तिथं डॉक्टर होते. मी पँट आणि पांढरा शर्ट पाहिला. ते काहीतरी बोलले माझ्याशी, पण मला काही ते समजलं नाही. प्रत्येक वेळी तिथं ती निर्दयी बाईच ये-जा करायची. माझ्या पायांची हालचाल होत होती. त्यामुळं पाय हलवून मी सारखी अंगावरची चादर बाजूला करत असे. पाठीला, बाजूच्या अंगालाही वेदनांनी ग्रासलेलं होतं. मी झोपत असे तेव्हाही माझी हनुवटी छातीला चिकटलेलीच असायची. मला पेटवून देण्यात आलं तेव्हापासून हनुवटी जी चिकटली ती तशीच राहिली होती. माझे हात विचित्र झाले होते. शरीरापासून असे वेगळे दिसत होते. त्यांच्यातलं त्राण पूर्ण निघून गेलं होतं. माझे हात शाबूत होते, पण त्यांचा वापर करता येत नव्हता. वेदना कायमच्या थांबवण्यासाठी मी खाजवून खाजवून माझी त्वचा माझ्या शरीरापासून वेगळी करून टाकली असती. पण माझा नाइलाज होता. मी काहीही करू शकत नव्हते.

रुग्णालयातले लोक मला उठवून उभी करायचे. त्या नर्सच्या मदतीनं मी चालत असे. माझ्या डोळ्यांनाही इजा झाली होती. मला माझे पाय दिसत होते. हात अंगापासून लांब लोंबकळत होते. मला त्या नर्सचा प्रचंड तिरस्कार वाटत असे. तिनं मला एका खोलीत नेलं आणि मला धुऊन काढण्यासाठी शॉवर सुरू केला. माझ्या अंगाला इतकी दुर्गंधी येतेय की ओकारी कराविशी वाटते, असं ही नर्स मला म्हणायची. माझ्या शरीराला दुर्गंधी यायची. मी रडत असे. मी तिथं एखाद्या घाणेरड्या, सडक्या वस्तूप्रमाणे होते, ज्यावर बादलीभर पाणी मारावंसं वाटावं. बाथरूममधल्या घाणीसारखी माझी अवस्था झाली होती. या घाणीवर कुणी पाणी ओतावं आणि ती घालवून टाकावी. मर एकदाची! भाजल्यानंतर पाण्यामुळं माझी त्वचा अक्षरश: फाडली जायची. वेदना असह्य होऊन मी किंचाळत असे. रडत असे. मदतीसाठी याचना करत असे. बोटांपर्यंत रक्त वाहत यायचं. नर्स मला तशीच उभी करून ठेवायची. शॉवर सुरू करून ती माझ्या त्वचेचे काळे पडलेले तुकडे, माझ्या कपड्यांचे उरलेसुरले धागे, मांसाचे तुकडे काढून टाकायची. माझ्या पायाशी हे सगळं पडून राहायचं. त्याचा छोटा थर साचायचा. माझ्या भाजलेल्या मांसाचा अतिशय उग्र दर्प नाकात भरायचा. तिला तो सहन व्हायचा नाही म्हणून ती नाकाला मास्क बांधून यायची. शक्य असेल तेव्हा तेव्हा तिथून बाहेर जाऊन थांबायची. त्या वासानं तिला सतत खोकल्याची उबळ यायची. हा त्रास होत असल्याबद्दल मला सारखी तिची बोलणी खावी लागायची. मला तिचा संताप यायचा. मला एखाद्या कुत्र्याप्रमाणं मरण यावं असं वाटायचं पण तिच्यापासून दूर. ती जवळ असताना नको. माझा इतकाच त्रास होत होता तर तिनं मला एकदाच काय ते मारून का टाकलं नव्हतं?

हे झालं की मी खाटेजवळ येत असे. एकाच वेळी आगीचा दाह आणि बर्फासारखा थंडपणा हे दोन्ही जाणवायचं. नर्स माझ्या अंगावर चादर टाकून

ठेवायची. म्हणजे तिला सारखं सारखं माझ्याकडं लक्ष ठेवायला लागत नसे. मी मरत का नाही किंवा मर एकदाची, अशा भावना तिच्या हावभावांमधून स्पष्ट जाणवायच्या. एकदाची मरून जा, म्हणजे ते लोक येतील आणि तुला कुठं तरी फेकून देतील, असे भाव दिसायचे.

माझे वडील तिथंही काठी घेऊन आले होते. संतापानं त्यांचा भडका उडालेला होता. ते जमिनीवर जोरजोरात आवाज करायचे. मी कुणामुळं गरोदर राहिले, मला इथं कोण घेऊन आलं, हे सगळं कसं घडलं, हे त्यांना जाणून घ्यायचं होतं. त्यांचे डोळे रागानं लालबुंद झाले होते. ते रडत होते तरीही त्यांच्या काठीमुळं मला कमालीची भीती वाटत होती. मी त्यांच्या प्रश्नांची उत्तरं देण्याच्याही परिस्थितीत नव्हते. मला झोपायचं होतं किंवा मरायचं होतं किंवा उठायचं होतं. माझे वडील आता माझ्या जवळपास नसले तरी त्यांचा तो आवाज अजूनही माझ्या डोक्यात घुमतोय.

"बोल!"

माझ्या डोक्याला उशीचा आधार देण्यात आला होता. मी कशीबशी उठून बसायला शिकले होते. त्यामुळं माझे हात चादरीला चिकटून राहत नव्हते. मला तेव्हाही बरं वाटतच नव्हतं, पण कोण येतंय-जातंय हे तरी निदान मला कळू लागलं होतं. खोलीचं दार अर्धवट उघडं ठेवलं होतं. मी कुणाचा तरी आवाज ऐकला. दोन अनवाणी पाय दिसले. पायघोळ काळा ड्रेस दिसला. माझ्यासारखीच प्रतिकृती. बारीक अंगकाठी, जवळजवळ हडकुळी. ती नर्स नक्कीच नव्हती. ती माझी आई होती!

ऑलिव्ह तेल लावून घातलेल्या तिच्या दोन वेण्या, काळा स्कार्फ, विचित्र कपाळ, नाकावर दोन भुवयांच्या मध्ये थोडासा फुगवटा. मला घाबरवून टाकलं तिनं. बाजारात नेण्याची काळी पिशवी घेऊन ती आली होती. माझ्याशेजारी स्टूल घेऊन बसली. तिनं रडायलाच सुरुवात केली. अगदी हमसून हमसून रडायला, रुमालानं सारखं नाकतोंड पुसायला सुरुवात केली. तिचं कपाळ जोरजोरात मागं-पुढं हालत होतं. ती दुःखानं आणि शरमेनं रडत होती. स्वतःच्या आणि एकूणच आमच्या कुटुंबाच्या नशिबालाच ती दूषणं देत होती. तिच्या नजरेत माझ्याविषयी ओतप्रोत तिरस्कार भरला होता.

ती मला प्रश्न विचारत होती. हातातली पिशवी तिनं दाबून धरली होती. ही पिशवी माझ्या ओळखीची होती. शेतात किंवा बाजारात जाताना ती ही पिशवी नेहमी घेऊन जात असे. त्यातून ती ब्रेड, पाण्याची प्लॅस्टिकची बाटली आणि काही वेळा दूध आणायची. मला तेव्हाही भीतीच वाटत होती, पण माझे वडील आले होते त्यापेक्षा थोडी कमी. माझ्या वडलांनी मला मारूनही टाकलं असतं, तिनं असं केलं नसतं. ती कण्हल्यासारख्या आवाजात बोलली आणि मी कुजबुजल्याच्या.

"बाळा, माझ्याकडं बघ. मी तुला अशा परिस्थितीत घरी घेऊन जाऊ शकत

नाही. आता तुला त्या घरात राहता येणार नाही. तुझी काय अवस्था झालीय ते पाहिलंस का?''

''मला नाही बघता येत काहीच.''

''तू पूर्णपणे भाजलीयस. अख्ख्या कुटुंबासाठी लाजिरवाणा प्रकार आहे हा. तुला घरी नाही नेता येणार मला. तुला दिवस कसे राहिले ते सांग बघू मला. कुणामुळं झालं हे?''

''फईझ. मला त्याच्या वडलांचं नाव माहीत नाही.''

''आपल्या शेजारी राहणारा फईझ?''

तिनं पुन्हा रडायला सुरुवात केली. ती रुमालानं सारखी सारखी डोळे पुसत होती.

''तुम्ही कुठं केलंत हे?''

''शेतात.''

तिचा चेहरा बघण्यासारखा झाला होता. तिनं ओठ चावून दुमडले आणि आणखी जोरात रडू लागली.

''ऐक बाळा माझं, मला वाटतं तुला मरण आलं तर बरं होईल. तुझ्यासाठी तेच योग्य ठरेल या परिस्थितीत. तुझा भाऊ अजून लहान आहे. तुझा मृत्यू झाला नाही तर याचे गंभीर परिणाम त्याला नंतर भोगावे लागतील. त्याच्यासमोर बऱ्याच समस्या उभ्या राहतील.''

माझ्या भावाला कसल्या परिणामांना तोंड द्याव लागणार होतं? त्याच्यासमोर कसले प्रश्न उभे ठाकणार होते? मला काहीच समजत नव्हतं.

''पोलीस आपल्याला भेटायला घरी आले होते. कुटुंबातल्या सगळ्यांची चौकशी करायला. तुझे वडील, तुझी आई, तुझा भाऊ, मेहुणा अगदी सगळ्यांची चौकशी करायला. तू मेली नाहीस तर तुझ्या भावाच्या मागं पोलिसांची कटकट लागेल.''

खाटेजवळ एकही टेबल नव्हतं. त्यामुळं तिनं कदाचित पिशवीमधून ग्लास बाहेर काढला असावा. नाही, पण मी तिला पिशवीतून ग्लास काढताना बघितलं नव्हतं. त्यामुळं तिनं तो ग्लास खिडकीतूनच घेतला असावा. तो ग्लास आमच्या घरातला नव्हता. तिथला रुग्णालयातलाच होता. तिनं त्यात काय भरलं होतं ते मला कळलं नाही.

''तू हे पिऊन टाकलं नाहीस तर तुझ्या भावाला त्रास सहन करावा लागेल. पोलीस अगोदरच घरी येऊन गेलेत.''

मी माझ्या कृत्याची लाज वाटून, प्रचंड भीतीनं, मला होत असलेल्या वेदनांमुळं रडत होते तेव्हा तिनं तो ग्लास भरला का? मी खूप गोष्टींचा विचार करून रडत होते. माझी मान खाली होती आणि डोळेही बंद होते.

''पिऊन टाक हे... मी तुला हे प्यायला लावतेय.''

तो मोठा ग्लास मी कधीही विसरणार नाही. काठोकाठ भरलेला होता तो. त्यात पाण्यासारखा पारदर्शक द्रवपदार्थ होता.

"तू हे पिऊन टाकलंस तर तुझ्या भावाला काहीही त्रास होणार नाही. तू हे पिऊन टाक. तेच तुझ्या भल्याचं आहे. तुझ्या, आमच्या आणि तुझ्या भावाच्याही."

ती रडत रडत हे बोलत होती. तिच्यामुळं मलाही रडू येत होतं. डोळ्यातून ओघळलेले अश्रू माझी हनुवटी, गळ्यावर सांडले होते. माझ्या त्वचेवर तेही चिकटून बसले. मला हात हलवता येत नव्हते. आईनं मानेखाली हात घालून माझं डोकं वर उचललं आणि माझं तोंड तिच्या हातातल्या ग्लासाजवळ नेलं. तोपर्यंत कुणीही मला काहीही प्यायला दिलेलं नव्हतं. ती स्वत:हून तो ग्लास मला प्यायला देत होती. मला इतकी तहान लागली होती की त्या ग्लासवर किमान ओठ तरी टेकवावेत, अशी माझी तीव्र इच्छा होती. मी हनुवटी वर उचलण्याचा खूप प्रयत्न केला. पण ती इतकी चिकटून बसली होती की काही केल्या हलेना. अचानक डॉक्टर त्या खोलीत आले. माझी आई थबकलीच. त्यांनी तिच्या हातातला ग्लास हिसकावून घेतला आणि खिडकीकडं भिरकावून दिला. 'नको' असं म्हणून ते तिच्यावर ओरडलेच. त्यातलं पाणी सांडलेलं मी पाहिलं. खिडकीच्या सळ्यांवरही ते दिसत होतं. ते पारदर्शक होतं. पाणीच आहे असं वाटावं असं. डॉक्टरांनी माझ्या आईला दंडाला धरून खोलीतून बाहेर काढलं. माझी नजर अजूनही ग्लासाकडेच खिळलेली होती. मी कदाचित ते अधाशासारखं पिऊन टाकलं असतं, इतका गळा सुकला होता माझा. प्रचंड तहान लागली होती. पाणी न मिळाल्यामुळं जीव जाईल की काय, अशी वेळ आली होती.

डॉक्टर माझ्याकडं आले आणि म्हणाले,

"मी वेळेवर खोलीत आल्यामुळं तू वाचलीस. नशिबानं वाचलीस. आधी तुझे वडील आणि आता तुझी आई. आता तुझ्या घरातल्या कुणालाही इथं यायची परवानगी दिली जाणार नाही."

"माझा भाऊ असाद चांगला आहे. त्याला तरी इथं येऊ द्या ना."

त्यावर त्यांनी काय उत्तर दिलं ते मला कळलं नाही. मला काहीतरी विचित्रच वाटत होतं. डोकं भणभणत होतं. माझी आई पोलिसांविषयी, माझ्या भावाविषयी काहीतरी म्हणत होती. त्याला म्हणे कोणी शत्रू होते. कोणते शत्रू? मला मारण्याचं काम तर हुसेननं केलं होतं. त्यानंच मला पेटवून दिलं होतं. मग असादला कसे शत्रू निर्माण होतील? तो ग्लासही बहुतेक मला मारून टाकण्यासाठीच होता. ते अदृश्य विष मी पिऊन टाकणार होते. तितक्यात डॉक्टर आले आणि त्यांनी मला थांबवलं. त्यांच्या मते, मी नशीबवान होते. ते वेळेवर आले म्हणून, मृत्यूनं माझ्यावर जाळं टाकायचा प्रयत्न केला आणि डॉक्टरांनी एका क्षणात मृत्यूला परतवून लावलं,

असं काहीसं घडलं. माझ्या आईला तर तोडच नाही. ती जगातली सगळ्यात उत्तम आई होती! तिला जे सांगण्यात आलं ते ती प्रामाणिकपणे करत होती... मला मरण देण्याचं काम! माझ्यासाठी खरं तर तेच बरं होतं. मला आगीच्या ज्वाळांपासून वाचवायलाच नको होतं, त्यानंतर इथं आणायला नको होतं आणि आता तर मरणासाठी इतका वेळ वाट बघत बसण्याचीही गरज नव्हती. हे माझ्यासाठी आणि माझ्या कुटुंबीयांसाठीही मान खाली घालायला लागण्यासारखं होतं.

तीन किंवा चार दिवसांनी माझा भाऊ तिथं आला. त्यानं आणलेली ती पारदर्शक पिशवी माझ्या चांगली लक्षात राहील. त्यामध्ये संत्री आणि केळी दिसत होती. तिथं आल्यापासून मी काहीही खाल्लं वा प्यायलं नव्हतं. मला स्वत:हून खाणं तर शक्यच नव्हतं. रुग्णालयातल्या बाकी कुणीही तसा प्रयत्न केला नव्हता. डॉक्टरांना मला मदत करण्याचं धाडस झालं नव्हतं. अशा प्रकारच्या केसेसमध्ये हस्तक्षेप करायला मनाई होती. त्यामुळं ते काहीही करू शकत नव्हते. मला तसंच मरण्यासाठी तिथं ठेवलं होतं. मी गुन्हेगार आहे, हे प्रत्येकाच्या डोळ्यात दिसत होतं. पुरुषांच्या सन्मानापायी बळी जाणाऱ्या बायकांचे काय हाल होत असतील, त्याचा प्रत्यय मला येत होता. माझ्या अंगाला जळाल्याचा वास येत होता म्हणून त्यांनी माझं अंग धुऊन काढलं होतं तेही माझी काळजी वाटते म्हणून नाही, त्यांना वास सहन होत नव्हता म्हणून. माझ्या आईवडलांवर आणि गावावर आणखी नामुश्की न ओढवता मी तिथं मरून जावं आणि त्यांची कायमची सुटका करावी म्हणून मला त्या रुग्णालयात आणून टाकलं होतं. आगीच्या ज्वाळांमध्ये मी वेढलेली असताना मला पळण्याची संधी देऊन हुसेननं घिसाड काम केलं होतं. ते पूर्णत्वाला नेण्यासाठी हा पर्याय योजला जात होता.

असादनं एकही प्रश्न विचारला नाही. तो अतिशय घाबरला होता आणि त्याला गावाला परत जायची घाई होती.

"मी शेतातून लपतछपत जाणार आहे. म्हणजे मी कोणालाही दिसणार नाही. मी इथं तुला भेटायला आलो होतो हे घरी कळलं तर माझं काही खरं नाही."

त्यानं यावं असं मला वाटत होतं. माझ्या भाजल्याच्या जखमांकडं पाहून त्याला किती घाण वाटत होती, राग येत होता ते त्याच्या डोळ्यात स्पष्ट दिसत होतं. मला किती त्रास होतोय, याची पर्वा कुणाला म्हणजे कुणालाही नव्हती, अगदी असादलाही. असं भाजलेलं शरीर, अशी ओघळलेली त्वचा, माझ्या कमरेच्या वरच्या भागात एखाद्या विषारी सापाच्या विषाप्रमाणं भिनत जाऊन माझं शरीर पोखरणाऱ्या त्या वेदना, केस नसलेलं माझं डोकं, माझे खांदे, पाठ, हात, छाती सगळंच किती मरणयातना देणारं होतं याची कुणालाही जाणीव नव्हती. मी ओक्साबोक्शी रडले. मी त्याला अखेरचं बघतेय, या जाणिवेनं मी इतकी रडले

का? त्याच्या मुलांना बघण्याची माझी खूप इच्छा होती म्हणून मला रडू आलं का? त्याच्या बायकोला बाळ कधी होतंय याकडं सगळ्यांचं लक्ष लागलेलं होतं. तिला दोन मुलगे झाले असं नंतर माझ्या कानावर आलं. अख्खं कुटुंब खूश झालं असेल. हा आनंदोत्सव साजरा केला असेल त्यांनी. तिचं अभिनंदनही केलं असेल.

मला फळं खाता आली नाहीत. एकटीनं ती खाणं मला अशक्य होतं. नंतर ती फळांची पिशवी गायबच झाली. माझ्या घरातलं नंतर कुणीही तिथं आलं नाही. माझ्या कुटुंबीयांविषयी माझ्या स्मृतिपटलावर असलेली सगळ्यात शेवटची आठवण म्हणजे विषाचा प्याला घेऊन मला देण्यासाठी आलेली माझी आई, संतापानं बेभान होऊन जमिनीवर काठी आपटत आलेले माझे वडील आणि पिशवीत फळं घेऊन आलेला माझा भाऊ!

वेदना तर मला पोखरतच होत्या. त्यात डोक्यात विचारचक्र अखंड सुरू होतं. आगीच्या ज्वाळा माझ्या डोक्यापर्यंत पोहोचल्या तोपर्यंत मी काहीच कसं पाहिलं नाही, हे आठवण्याचा मी प्रयत्न करत होते. माझ्याशेजारी गॅसोलिनचा कॅन ठेवलेला होता. पण त्याला बूच लावलं होतं. हुसेनला मी तो कॅन उचलताना पाहिलं नव्हतं. तो माझी काळजी घेणार होता, असं काहीतरी बोलत होता तेव्हा माझी मान खाली होती. त्यामुळं तो काय करतोय ते मी पाहिलं नाही. त्यानंतर, गवताची काडी दातात चघळत तो माझ्याकडं बघून हसला. त्यामुळं काही सेकंद वाटलं की आपण वाचलो. पण प्रत्यक्षात त्याच्या डोक्यात वेगळंच काहीतरी शिजत होतं. मी तिथून निसटून जाऊ नये म्हणून माझा विश्वास मिळवण्यासाठी केवळ त्याचा हा गोडबोलेपणा सुरू होता. एक दिवस अगोदरच त्यानं आणि माझ्या आईवडलांनी बसून सगळं नीट ठरवलेलं होतं. पण आग कशी लागली? पहिली ठिणगी पडली कुठून? कोळशापासून? पण मी तिथं असं काहीच बघितलेलं नव्हतं. पटकन आग लावण्यासाठी त्यानं काडेपेटीची काडी पेटवली असेल का? पण तसंही काही नव्हतं तिथं. त्यानं कदाचित लायटर वापरला असेल. त्याच्या खिशात असेल लायटर. माझ्या केसांत थंड द्रवपदार्थ पडल्याची जाणीव झाली आणि पुढच्याच क्षणी मी आगीच्या ज्वाळांनी वेढली गेली होते. पण मला काहीच कसं दिसलं नाही ते समजून घ्यायला आवडेल.

त्या रात्री मी भयावह स्वप्न पाहिलं. त्या खाटेवर मी पाठीवर पडून होते. सर्वत्र फक्त अंधार. भोवती पडदे दिसत होते. तिथली खिडकी कुठंतरी गायब झाली होती. मला कसंतरी विचित्रच वाटत होतं. पोटात सुरा खुपसल्यावर वाटावं तसं. माझे पाय लटपटायला लागले. मी मृत्यूच्या दाढेत खेचली जात होते. मी उठून बसण्याचा प्रयत्न केला, पण ते जमेना. माझे हात अजूनही निश्चल होते. तिथं कोणीही नव्हतं. मी एकटीच खितपत पडले होते. मग माझ्या पोटाला सुरा कुणी लावला?

माझ्या दोन्ही पायांच्या मध्ये काहीतरी विचित्र हालचाल जाणवली. मी एक पाय वाकवला. मग दुसराही वाकवला. मला पायांच्या मध्ये जे जाणवत होतं ते बाजूला करण्याचा माझा केविलवाणा प्रयत्न सुरू होता. मी बाळाला जन्म देतेय, ते आधी लक्षातच आलं नव्हतं माझ्या. अंधारात काय घडतंय तेच कळेना. नकळतच मी बाळाला ढकलत होते. थोड्या वेळानं मला थकायला झालं म्हणून बाळाला ढकलण्याचा माझा प्रयत्न मी थांबवला.

माझे दोन्ही पाय एकत्र आणल्यावर पायांवर बाळाचा स्पर्श जाणवला. ते थोडी हालचाल करत होतं. क्षणभर माझा श्वास थांबलाच. इतक्या लवकर कसं ते बाहेर आलं? पोटाला सुरी टोचल्याची जाणीव झाली आणि लगेच बाळ जन्मालाही आलं? कसं शक्य झालं ते? छे, असं कसं होईल? मला स्वप्न पडलं असणार, काहीही सूचना न मिळता अचानक बाळाचा जन्म कसा होईल, या विचारानं मी पुन्हा झोपी गेले.

पण नंतर माझ्या लक्षात आलं की ते स्वप्न नव्हतं. मी खरंच एका बाळाला जन्म दिला होता. ते बाळ माझ्या दोन गुडघ्यांमध्ये होतं. बाळाला आगीची झळ बसलेली नव्हती. त्यामुळं त्याची हालचाल मला जाणवत होती. माझ्या दोन पायांमध्ये. मी जराही हालचाल केली नाही. स्तब्ध राहिले. माझ्या हातात किंचितही बळ नव्हतं. त्यामुळं बाळाच्या छोट्याशा डोक्याला गोंजारण्यासाठी आपण हात कसा फिरवतो, तसं करण्यासाठी मी एक पाय वर उचलला. माझ्या डोळ्यात पाणीच आलं एकदम. मला नेमका प्रसंग आठवत नाही. त्यानंतर डॉक्टर तिथं आले. त्यांनी पडदे बाजूला केले तरी मला अंधारच दिसत होता. कदाचित तेव्हा रात्र झालेली असेल. मोकळ्या दारातून हॉलमधल्या दिव्याचा प्रकाश केवळ दिसत होता. डॉक्टर खाली वाकले आणि त्यांनी माझ्या बाळाला हातात घेतलं. मला त्यांनी बाळ दाखवलंही नाही. इतका वेळ माझ्या पायात लहानशा बाळाची जाणीव होत होती. क्षणात मात्र तिथं कोणीच नव्हतं. कुणीतरी पुन्हा पडदे लावून घेतले. यापेक्षा जास्त मला काहीही आठवत नाही. मी बेशुद्ध पडले असावे. खूप वेळ मी झोपलेलीच होते. आता मला काहीच आठवत नाही आणि तेव्हाही काही कळलं नव्हतं. दुसऱ्या दिवशी आणि त्यानंतरचे अनेक दिवस मला एकच गोष्ट खात्रीनं माहीत होती की माझं बाळ आता माझ्या पोटात नव्हतं.

या जगात आलेलं माझं बाळ जिवंत होतं की मरण पावलं तेही मला माहीत नव्हतं. मला याबद्दल कोणीही काही बोललं नाही. या लोकांनी माझ्या बाळाचं काय करून टाकलं ते त्या निर्दयी नर्सला विचारण्याचं धाडस मला झालं नाही. मी बाळंत झाल्याचं मला पक्कं ठाऊक होतं. पण मी माझं बाळ पाहू शकले नाही. मी माझ्या बाळाला हातांत, माझ्या कुशीत घेऊ शकले नाही. तो मुलगा होता की मुलगी हेही मला कळलेलं नव्हतं. आई होऊनही त्या क्षणी मी आई नव्हते. उरले होते फक्त

मानवी डबर. मृत्यू येण्यासाठी सडत ठेवलेला मानवी अवशेष. त्या क्षणी माझ्या मनात उमटलेल्या भावनांपैकी सगळ्यात तीव्र भावना स्वतःची लाज वाटणं ही होती.

मी छोट्याशा मुलाला सहाव्या महिन्यातच जन्म दिल्याचं डॉक्टरांनी मला नंतर कधीतरी सांगितलं. माझा मुलगा जिवंत होता आणि त्याची योग्य ती काळजी घेतली जात होती. डॉक्टर मला काय सांगत होते ते मला नीटसं कळत नव्हतं. माझे कान भाजले होते. त्यांना प्रचंड जखमा झाल्या होत्या. माझ्या शरीराचा वरचा भाग वेदनांनी विव्हळत होता. जखमांनी भरला होता. मी अर्धवट शुद्धीच्या अवस्थेत तिथं पडले होते. रात्र किंवा दिवसाचं भान मला उरलेलं नव्हतं. मी मरून जावं याकडं तिथल्या लोकांचे डोळे लागलेले होते. कधी ना कधी मी कायमचे डोळे मिटेन, याची त्यांना खात्री होती. पण मरणही इतक्या सहज यावं, अशी अल्लाची कदाचित इच्छा नसावी. याच अर्धवट शुद्धीत रात्र आणि दिवस यांचा गोंधळ माझ्या मनात व्हायचा. सगळं दुःस्वप्न वाटायचं. कधी काळी नीट शुद्ध असली तर एकच इच्छा तीव्रपणे व्हायची, भाजून गेलेली माझी त्वचा माझ्या नखांनी ओरबाडून, फाडून काढावी. पण दुर्दैवानं माझे हात हलत नसल्यानं तेही शक्य होत नव्हतं.

माझ्या या स्वप्नाच्या दरम्यान एकदा खोलीत कुणीतरी येऊन गेल्याचं जाणवलं. मी कुणालाही प्रत्यक्ष पाहिलं नव्हतं, पण कुणीतरी तिथं आल्याची चाहूल मला जाणवली. मला स्पर्श न करता एक हात माझ्या चेहऱ्यावरून फिरून गेल्याची जाणीव झाली. एखाद्या महिलेचा वाटावा असा आवाज माझ्या कानावर पडला. उच्चार विशिष्ट पद्धतीनं होता. तो आवाज अरबी भाषेत माझ्या कानात म्हणाला, "मी तुला मदत करणार आहे. समजलं का? काळजी करू नकोस." मी त्यावर जराही विश्वास न ठेवता 'हो' म्हटलं. त्या खाटेवर मला अजिबात चैन पडत नव्हतं. प्रत्येकाच्या तिरस्काराचा आणि थट्टेचा विषय झाले होते मी. माझी अवस्था इतकी वाईट होती की त्यात कुणी मला कशी मदत करू शकणार होतं देव जाणे! मुळात, मला मदत करण्याची इच्छा झाली तरी ती शक्ती कुणामध्ये होती हे कळत नव्हतं. मला मदत करणार म्हणजे मला परत माझ्या कुटुंबात घेऊन जाणार का? माझ्या घरच्यांना मी डोळ्यासमोरही नको होते. कुटुंबाचा सन्मान जपण्यासाठी एखाद्या स्त्रीला जाळलं म्हणजे तिला कायमचा अग्नी दिला. तिला त्या घरात पुन्हा स्थान नाही. त्यामुळं अशा स्थितीत मला कुणी काही मदत करू शकलं असतं तर ती म्हणजे माझ्या या यातना कायमच्या संपवून टाकायच्या आणि मला मरणाच्या जवळ जाण्यासाठी मदत करायची.

पण मी या बाईला 'हो' म्हटलं होतं. ती कोण होती ते मला माहीत नव्हतं.

■

# भाग २

# जॅकलिन

# शोध सुआदचा

मी जॅकलिन. सुआदच्या जीवनात या सगळ्या घडामोडी घडत होत्या तेव्हा मी आखाती देशांमध्ये एका मानवतावादी संस्थेबरोबर काम करत होते. या संस्थेचं नाव तेरे देस होम्स (Terre des Hommes). एडमंड कैसर हे सद्गृहस्थ ही संस्था चालवत असत. एडमंड अतिशय उत्तम पद्धतीनं संस्था चालवत. मी वेगवेगळ्या रुग्णालयांमध्ये फेरफटका मारते आणि कुठल्या मुलांना सोडून देण्यात आलंय का, कोणी अपंग मुलं आहेत का किंवा कुठली मुलं कुपोषणाचे बळी होत आहेत का, याची माहिती घेते. इंटरनॅशनल रेड क्रॉसच्या आणि पॅलेस्टिनी आणि इस्त्रायलींबरोबर काम करत असलेल्या काही संस्थांच्या सहयोगानं हे काम केलं जातं. या दोन्ही देशांमध्ये माझ्या भरपूर ओळखी आहेत. मी त्यांच्यातच राहते, तिथंच काम करते त्यामुळं या सगळ्यांशी नातं निर्माण झालंय.

घरातल्या मुलीचा संपर्क एखाद्या मुलाशी आला तर त्यामुळं कुटुंबाचं नाक कापलं जाऊ नये म्हणून तिला मारून टाकलं जातं, तेही तिच्याच कुटुंबीयांकडून, हे आखाती देशांत सात वर्षं काम केल्यानंतर माझ्या कानावर आलं होतं. ती मुलगी त्या मुलाशी फक्त बोललेली असेल कदाचित पण तरीही तिला ही भयंकर शिक्षा मिळते. कोणाच्याही शब्दांवर विश्वास ठेवून मुलीवर संशय घेतला जातो. काही वेळा तिच्यावरच्या या आरोपांना सिद्ध करणारा कोणताही पुरावा नसतो. मुलीच्या लग्नाबाबत निर्णय घेण्याचा अधिकार सर्वस्वी तिच्या वडलांना असतो. तिनं स्वत:हून या बाबतीत काही पाऊल उचललं तर संपलंच. इथल्या संस्कृतीला ते कधीही मान्य होणारं नाही. हे सगळं मी ऐकलं असलं तरी अशा प्रकारच्या केसमध्ये मी प्रत्यक्ष कधीच सहभागी झाले नव्हते. सुआदबद्दल ऐकलं आणि मग माझा या केसशी संबंध आला.

पाश्चिमात्यांच्या विचारसरणीचा विचार केला तर, एखादी मुलगी एखाद्या मुलाच्या प्रेमात पडली, एवढ्याच कारणावरून तिच्या भावाला वा आईवडलांना तिला ठार मारून टाकता येतं, यावर त्यांचा विश्वासच बसणार नाही आणि सध्याच्या काळात तर हे कुणालाच पटणार नाही. आमच्या समाजात महिलांना

स्वातंत्र्य आहे. त्यांना मतदानाचा अधिकार आहे. आपला नवरा निवडण्याची संधी आणि स्वातंत्र्य त्यांना दिलं जातं.

पण सात वर्षं इथं वास्तव्य केल्यानंतर पहिल्यांदाच कुणीतरी माझ्याशी या विषयावर बोललं. मी कधीही असा प्रकार प्रत्यक्ष पाहिला नसला तरी ते ऐकल्या क्षणी त्यावर माझा विश्वास बसला. अशा प्रकारच्या प्रथांविषयी बोलायचं जरी झालं तरी त्यासाठी अनुकूल वातावरण असायला हवं. तितका विश्वास असायला हवा. इथं तसं काही जाणवलं नाही आणि परदेशी मंडळींवर तर विश्वास नाहीच. माझ्या एका ख्रिश्चन मैत्रिणीनं मला यामध्ये सहभागी करून घेण्याचा निर्णय घेतला. ती लहान मुलांसाठी काम करते. आम्ही दोघी खूपदा संपर्कात येत असल्यानं तिनं मला या केसविषयी सांगितलं. देशभरातल्या वेगवेगळ्या गावांमध्ये फिरून ती अनेक आयांना भेटत असते. गावातल्या बायकांना चहा-कॉफी घ्यायला बोलावते आणि त्यांच्याशी गावातल्या हवापाण्याच्या गप्पा मारते. यावरून तिला गावात सध्या काय चाललंय याची बित्तंबातमी मिळत असते. इथं संवाद साधण्याचं हे महत्त्वाचं साधन आहे. चहा-कॉफी घेताना रोजच्या रोज भरपूर गप्पा होतात. देवाण-घेवाण होते. या गप्पांतूनच तिला गंभीर अवस्थेत असलेल्या आणि मदतीची गरज असलेल्या मुलांविषयी माहिती मिळायची. मग त्यातून आपण पुढं काय करायचं, याची योजना मनातल्या मनात आखली जायची. असंच एके दिवशी बोलणं सुरू असताना काही महिलांकडून तिला एका मुलीबद्दल कळलं. एका गावात एक मुलगी राहायची. तिनं म्हणे चुकीचं वर्तन केलं म्हणून तिला तिच्या आईवडलांनी जाळून टाकण्याचा प्रयत्न केला. ती कुठल्या तरी रुग्णालयात असावी, असा त्यांचा अंदाज होता.

माझी ही मैत्रीण उत्तम कायकर्ती होती. तिचा लौकिकही होता तसा. सगळे तिला आदरानं वागवायचे. तिनं एक मोठं धाडसी पाऊल उचलायचं ठरवलं. खरं तर ती फक्त मुलांसोबत काम करायची. पण आई मुलापासून फार लांब असते का? त्या वर्षी १५ सप्टेंबरच्या आसपास माझ्या या मैत्रिणीनं मला सांगितलं,

'जॅकलिन, एका रुग्णालयात एक मुलगी मृत्युशय्येवर आहे. तिच्या घरच्यांनी तिला जाळून मारण्याचा प्रयत्न केला, असं मला सामाजिक कार्यकर्त्यांकडून समजलंय. तू या बाबतीत काही करू शकतेस का?'

या केसविषयी तिला आणखी काय काय माहीत आहे, हे विचारल्यावर ती इतकंच म्हणाली की, 'या मुलीचं लग्न झालेलं नाही. तिला दिवस राहिले. गावातले म्हणतात, तिला अशीच शिक्षा व्हायला हवी होती. आता ती रुग्णालयात अखेरच्या घटका मोजतेय.' हे ऐकून माझ्या अंगावर काटा उभा राहिला. त्यावर ती म्हणाली की, 'इथं अशा गोष्टी घडतात. मुलगी गरोदर राहिली म्हणून तिनं मरण पत्करायला

हवं असं मानलं जातं. इथं असा विचार, अशा घटना नव्या नाहीत आणि विचित्रही नाहीत. प्रत्येकाला या मुलीच्या आईवडलांविषयी वाईट वाटतं, पण या मुलीबाबत काहीही वाटत नाही.'

अशी घटना ऐकली की माझ्या डोक्यात घंटा वाजू लागते. माझं पहिलं प्राधान्य मुलांसाठीच्या कामाला होतं. मी अशा प्रकारच्या केसमध्ये कधीच काम केलं नव्हतं. म्हणून मी स्वत:ला सांगितलं, 'जॅकलिन, उठ आणि बघ तरी नेमकं आहे काय ते!'

मी त्या दिवशी रुग्णालयाकडं निघून गेले. हे रुग्णालय तसं माझ्या माहितीतलं नव्हतं. मी फारशी तिथं गेले नव्हते. पण हा देश आता ओळखीचा झाला होता. इथल्या प्रथा, परंपरा माझ्या अंगवळणी पडल्या होत्या. इथं राहून बरीच वर्षं झाल्यामुळं मी इथल्या लोकांची भाषा बोलू शकत असल्यानं तशी काही अडचण आली नसती म्हणा. जिवंतपणीच पेटवून दिलेली मुलगी कुठं आहे, असा थेट प्रश्न मी केला आणि मला कोणतीही आडकाठी वा हरकत न घेता तिच्यापर्यंत नेण्यात आलं. मी एका खोलीत गेले. तिथं दोन खाटा होत्या. दोन्ही खाटांवर एकेक मुलगी झोपली होती. एखाद्या रुग्णाला बाजूला ठेवून द्यायचं असेल, त्याच्याकडं फार लक्ष द्यायचं नसेल तर त्याला इथं ठेवलं जातं. यासाठीच ही खास जागा होती ते बघता क्षणीच लक्षात आलं. ही अंधारी खोली होती. खिडकीला मोठे गज होते. खोलीत फक्त दोन खाटा होत्या. बाकी काहीही नव्हतं. तिथं दोन मुली असल्यानं सुआदला कसं ओळखायचं म्हणून मी नर्सला म्हटलं की, 'नुकतीच जी बाळंत झालीय ती मुलगी दाखवा.' नर्सनं दोघींपैकी एका मुलीकडं बोट दाखवलं आणि ती खोलीतून निघून गेली. तिथं थांबावं, मी कोण आहे, तिथं कशासाठी आले आहे, हे विचारावं असं तिला अजिबात वाटलं नव्हतं. एका खाटेकडं बोट दाखवून ती अगदी रूक्षपणे आणि त्रयस्थपणे म्हणाली,

"त्या खाटेवर."

दोघींपैकी एका मुलीचे केस लहान, खुरटे होते. दाढी केल्यानं जसे दिसतात तसे ते दिसत होते. दुसऱ्या मुलीचे केस मध्यम लांबीचे होते. पण दोघींचेही चेहरे काळपट दिसत होते. काजळी धरल्यासारखे. दोघींच्या अंगावर चादर टाकलेली होती. मला जी माहिती मिळाली होती त्यानुसार या दोघी साधारण दोन आठवड्यांपासून या रुग्णालयामध्ये होत्या. त्यांची अवस्था बघून त्यांना बोलता येणं अशक्य असल्याचं दिसतच होतं. दोघीही मरणाच्या दाढेत पोहोचलेल्या होत्या. सरळ केस असलेली मुलगी कोमामध्ये गेली होती. दुसरी, नुकतीच आई झालेली मुलगी मधे मधे डोळे उघडत-मिटत होती. पण तेही क्वचितच.

या खोलीत कुणीही फिरकत नव्हतं, डॉक्टर किंवा नर्सही नाही. त्यांच्याशी

बोलायचं माझं धाडस झालं नाही. त्यांच्या शरीरातून प्रचंड दुर्गंधी येत होती. खोलीत तो वास भरून राहिला होता. मी खरं तर एकाच मुलीला बघायला आले होते, पण तिथं दोघी सापडल्या. दोघीही कमालीच्या होरपळलेल्या होत्या. त्यांना वाचवण्यासाठी किंवा बरं करण्यासाठी थोडीही काळजी घेतली गेली नव्हती. एखाद्या नर्सला शोधण्यासाठी मी दुसऱ्या वॉर्डमध्ये गेले. तिथं एक नर्स भेटली. रुग्णालयाचे वैद्यकीय संचालक कुठं आहेत ते मी तिला विचारलं.

रुग्णालयाची रचना कशी असते, याची मला कल्पना होती. वैद्यकीय संचालक माझ्याशी व्यवस्थित बोलले. त्यांना थोडी दयामाया असावी, असं वाटलं. रुग्णालयात दोन मुली आहेत, त्या आगीमध्ये होरपळलेल्या आहेत ते मी त्यांना सांगितलं. मी मानवतावादी संस्थेसाठी काम करत असल्याचंही सांगितलं. ही संस्था कदाचित त्यांना मदत करू शकेल, असं त्यांना म्हटलं.

''असं आहे की, या दोघींपैकी एक आगीत पडली आणि दुसऱ्या मुलीच्या बाबतीत हा तिच्या कुटुंबाचा प्रश्न आहे. तुम्ही यात पडू नये, असं मला वाटतं.''

''लोकांना मदत करणं हेच माझं काम आहे आणि ज्यांना मदतीसाठी कोणीही नाही त्यांना तर मी नक्कीच मदत करते,'' हे त्यांना मी स्पष्ट सांगितलं. ते मला या दोघींच्या बाबतीत आणखी माहिती देऊ शकतील का, तेही विचारलं.

''नाही, अजिबात नाही. तुम्ही काळजी घ्या. अशा प्रकारच्या गोष्टीत अजिबात लक्ष घालू नका.''

अशा वेळी आपण कुणावरही जास्त सक्ती करू शकत नाही. मी त्यांचा नाद सोडला आणि त्या मुलींना ठेवलं होतं त्या एकाकी खोलीत परत गेले. थोडा वेळ शांत बसून राहिले. थोडेसे डोळे ज्या मुलीनं उघडले होते ती काहीतरी संवाद साधेल, या आशेनं वाट बघत बसले. दुसऱ्या मुलीची स्थिती फारच नाजूक होती. थोड्या वेळानं नर्स तिथं आल्यावर या मुलींबाबत मी तिला विचारलं. मध्यम लांबीचे केस असलेल्या आणि जराही हालचाल करत नसलेल्या मुलीच्या बाबतीत नेमकं काय घडलं, ते सांगण्याची विनंती मी नर्सला केली.

''ती मुलगी आगीत पडली आणि प्रचंड होरपळली. ती जगेल असं वाटत नाही.''

हे सांगताना नर्सला त्या मुलीविषयी कसलीही दयामाया वाटत नव्हती. एखादं साधंसं विधान करावं इतक्या सहजतेनं तिनं मला हे सांगितलं. पण आगीत पडली, अशा गुळमुळीत कारणांवर माझा काडीचा विश्वास नव्हता.

दुसरी मुलगी किंचित हालचाल करत होती. मी तिच्याजवळ गेले. एकही शब्द न बोलता काही क्षण तिच्या बाजूला उभी राहिले. तिचं निरीक्षण करत राहिले. तिची काय परिस्थिती आहे ते समजून घेण्याचा माझा प्रयत्न होता. व्हरांड्यात मला

कसलासा आवाज ऐकू आला. वाटलं कुणीतरी तिथं येईल, त्यांच्याशी मला बोलता येईल. नर्स ये-जा करत होत्या. त्यांना या दोन मुलींबाबत काही सोयरसुतक नव्हतं. एकंदर तिथलं चित्र पाहून वाटत होतं की या दोघींकडं म्हणावं तसं लक्ष दिलं जात नाही. त्या दोघींवर उपचार करण्याबाबत कोणाला काही वाटत नव्हतं. तिथं काहीतरी असावं, पण नीटसं काही कळत नव्हतं. कोणीही माझ्याशी येऊन बोललं नाही. मला कुणी काही विचारलंही नाही. खरं तर त्यांच्यासाठी मी परदेशी होते. माझे कपडे पाश्चिमात्य पद्धतीचे होते. पण इथल्या लोकांच्या प्रथांचा मान ठेवण्यासाठी माझे कपडे नेहमी व्यवस्थित, अंगभर असायचे. मी त्यांच्यापेक्षा वेगळी आहे असं इथल्या लोकांना वाटू नये आणि मला काही अडचणी येऊ नयेत म्हणून हा प्रयत्न असायचा. मी तिथं काय करतेय, असं तरी कुणी मला येऊन विचारेल, असं मला वाटलं होतं. पण तसंही झालं नाही. तिथली माणसं माझ्याकडं दुर्लक्षच करत होती.

थोड्या वेळानं मी एका मुलीजवळ जाऊन जरा वाकून पाहिलं. मी बोललेलं तिला ऐकू येईल, असं मला सारखं वाटत होतं. तिला स्पर्श करावा की नाही, ते मात्र मला कळत नव्हतं. तिच्या अंगावरच्या चादरीमुळं तिला नेमक्या कुठं जखमा झाल्या आहेत ते लक्षात येत नव्हतं. तिची हनुवटी छातीला चिकटली होती, तो अखंड एकच अवयव वाटावा अशी. तिचे कान चांगलेच भाजले होते. अगदी होरपळून निघाले होते. मी तिच्या डोळ्यासमोर हात हलवून तिच्याशी संवाद साधण्याचा प्रयत्न केला. पण तिनं काहीच प्रतिसाद दिला नाही. मला तिचे खांदे किंवा हात दिसत नव्हते. तिच्या अंगावरची चादर बाजूला करण्याचं धाडस मला होईना. मी तिथं असल्याची जाणीव तिला करून देण्यासाठी मला तिला स्पर्श करणं भागच होतं. कोणतीही व्यक्ती मृत्युच्या जवळ असेल तर कुणीतरी तिथं असल्याची जाणीव करून देणं गरजेचं असतं. मी तिथं असल्याचं तिला जाणवणं महत्त्वाचं होतं. तिच्यापाशी कुणीतरी असल्याचा दिलासा तिला द्यायला हवा होता. तिचे पायही भाजलेले होते. चादरीखाली तिचे गुडघे वर उचललेले होते. मी अलगद माझा हात तिच्या गुडघ्यावर ठेवला. माझ्या हाताचा स्पर्श होताच तिनं डोळे उघडले.

"तुझं नाव काय?"

तिनं काहीच उत्तर दिलं नाही.

"माझ्याकडं बघ. मी तुला मदत करणार आहे. मी आता जातेय, पण परत येईन आणि तुला नक्की मदत करेन."

"ऐउआ", याचा अरबी भाषेत अर्थ 'हो' असा होतो. इतकंच काय ते बोलणं. तिनं परत डोळे बंद करून टाकले. तिनं मला पाहिलं की नाही हेही मला

कळलं नाही.

सुआदची आणि माझी पहिली भेट अशी होती. तिला भेटून मी फार अस्वस्थ झाले होते. तिच्यासाठी काहीतरी करायला हवं हा विचार शांत बसू देत नव्हता. पण मी काय करू शकणार होते ते माझं मलाच कळत नव्हतं. आतापर्यंत मी जे काम केलं होतं त्यामध्ये मी मनापासून झोकून दिलं होतं. मदत करण्याचा शक्य तितका प्रयत्न केला होता. कुणीतरी अडचणीत आहे, हे कळलं की मी शक्य तितकी मदत करणार, अशी पक्की खूणगाठ बांधून मी त्या व्यक्तीपर्यंत पोहोचत असे. मी काय करणार होते ते मला माहीत नव्हतं पण यातून काहीतरी पर्याय काढायचाच, हे मी ठरवलं होतं. या मुलीविषयी आणि एकंदर या प्रकरणाविषयी नवी माहिती मिळेल, या अपेक्षेनं मी पुन्हा माझ्या त्या मैत्रिणीला भेटले. तिनं मला सांगितलं की, 'या मुलीनं नुकताच ज्या बाळाला जन्म दिला ते बाळ पोलिसांच्या सूचनेवरून सामाजिक कार्यकर्त्यांकडं सोपवण्यात आलं होतं.' ही मुलगी तशी लहान होती. तिच्यासाठी काही करायचं तर रुग्णालयातलं कोणीही माझ्या मदतीला येणार नव्हतं. "जॅकलिन, तुझा विश्वास नाही बसणार, पण या प्रकरणात तू काही करू शकशील असं वाटत नाही." यावर माझं नेहमीप्रमाणे उत्तर होतं, 'बघू या काय होतं ते.'

दुसऱ्या दिवशीही मी रुग्णालयात गेले. तेव्हाही ती अर्धवट जागी होती आणि तिच्या शेजारी असलेली मुलगी अजूनही कोमातच होती. तिथली दुर्गंधी असह्य होणारी होती. ती किती भाजलीय याचा मला नेमका अंदाज नव्हता, पण तिच्या जखमा निजर्तुंक नक्कीच करण्यात आलेल्या नव्हत्या, याची पक्की खात्री होती. त्यानंतरच्या दिवशी दोन्हीपैकी एक खाट रिकामी झाली होती. कोमात असलेली मुलगी आदल्या रात्री मरण पावली होती. माझं लक्ष त्या रिकाम्या खाटेकडे खिळलं होतं. ती खाट योग्य प्रकारे स्वच्छ करण्याची गरज कुणालाही वाटली नव्हती. कुणासाठी काही करता आलं नाही तर फार त्रास होतो मनाला. त्या मुलीला मला वाचवता आलं नाही हे मनाला टोचत होतं. आता या दुसऱ्या मुलीसाठी तरी प्रयत्न करायलाच हवा, असं माझ्या मनात घोळत होतं. ती अर्धवट जागी होती. अर्धवट शुद्धीत ती मला काय सांगत होती, त्याचा अर्थ मला लावता येत नव्हता. ती काय बोलतेय ते काहीच कळत नव्हतं.

...आणि अशा परीक्षेच्या परिस्थितीत अक्षरशः चमत्कार घडला! एका तरुण पॅलेस्टिनी डॉक्टरच्या रूपात तो चमत्कार समोर आला. या डॉक्टरला मी पहिल्यांदाच पाहत होते. ही मुलगी मरणाच्या दारात असल्यामुळं माझे प्रयत्न मी सोडून द्यावेत, हे रुग्णालयातल्या मंडळींनी मला आधीच सांगितलं होतं. मी त्या तरुण डॉक्टरला त्याचं मत विचारलं. या लोकांनी निदान तिचा चेहरा तरी स्वच्छ का केला नाही,

तेही विचारलं.

"त्यांनी स्वच्छ करण्याचा प्रयत्न केला, पण ते सोपं नव्हतं. अशा प्रकारच्या केसेस हाताळणं इथल्या सामाजिक प्रथांमुळं अतिशय कठीण असतं. तुम्हाला समजत असेल मला काय म्हणायचंय ते."

"तिला वाचवणं शक्य आहे, असं तुम्हाला वाटतं का? तिच्यासाठी काहीतरी करता येईल का?"

"ती अजून जिवंत आहे. त्यामुळं शक्यता नाकारता येत नाही. प्रयत्न करायला काय हरकत आहे? पण अशा प्रकारची केस हाताळताना एकदम सावध राहा. काळजीपूर्वक वागा."

त्यानंतरच्या काही दिवसांत मला तिचा चेहरा थोडाफार स्वच्छ करता आला. इकडं तिकडं असलेल्या मर्क्युरोक्रोमच्या रेषा थोड्या फिक्या करता आल्या. त्या तरुण डॉक्टरनं नर्सला कडक सूचना दिल्या असाव्यात. त्या नर्स या मुलीसाठी प्रयत्न करत होत्या, पण त्याला काही अर्थ नव्हता. सगळं वरवर वाटत होतं ते. सुआदला हातही लावण्याची कोणाची इच्छा नसल्यानं इथल्या लोकांनी तिला केसांना धरून खेचत बाथटबमध्ये आणलं होतं, हे मला सुआदनं नंतर सांगितलं. कुणावरही टीका करायची नाही, हे बंधन मी कटाक्षानं पाळलं. मी चुकून जरी काही बोलून गेले असते तर रुग्णालयातल्या लोकांशी माझे संबंध बिघडले असते. तरुण अरबी डॉक्टर हा एकमेव आधार मला तिथं दिसत होता. त्याच्याकडं मी लक्ष ठेवून होते. मी मानवतावादी संस्थेबरोबर काय काम करते, यात माझा काय हेतू आहे, ते मी त्याला सांगितलं. सुआदला वाचवता येईल ना, हेही पुन्हा विचारून घेतलं.

"मला वाटतं की ती वाचण्याची आशा अजूनही आहे. काहीतरी प्रयत्न करता येतील. पण आमच्या रुग्णालयात तिच्यासाठी काही करता येईल, असं मला वाटत नाही."

"मग तिला दुसऱ्या रुग्णालयात हलवता येईल का?"

"हलवता येईल. पण तिच्या कुटुंबीयांना, पालकांना विचारावं लागेल. ती अल्पवयीन असल्यानं आपण हस्तक्षेप करू शकत नाही. ती इथं आहे ते तिच्या पालकांना ठाऊक आहे. तिची आई यापूर्वी इथं आली होती. तेव्हापासून तिच्या घरच्यांना हिला भेटण्यासाठी बंदी घालण्यात आली आहे. ही अगदी वेगळी केस आहे."

"हे बघा डॉक्टर, मला हिच्यासाठी मनापासून काहीतरी करायचंय. त्यात कायदेशीर अडथळे काय येतील, ते मला माहीत नाही. पण ती वाचण्याची शक्यता असेल, अगदी कणभरही का असेना, पण आशा असेल तर मी ती आशा हातची जाऊ देणार नाही."

तो डॉक्टर माझ्याकडंच बघत होता. माझा ठाम निश्चय पाहून चकित झाला होता. परिस्थिती काय आहे ते मला कळलेलंच नाही, असा विचार नक्कीच त्याच्या मनात आला असणार. या मानवतावादी मंडळींना देशातल्या नेमक्या परिस्थितीबद्दल काही समजत नाही, असंही त्याच्या मनात आलं असेल. तो साधारण तीस वर्षांचा होता. दयाळू, सहानुभूती असलेला वाटत होता. त्याची अंगकाठी सडपातळ होती. तो उंचापुरा आणि सावळा होता. व्यवस्थित इंग्रजी बोलायचा. त्याच्यात आणि त्याच्या सहकाऱ्यांमध्ये अजिबात साम्य नव्हतं.

''मला शक्य असेल तर मी तुम्हाला नक्की मदत करेन.''

झकास! त्यानंतर तो सुआदच्या प्रकृतीबद्दल स्वत:हून माझ्याशी बोलायचा. त्याचं शिक्षण इंग्लंडमध्ये झालेलं असल्यानं त्याचं वागणं-बोलणं, विचार व्यवस्थित होते. बाकीच्यांपेक्षा त्याच्याशी संवाद साधणं तसं सोपं वाटायचं. सुआदविषयी माझा अभ्यास सुरूच होता. मला तिच्याविषयी आणखी माहिती मिळाली होती. भाजल्यावर तिची इथं अजिबात काळजी घेण्यात आली नव्हती, असं मला कळलं होतं. ती अल्पवयीन असल्यानं तिच्या आईवडलांच्या परवानगीशिवाय तिला हात लावणंही शक्य नसल्याचं डॉक्टरांनी मला पुन्हा सांगितलं. ''तिच्या आईवडलांसाठी ती मेल्यासारखीच आहे. तिच्या मृत्युकडंच ते डोळे लावून बसलेत.''

''सुआदची चांगल्या प्रकारे काळजी घेतली जाईल, तिच्यावर योग्य उपचार केले जातील, अशा दुसऱ्या एखाद्या रुग्णालयात मी तिला हलवलं तर चालेल का, अशी परवानगी मी मागितली. ते मला असं करू देतील, याबाबत त्यानं काही विचार केला असेल का?'' तो म्हणाला, ''यासाठी तिचे आईवडीलच फक्त परवानगी देऊ शकतात.'' मी असे निर्णय घ्यावेत, हा अधिकार ते कधीच मला देणार नाहीत, हे स्पष्टच आहे. मी पुन्हा माझ्या मैत्रिणीला गाठलं. तिच्यामुळंच मी धाडसावर धाडस करत होते. सुआदला मला अन्य रुग्णालयात हलवायचंय, हा विचार मी तिला बोलून दाखवला. हे शक्य होऊ शकतं का, हेही तिला विचारलं.

''तिच्या पालकांनाच ती मरून जावी, असं वाटत असेल तर तू काहीही करू शकणार नाहीस. त्यांच्या सन्मानाचा प्रश्न आहे हा.''

अशा प्रकारच्या परिस्थितीत मी अजून चिवट बनते आणि माझा हेका सोडत नाही. समोरच्यानं दिलेल्या नकारात्मक उत्तरावर माझं समाधान झालं नसेल तर तो पेच सोडवण्याचा काहीतरी धागा मिळाल्याशिवाय मला चैन पडत नाही. मग तो धागा लहानसा का असेना. परिस्थिती कोणतीही असो, ती तडीस नेल्याशिवाय मला चैन पडत नाही.

''तुला वाटतं मी तिच्या गावाला जावं?''

''तू तिथं जाणं म्हणजे प्रचंड मोठी जोखीम आहे. माझं ऐक. प्रतिष्ठा

जपण्याचा हा प्रकार किती आततायीपणाचा असतो, ही प्रथा किती कडवी असते, याची तुला कल्पना नाही. तिनं मरून जावं असं तिच्या घरच्यांना वाटतंय. ती मेली नाही तर तिच्या कुटुंबाच्या प्रतिष्ठेला लागलेला डाग पुसला जाणार नाही. या कुटुंबाला गावात वाळीत टाकलं जाईल. त्यांच्या नशिबी हलाखीचं, अपमानाचं जिणं येईल. याचं गांभीर्य कळतंय का तुला? उगाच सिंहाच्या जबड्यात हात घालण्यात काय अर्थ आहे? हाती काहीच लागणार नाही, अशा ठिकाणी प्रयत्न करून बघण्याचा हट्ट धरतेयस तू. ती फार वाईट स्थितीत आहे. सगळ्यांनी तिला झिडकारलंय. इतका काळ काहीही उपचार नाही, इतक्या प्रचंड जखमा अशी स्थिती असताना ती फार काळ तग धरेल, असं वाटत नाही.''

पुढच्या वेळी मी सुआदला भेटायला गेले तेव्हा तिनं पुन्हा डोळे थोडेसे उघडले. मी काय बोलतेय ते ती ऐकत होती. मरणयातना होत असूनही माझ्या प्रश्नांची उत्तरं देण्याचा प्रयत्न करत होती. तिचं बाळ कुठंय हे मी तिला विचारलं तर म्हणाली की, 'माहीत नाही. इथले लोक घेऊन गेले कुठंतरी.' ती खूप काही सहन करत होती, तिच्यासमोर जे वाढून ठेवलं होतं; मृत्यू तिला केव्हाही कवटाळेल अशी स्थिती, त्यावरून मला जाणवलं की तिचं बाळ हा तिच्यापुढचा मोठा प्रश्न नव्हता.

''सुआद, मला तुझ्यासाठी काहीतरी करायचंय. माझ्या प्रश्नांची उत्तरं दे. मी तुला इथून बाहेर काढलं, तुला दुसरीकडं नेलं तर माझ्याबरोबर येशील का?''

''हो, हो. मी नक्की येईन. कुठं जायचंय?''

''दुसऱ्या देशात. कुठं ते माहीत नाही, पण या सगळ्या गोष्टी कायमच्या मागे ठेवल्या जातील, अशा एखाद्या ठिकाणी.''

''हो चालेल, पण माझे आईवडील...''

''तुझ्या आईवडलांचं काय करायचं ते पाहू आपण. बघू नक्की. पण तू येशील ना? माझ्यावर विश्वास आहे तुझा?''

''हो... धन्यवाद.''

तिच्याकडून हा विश्वास मिळाल्यावर माझा आत्मविश्वास दुणावला. मी त्या तरुण डॉक्टरला पुन्हा गाठलं. मुलगी प्रेमात पडली म्हणून केवळ तिला मरणासारखी कठोर शिक्षा देणारं हे महान गाव आहे तरी कुठं ते मी या डॉक्टरला विचारलं.

''तिचं घर लहानश्या खेड्यात आहे. इथून अंदाजे चाळीस किलोमीटर अंतरावर. तिथं जाण्यासाठी धड रस्ताही नसावा. अगदी अडनिड्या ठिकाणी आहे ते. तिथं नेमकं काय चाललंय याची कल्पना नसल्यानं तिथं जाणं धोकादायक आहे. अशा एकान्त ठिकाणी पोलीसही नसतात.''

''मी तिथं एकटी जाऊन शकेन की नाही ते माहीत नाही...''

''अजिबात नको. एकट्या तर अजिबात जाऊ नका. ते ठिकाण शोधून काढतानाही दहादा हरवाल तुम्ही. नीट माहिती देतील असे नकाशेही उपलब्ध नाहीत...''

मी साधीसरळ असेन, पण मूर्ख नाही. एखाद्या ठिकाणी तुम्ही परदेशी, नवखे असताना रस्त्यांची माहिती विचारणं काही वेळा कठीण असतं ते माहीत होतं मला. या वेळी ते जरा जास्तच कठीण होतं, कारण ज्या गावाची माहिती हवी होती ते इस्रायलींनी व्याप्त केलेलं होतं. मी जॅकलिन आहे की आणि कोण आहे, तेरे देस होम्समधून आलेय की आणखी कुठून, मानवतावादी संस्थेसाठी काम करते की आणि कुठं, ख्रिश्चन आहे की आणि कोणी, या सगळ्याचा विचार न करता माझ्यावर हेरगिरीचा आरोप करण्यात आला असता. मी कोणत्या रस्त्यावर फिरते यावरून मी पॅलेस्टिनींच्या विरोधात हेरगिरी करतेय की इस्रायलींच्या ते ठरलं असतं.

डॉक्टर माझ्यासोबत येईल का ते मी त्याला विचारलं.

''हा तर आणखी वेडेपणा आहे.''

''हे पहा डॉक्टर, आपल्याला एका मुलीचा जीव वाचवायचा आहे. तिला दुसरीकडं हलवलं तर तिला वाचवता येऊ शकतं असं तुम्हीच म्हणाला होतात.''

आयुष्य वाचवणं... तो डॉक्टर असल्यामुळं त्याच्यावर या वाक्याचा परिणाम झाला असता. त्याला यामागचा अर्थ नक्कीच उमगला असता. पण या नर्सप्रमाणं तोही याच देशातल्या याच समाजात राहणारा होता. इथल्या नर्स अशा विचारसरणीच्या होत्या की, सुआद किंवा तिच्यासारखी अशीच एखादी मुलगी या अवस्थेत असेल तर तिनं मेलेलंच बरं. सुआदबरोबर इथं ठेवलेल्या मुलीचा बळी गेलाच होता. ती वाचण्याची शक्यता होती की नाही ते मला कळलं नव्हतं, पण एक गोष्ट शंभर टक्के नक्की होती की, तिला कुठल्याही प्रकारचे उपचार मिळाले नव्हते. तिची हवी तशी काळजीच घेतली गेली नव्हती. केवळ प्रथा तशा आहेत म्हणून कुठल्याही तरुण मुलीला उपचारापासून लांब ठेवायचं आणि तसंच सडत सोडून द्यायचं, हेच मान्य होण्यासारखं नाही, असं या डॉक्टरला सुनवायची इच्छा मला अनावर होत होती. पण मला तेही करता येत नव्हतं. तोही समाजाच्या या प्रथांच्या कचाट्यात सापडलेला असणार, याची मला कल्पना होती. हे रुग्णालय, तिथला संचालक, नर्स, एकूणच लोक आणि त्यांचे विचार याचं बंधन त्यालाही पाळावं लागत असणार. त्यामुळं इच्छा असली तरी त्यालाही फार काही करता येत नव्हतं. याविषयी माझ्याशी बोलायचं धाडस दाखवून अगोदरच त्यानं चौकट ओलांडलेली होती. ऑनर क्राइमसाठी असं काही करणं सामाजिक प्रथांनी निषिद्ध होतं.

सरतेशेवटी मी त्याची निम्मी तरी मानसिक तयारी केली होती. तो खरंच खूप

चांगला होता. हे करण्याचं धाडस आपल्यात आहे की नाही ते माहीत नाही, अशी प्रांजळ कबुली त्यानं दिली, तेव्हा मीही भावनिक झाले. "आपण फक्त प्रयत्न करून बघणार आहोत. तो सफल झाला नाही तर काही हरकत नाही, आपण तसेच माघारी येऊ," असं त्यावर मी त्याला म्हटलं होतं.

"बरं, ठीक आहे. पण तिथं काही गडबड होतेय असा संशय जरी आला तरी तुम्ही मला तिथून माघारी परतू देणार आहात. चालेल ना?"

मी त्याला तसं आश्वासन दिलं. या तरुण डॉक्टरला आम्ही हसन म्हणायचो. तो माझा मार्गदर्शक बनून यामध्ये मला मदत करायला येणार होता.

मी एक तरुण पाश्चिमात्य स्त्री. आखाती देशात तेरे देस होम्ससाठी काम करणारी. एकाकी, असहाय असलेल्या मुलांसाठी झोकून देऊन काम करणारी. मग ही मुलं मुस्लीम असोत वा ज्यू वा ख्रिश्चन. अशा प्रकारची कामं नेहमीच जोखमीची, कटकटीची असतात. या डॉक्टरनं खरंच मोठं धाडस दाखवलं होतं. त्याच्यासोबत गाडीत बसल्यावर मला जाणीव होत होती की किती चौकटीबाहेरची गोष्ट पेलायला मी निघाले होते. या कामात कमालीची जोखीम होती. त्या गावाकडं जाणारे रस्ते सुरक्षित नव्हते. तिथं राहत असलेल्या लोकांचाही काही भरवसा देता येण्यासारखा नव्हता आणि मी या अरब डॉक्टरला सोबत घेऊन चालले होते. इंग्रजी विद्यापीठातून नुकतीच पदवीधर झालेली मी म्हणजे कामातून गेलेली, वेडी असल्यासारखं असं त्याला मनातल्या मनात वाटत असेल.

आम्ही सकाळच्या वेळी निघालो तेव्हा हसनच्या चेहऱ्यावर भीतीची रेषा उमटलेली स्पष्ट दिसत होती. मला भीती वाटत नव्हती, असं म्हटलं तर ते खोटं ठरेल. पण त्या वेळी तरुणाईचं रक्त अंगात सळसळत होतं. ते स्वस्थ बसू देत नव्हतं आणि त्या जोडीला लोकांची सेवा करण्याचं मी घेतलेलं व्रत मला आतून प्रोत्साहन देत होतं. तशीच वेळ आली तर सुरक्षिततेसाठी आम्हा दोघांपैकी कुणीही जवळ एखादं शस्त्र घेतलेलं नव्हतं.

माझ्यासाठी माझा देव रक्षणासाठी होता. त्याच्यासाठी अल्ला नजर ठेवून होता!

शहरातून बाहेर पडून आम्ही ग्रामीण भागाकडं जाऊ लागलो तसा पॅलेस्टाइनमधला अप्रतिम भाग लक्ष वेधून घेऊ लागला. लहान लहान शेतकऱ्यांच्या जमिनी दिसत होत्या. त्या जमिनींच्या भोवती दगडांची लहानशी कुंपणं घातलेली होती. कुंपणातून साप आणि सरडे फिरत होते. शहरातून खेड्यांकडं जाणारा रस्ता चकाचक नव्हता. पण गाडी जाण्यासाठी तसा वाईटही नव्हता. हा रस्ता इथली खेडी, आजूबाजूची गावं आणि बाजारपेठांना जोडणारा होता. इस्त्रायली मंडळींनी नुकताच तो रस्ता सपाट केला होता. पण तरीही काही ठिकाणी खड्डे राहिले होते. त्यातून जाताना

माझी छोटीशी गाडी चांगलीच उडत होती. शहरापासून जसजसं लांब जावं तसतशी लहानशी शेतं नजरेत भरत होती. शेतजमिनीचा आकार मोठा असेल तर शेतकरी गहू पिकवायचे. पण तोही लहानशा जागेत. बाकीचा चारा पाळीव प्राण्यांना चरण्यासाठी राखून ठेवला जायचा. या प्राण्यांमध्ये काही शेळ्या असायच्या, थोड्या मेंढ्या असायच्या. शेतकरी श्रीमंत असेल तर पाळीव प्राण्यांची संख्या जास्त असायची. घरातल्या मुली शेतात गुरांसारख्या राबायच्या. मुलींचं शाळेत जायचं प्रमाण अगदी नगण्य. हाताच्या बोटांवर मोजण्याइतकं कमी. काहींना शाळेत जायची चुकून संधी मिळालीच तरी त्यांना लवकर घरी बोलावलं जायचं आणि घरातल्या लहान मुलांची काळजी घेण्याचं काम त्यांच्यावर सोपवलं जायचं. सुआद पूर्णत: निरक्षर आहे हे मी केव्हाच ओळखलं होतं.

हसनला हा रस्ता माहीत होता, पण आम्ही जे गाव शोधत होतो त्याचं नावही त्यानं कधी ऐकलेलं नव्हतं. वेळोवेळी आम्ही रस्ता विचारत पुढं जात होतो. पण माझ्या गाडीवर इस्रायली लायसन्स प्लेट असल्यानं ते थोडसं धोकादायक होतं. आम्ही व्याप्त प्रदेशात होतो आणि आम्हाला जो काय रस्ता सांगितला जात होता तो बरोबरच असेल, याची खात्री देता येत नव्हती.

काही वेळानंतर हसन मला म्हणाला,

''आपण या गावात एकटेच असणार आहोत, हा काहीतरी वेडेपणा आहे. अरब दूरध्वनीवरून मी त्या कुटुंबाला आधीच कळवलेलं आहे. पण ते आपल्याशी कसे वागतील कोण जाणे, आपलं स्वागत कसं करतील कुणास ठाऊक. तिचे वडील स्वत: असतील? की तिचं अख्खं कुटुंब? की हे पूर्ण गावच? कदाचित यापैकी कुणालाच तुमची भूमिका कळणार नाही.''

''त्यांची मुलगी मरणाच्या दारात आहे आणि आपण त्यांच्याशी काय बोलायला येत आहोत हे तुम्ही त्यांना सांगितलेलं आहे का?''

''खरं तर, नेमकी हीच गोष्ट त्यांच्या लक्षात येणार नाही आणि ते समजूनही घेणार नाहीत. त्यांनी तिला जाळून टाकली. प्रत्यक्षात हे कृत्य ज्यानं केलं तो कदाचित एखाद्या वळणावर आपली वाट बघत थांबलेलाही असेल. पण त्यांनी तिला जाळली हे ते कधीही मान्य करणार नाहीत. ते नक्की आपल्याला हेच सांगतील की, तिच्या कपड्यांनी पेट घेतला किंवा ती जळक्या कोळशांमध्ये पडली. असे विषय अशा प्रकारच्या कुटुंबांमध्ये अत्यंत गुंतागुंतीचे असतात.''

मला ते माहीत होतं, ज्या स्त्रीला जिवंतपणी जाळलं जातं ती गुंतागुंतीचीच परिस्थिती असते. हे लोक मला सुरुवातीपासूनच सांगत होते. मी त्यात न पडलेलंच बरं, हेही मला सांगितलं गेलं होतं. पण या प्रकरणात मी पडले होते.

''मला वाटतंय आपण परत गेलेलंच बरं.''

हसनचं धैर्य वाढवण्याचा मी प्रयत्न करत होते. तो आला नसता तरी मी गेलेच असते म्हणा, पण अशा ठिकाणी बाईनं एकटीनं जाण्याची सोय नव्हती. शेवटी, आम्ही त्या गावात पोहोचलो. सुआदच्या वडलांनी बाहेर येऊन आमचं स्वागत केलं. घरासमोर भरपूर झाडं होती. त्यांच्या दाट सावलीत आम्ही उभे होतो. मी खाली जमिनीवर बसले. हसन माझ्या उजव्या बाजूला बसला. सुआदचे वडील त्यांच्या ठरलेल्या ठिकाणी झाडाजवळ बसले. नेहमीच्या पद्धतीनं. एक पाय दुमडलेला. जवळ त्यांची काठी ठेवलेली. त्यांची अंगकाठी कृश होती. केस लालसर होते. चेहरा निस्तेज आणि पिंगटसर ठिपके असलेला. आई जवळच उभी होती. काळ्या कपड्यांमध्ये एकदम ताठ उभी होती. डोक्यावर त्याच रंगाचा बुरखा होता. तिचा चेहरा झाकलेला होता. ती वयाच्या बंधनाच्या पलीकडं असल्यासारखी वाटत होती. नाकीडोळी ठसठशीत. चेहऱ्यावरचे हावभाव मात्र रूक्ष. पॅलेस्टिनी महिला शेतकऱ्यांचं रूप बऱ्याचदा असंच दिसतं. पण त्यांना जे सोसावं लागतं, कामाचा जो बोजा उचलावा लागतो, मुलांचं आणि माणसांचं जे करावं लागतं, त्यातून त्यांचा चेहरामोहरा असाच असणार हे पटतं.

घर मध्यम आकाराचं होतं. या प्रदेशात असलेल्या पारंपरिक घरांसारखं होतं. आम्हाला सगळं घर काही बघायला मिळालं नाही. तिथून जेवढं दिसलं तितकंच. बाहेरून बघितलं की ते बंदिस्त वाटायचं. पण सुआदचे वडील अजिबात गरीब वाटत नव्हते.

हसनने स्थानिक लोक बोलतात त्याप्रमाणे विनम्रपणे माझी ओळख करून दिली.

"या मानवतावादी संस्थेसाठी काम करतात."

संभाषण पॅलेस्टिनी पद्धतीनं सुरू होतं. सुरुवातीला दोन पुरुष एकमेकांशी बोलले,

"तुमचा प्राण्यांचा कळप कसा आहे? पीकपाणी कसं काय आहे? यंदा विक्री चांगली झाली का?"

"हवामान खराब आहे. आता हिवाळा सुरू होईल. इस्रायली आमच्यासाठी अनेक समस्या निर्माण करतात."

आमच्या भेटीच्या मूळ मुद्द्यावर येण्यापूर्वी ते दोघं हवापाण्याच्या, पिकांच्या गप्पा मारत होते. संभाषणाची इथं अशीच पद्धत असते. सुआदच्या वडलांनी आपल्या मुलीचा अजिबात उल्लेख केला नाही. हसनही तिच्याविषयी काही बोलला नाही. मीही तिच्याबाबतीत गप्पच बसले होते. त्यांनी आम्हाला चहा दिला. मी तिथं नवीन, अनोळखी असल्यामुळं या प्रथा पाळणं मला भाग होतं. ते करत असलेलं आदरातिथ्य टाळणं बरं दिसलं नसतं. नंतर तिथून निघण्याची वेळ झाली.

"आम्ही तुम्हाला भेटायला येऊ परत."

त्या दिवशी जे घडलं त्यापेक्षा आणखी काही घडण्याची शक्यता तेव्हा तरी नव्हती. त्यामुळं आम्ही परत निघालो. त्यांच्याशी संवाद साधण्याची सुरुवात अशाच प्रकारे करायला हवी होती, याची आम्हाला दोघांनाही कल्पना होती. आम्हाला सुआदचा विषय त्यांच्याकडं हळूहळूच काढायला हवा होता. आम्ही त्यांचे शत्रू आहोत, अशी भावना त्यांच्या मनात जराही निर्माण व्हायला नको होती. त्यांना थोडासा वेळ देणं आवश्यक होतं. आम्ही पुन्हा शहराकडं परतण्यासाठी आल्या वाटेला लागलो. ते गाव शहरापासून साधारण चाळीस किलोमीटर लांब असावं. तिथून निघाल्यावर सुटकेचा जो नि:श्वास टाकला तो अजूनही मला आठवतो. काठीच्या टोकावर चालत असल्यासारखं वाटत होतं तोपर्यंत!

"इतका काही वाईट अनुभव नाही आला. नाही का? आपल्याला काही दिवसांनी परत एकदा जायला हरकत नाही."

"तुम्हाला खरंच तिथं परत जावंसं वाटतं?"

"हो. अजून आपलं काम कुठं पूर्ण झालंय?"

"पण तुम्ही त्यांना काय देऊ करणार आहात? पैसे? त्याबद्दल तर बोलूच नका. शेवटी सन्मान हा सन्मान असतो. त्याला पर्याय काय असणार?"

"ती मरणाच्या वाटेवर आहे हे मी त्यांना सांगणार आहे. दुर्दैवानं हे खरंही आहे. तुम्हीच मागे बोलला होतात."

"तातडीची सेवा मिळाली नाही तर तिचं असंच होणार. ती तातडीची वेळही आता केव्हाच मागे पडलीय. ती वाचण्याची शक्यता आता अगदी धूसर आहे."

"बरं. तिला तिथं ठेवणार असतील तर मी त्यांना सांगेन की, तिला मरण येण्यासाठी मी दुसरीकडं घेऊन जाईन. हे सहज शक्य होईल. त्यातून त्यांचा प्रश्नही काही प्रमाणात मिटेल."

"ती अल्पवयीन आहे. तिची कसलीही कागदपत्रं तयार केलेली नाहीत. पालकांशी करार करणं आवश्यक आहे. ते सहजासहजी तयार होतील असं वाटत नाही. तुम्हाला जे अपेक्षित आहे तसं घडणार नाही."

"तरीही आपण परत जाऊ या तिकडं. तुम्ही अरब दूरध्वनीवरून कधी बोलाल त्यांच्याशी?"

"बघू. काही दिवसांनी. मला थोडा वेळ द्या."

लहानशा सुआदकडं फार वेळ नव्हता. माझ्या या धाडसी उद्योगात हसन देवदूतासारखा आला असला तरी त्यालाही काही मर्यादा होत्या. एकतर रुग्णालयात त्याला कामं होती. त्याला त्याचं कुटुंब होतं आणि मुख्य म्हणजे ऑनर किलिंगसारख्या गंभीर प्रकरणात पडून त्यानं शत्रू निर्माण करून घेतले असते. मी त्याला ओळखू

लागले होते. त्याची मन:स्थिती काय झाली असेल ते समजू शकत होते. अशा प्रकारच्या सामाजिक प्रथांवर हल्ला चढवणं किंवा अगदी त्याबाबतीत काम करणं माझ्यासाठी नवीन होतं. मी माझी सर्व शक्ती पणाला लावली होती. पण आम्ही येत असल्याचं कळवण्यासाठी तिथं संपर्क साधण्याचं काम त्यालाच करावं लागणार होतं. हे काम साधं वाटलं तरी ते पूर्ण करण्यासाठी त्याला किती प्रकारे ताकद खर्ची घालावी लागत असेल, याचा अंदाज मी करू शकत होते.

■

# सुआद मरणाच्या दारात

''माझा भाऊ खूप चांगला आहे. त्यानं माझ्यासाठी केळी आणण्याचा प्रयत्न केला. पण डॉक्टरांनी त्याला परत न येण्याविषयी बजावलं.''

''तुझी ही अवस्था कोणी केली?''

''माझा मेहुणा हुसेननं. माझ्या मोठ्या बहिणीचा नवरा. माझी आई माझ्यासाठी विषाचा प्याला घेऊन आली होती...''

सुआदची कहाणी मला थोडीफार माहीत होती. ती माझ्याशी व्यवस्थित बोलू शकत होती. पण तिच्या दृष्टीनं त्या रुग्णालयातली एकंदर परिस्थिती अतिशय प्रतिकूल आणि भयानक होती. तिच्या डोक्यावरचे उरलेसुरले केस खेचून धरत इथल्या लोकांनी एकदाच तिला अंघोळ घातली. तिच्या जखमांना संसर्ग होत चालला होता. त्यातून सतत रक्त येत होतं. तिच्या शरीराच्या वरच्या भागाकडं मी बारकाईनं पाहिलं : प्रार्थना करत असल्यासारखी तिची मान सारखी खाली झुकलेली असायची. हनुवटी छातीला चिकटलेली होती. तिला अजिबात हात हलवता येत नव्हते. तिच्या डोक्यावर पेट्रोल ओतण्यात आलं. ते जसजसं तिच्या कानांवर, मानेवर, पाठीवर, हातांवर आणि छातीच्या वरच्या भागावर ओघळत आलं तसतसा तिच्या शरीरानं पेट घेतला. तिला त्यांनी कशात तरी गुंडाळून ठेवलं होतं. कदाचित रुग्णालयात आणताना असेल. पण त्यानंतरही दोन आठवड्यांपासून ती याच अवस्थेत पडून होती. अर्धवट शुद्धीतल्या अवस्थेत बाळाला जन्म देण्याचे परिणाम काय होऊ शकतात, याचाही विचार केला गेला नव्हता. बाळंत झाल्यावर तिचं बाळही नाहीसं झालेलं दिसलं. सामाजिक कार्यकर्त्यांनी रूक्षपणे त्या बाळाला एखाद्या अनाथाश्रमात नेऊन सोडून दिलं असेल. पण नेमकं कुठं? अशा अनौरस मुलांचं भवितव्य काय असतं ते मला पुरेपूर माहीत होतं. त्याच्या भविष्यात केवळ अंधार दाटलेला होता.

माझ्या डोक्यात धाडसी विचार घोळत होते. कुणालाही तो वेडेपणा वाटला असता. सगळ्यात आधी मला तिला बेथलेहेम इथं घेऊन जायचं होतं. त्या वेळी हे शहर इस्रायलच्या नियंत्रणाखाली होतं. पण तिथं जाण्या-येण्याची मुभा आम्हालाही

होती. भाजलेल्या रुग्णांची योग्य ती काळजी घेण्यासाठी त्या शहरात आवश्यक त्या सुविधा नाहीत ते मला आधीपासून माहीत होतं. पण माझ्या प्रयत्नातली ही केवळ पहिली पायरी होती. तिथं सुआदला किमान प्राथमिक उपचार तरी मिळाले असते. माझ्या योजनेतला पुढचा टप्पा होता : युरोपला निघून जायचं. त्यासाठी तेरे देस होम्सशी करार करून घ्यायला हवा होता. पण त्यासाठी त्यांना मी तोपर्यंत विनंती केली नव्हती. तोपर्यंत मी सुआदच्या बाळाचाही विचार केलेला नव्हता. बाकी प्रक्रिया पूर्ण होईपर्यंत मला त्याला शोधायचं होतं.

सुआदच्या आईवडलांना दुसऱ्यांदा भेटायला जाताना हसन या तरुण डॉक्टरला घेऊन मी निघाले होते. माझ्या लहानशा गाडीत बसताना तो या वेळीही अस्वस्थच होता. या वेळीही आमचं तसंच स्वागत झालं. याही वेळी आम्ही घराबाहेर झाडांच्या छायेतच होतो. संभाषणही गेल्या वेळेसारखंच. पण या वेळी मात्र मी त्यांच्या मुलांचा विषय काढला. त्यांची मुलं आम्हाला दिसलीच नव्हती.

"तुमच्याकडं किती मुलं आहेत? कुठं आहेत ती?"

"आमची मुलं शेतात गेली आहेत. आम्हाला एक लग्न झालेली मुलगी आहे. तिला दोन मुलगे आहेत. आमच्या मुलाचंही लग्न झालंय. त्यालाही दोन मुलगे आहेत."

अरे वा! मुलगे आहेत. यावर कुटुंबप्रमुखाचं अभिनंदन करायला हवं आणि सहानुभूतीही दाखवायला हवी.

"तुमच्या एका मुलीबद्दल कळलं. तिच्यामुळं म्हणे तुम्हाला फार त्रास झाला."

"या हरम!! आमच्यासोबत भयानकच घडलं सगळं! कधी विचारच केला नव्हता की असं काही होईल."

"गावामध्ये राहताना अशा घटना घडल्या की फार त्रास होतो ना..."

"होय तर. आमच्यासाठी ते सगळंच फार भयंकर होतं."

सुआदची आई काहीही बोलत नव्हती. गेल्या वेळेसारखी नुसती उभी होती तिथं. हालचालही न करता. काही न बोलता.

त्यावर मी म्हटलं, "बरं. आता ती लवकरच मरण पावणार आहे. ती फार वाईट अवस्थेत आहे."

"होय. अल्ला करीम!"

माझ्यासोबतचा डॉक्टरही बोलला, अगदी व्यावसायिक व्यक्तीप्रमाणं.

"होय तर, तिची स्थिती अगदीच नाजूक आहे."

मरणाच्या दाढेत असलेल्या तरुण मुलीला लवकर मरण यावं म्हणून मी अपेक्षा व्यक्त करत होते. मी असं विचित्रच का बोलतेय ते त्याला समजलेलं होतं. सुआदचं मरण कसं अटळ आहे, याबद्दल तो विधानं करत मला मदतच करत

होता. हे असं बोलताना आम्हाला सुआदच्या आईवडलांकडून याविरुद्धची विधानं अपेक्षित होती. शेवटी सुआदच्या वडलांनी ही कोंडी फोडली आणि त्यांना जी काळजी लागून राहिली होती ते विधान केलं. ते म्हणाले,

''मला वाटतंय आता आम्हाला निश्चिंतपणे या गावात राहता येईल.''

''नक्कीच. आता काही झालं तरी ती वाचणं शक्य नाही.''

''अल्लाची तशीच इच्छा असेल. आमचं नशीब! दुसरं काय? आम्ही यात काहीही करू शकत नाही.''

पण ते इतके हुशार होते की त्यांनी नेमकं काय घडलं होतं याबद्दल 'ब्र'ही काढला नाही. मी थोडा वेळ वाट पाहिली आणि ते काही बोलत नाहीत हे पाहून शेवटी बुद्धिबळाच्या पटावरचा माझा एक मोहरा हळूच पुढं सरकवला. त्यांना म्हटलं,

''पण ती मरणाच्या इतकी जवळ आहे, याचं तुम्हाला वाईट वाटत असेल ना? तिचा दफनविधी कसा काय करायचा ठरवलंय तुम्ही? कुठं पुरणार आहात तिला?''

''इथंच आमच्या बागेत तिला दफन करणार आहोत.''

''पण मी जर तिला दुसरीकडं घेऊन गेले आणि तिला तिकडं मरण आलं तर तुमच्यापुढं कसलीच अडचण राहणार नाही.''

मरण्यासाठी मी तिला दुसरीकडं नेणं या माझ्या म्हणण्याला त्यांच्या दृष्टीनं काहीच अर्थ नव्हता. कारण त्यांनी अशा प्रकारची गोष्ट कधीच ऐकली वा पाहिली नव्हती. हसनच्या हे लक्षात आलं आणि त्यानं घोडं पुढं दामटवलं,

''या म्हणताहेत ते बरोबर आहे. थोडक्यात काय तर, असं केलं तर तुमच्यासाठी आणि गावासाठी फार कटकट होणार नाही.''

''हो, खरंय ते, पण आम्ही तिचा दफनविधी इथं बागेतच करणार आहोत. अल्लाची तशीच इच्छा असावी. आम्ही तिला पुरून टाकल्याचं सगळ्यांना सांगून टाकू. हे असंच असतं.''

''बरं, पण यावर विचार करा. तिला दुसरीकडं मरण यावं म्हणून मी तिला दुसरीकडं नेऊ शकते. तुमच्यासाठी हा निर्णय योग्य ठरणारा असेल तर तसं करायला माझी काही हरकत नाही.''

खरं तर हे सगळंच भयानक होतं. पण आता माघार घेऊन चालणार नव्हतं. मी माझ्या या मुद्यावर, सुआदच्या मृत्यूच्या मुद्यावर सारखा जोर देत होते. सुआदला नवं आयुष्य देण्याचा प्रयत्न किंवा तिला वैद्यकीय उपचार मिळणं असं वाक्य जरी उच्चारलं असतं तरी तिच्या घरचे अस्वस्थ झाले असते. घाबरले असते. हा विषय त्यांच्यातच राहायला हवा, असं ते मला सारखं सांगत होते. आम्ही तिथून निघावं

आता, हे सुचवण्याचा त्यांचा हा अप्रत्यक्ष इशारा होता. प्रथेप्रमाणे निरोप घेऊन आम्ही तिथून निघालो. परत येऊ, असं परत म्हणालो. आमच्या या प्रयत्नाबद्दल नेमका काय विचार करावा, असं मनात येऊन गेलं. आम्ही योग्य पद्धतीनं बोलणं केलं होतं का? आमचा प्रस्ताव योग्य आणि विचार करण्यासारखा होता असं मला वाटत होतं. एकीकडं, सुआद नाहीशी होईल आणि दुसरीकडं, हे कुटुंब गावाच्या नजरेत त्यांची गेलेली इज्जत पुन्हा मिळवू शकेल.

सुआदचे वडील म्हणाले त्याप्रमाणे अल्ला महान आहे. तोच करेल काय ते. मला धीर धरणं भाग होतं.

सुआदची किमान प्राथमिक काळजी घेतली जाईल, यासाठी त्या दिवसांत मला दररोज रुग्णालयात जाणं गरजेचं होतं. मी तिथं असले की रुग्णालयातल्या माणसांना तिच्यासाठी थोडे तरी प्रयत्न करण्याशिवाय गत्यंतर नव्हतं. उदाहरणार्थ, ते जास्तीतजास्त वेळा सुआदच्या जखमा निर्जंतुक करण्याचा प्रयत्न करत होते. पण हे करताना तिला कोणतंही वेदनाशामक औषध दिलं जात नव्हतं की अशा भयंकर जखमांवर उपचार करण्यासाठी आवश्यक ती काळजी घेतली जात नव्हती. बिचाऱ्या सुआदच्या अंगावर प्रचंड जखमा राहिल्या होत्या. तिला त्या असह्य होत होत्या. ते पाहतानाही बाकीच्यांच्या अंगावर काटा यायचा. खरं तर मला तिला स्वित्झर्लंड, फ्रान्स किंवा असंच कुठंतरी न्यायचं होतं. अशा ठिकाणी जिथं इतक्या भयंकर जखमांवर हळुवार उपचार केले जातील, व्यवस्थित काळजी घेतली जाईल. फार त्रास न होता त्वचा पुन्हा येईल आणि सुआदच्या वेदना सुसह्य केल्या जातील, अशा ठिकाणी मला तिला घेऊन जायचं होतं.

पुढची बोलणी करण्यासाठी आम्ही पुन्हा तिकडं गेलो. नेहमीप्रमाणं दोघंच-आमचा धाडसी डॉक्टर आणि मी! आम्ही आमच्या मुद्यावर ठाम होतो. चलाखीनं आमचं म्हणणं मांडत होतो. काही अटी त्यांच्यासमोर ठेवत होतो.

"तिनं या देशात अखेरचा श्वास घ्यावा, हे तिच्यासाठी योग्य नव्हतं. तिनं रुग्णालयात डोळे मिटले तर ते तुमच्यासाठी योग्य ठरणार नाही. पण तिला दुसऱ्या देशात घेऊन जाणं शक्यही नव्हतं आणि तसाही विचार केला तर सगळं काही संपलेलंच होतं. ती आता या जगात नाही, असं तुम्ही गावातल्या लोकांना सांगू शकता. तिला दुसऱ्या देशात मरण आलेलं असेल. तुम्हाला तिच्याविषयी पुन्हा कधी एक शब्दही ऐकू येणार नाही."

त्या क्षणाला आमचं संभाषण शर्थीच्या पातळीवर गेलं होतं. कागदोपत्री काहीच न ठेवता त्यांच्याशी केवळ तोंडी करार करणं मला निरर्थक वाटत होतं. परिस्थिती काय होती ते माझ्यासाठी महत्त्वाचं नव्हतं. मी त्याबद्दल काही विचारलंही नाही. तिच्यावर ही वेळ कुणी आणली, हेही नाही आणि तिच्या मुलाचा बाप कोण

आहे हेही नाही. आमच्या बोलण्यामध्ये यातला काहीच तपशील आला नव्हता आणि हे विषय चर्चेत आणले असते तरी त्यांच्या सन्मानाला आणखी ठेच लागली असती. त्यांची मुलगी आता मरणार आहे, पण रुग्णालयात नाही तर दुसरीकडं, हे पटवून देण्यासाठी माझा आटापिटा सुरू होता. मी किती विक्षिप्त वागतेय असं त्यांना वाटलं असेल, पण शेवटी ते त्यांच्या पथ्यावर पडणारं आहे, असंही त्यांना जाणवलं असेल.

माझं म्हणणं त्यांना हळूहळू पटू लागल्याचं दिसत होतं. त्यांचा या निर्णयाला होकार असेल तर आमची पाठ वळल्यावळल्या अख्ख्या गावाला त्यांनी सांगून टाकलं असतं की त्यांची मुलगी आता हयात नाही. यापेक्षा जास्त तपशील त्यांनी गावकऱ्यांना द्यायची आवश्यकता नव्हती की त्यांच्या बागेत सुआदचा दफनविधी करण्याची गरज नव्हती. ते त्यांच्या मनाला येईल ते सांगू शकत होते. गेलेला सन्मान कशा प्रकारे परत आणायचा ते त्यांच्या इच्छेवर अवलंबून होतं. पाश्चिमात्य देशात अशा प्रकारच्या चर्चा करणंही संतापजनक होतं. अशा प्रकारच्या चर्चा करताना या लोकांना काहीच वाटत नव्हतं. नैतिकदृष्ट्या तर त्यांना काहीच वावगं दिसत नव्हतं. हा एक मृत्युचा प्रकार होता. मुलींना आणि महिलांना अशा प्रकारचं मरण दिलं जात होतं इथं. त्यापासून नैतिक बंधनं आणि कायद्याचा बडगा स्त्रियांचं रक्षण करू शकत नव्हता. हे निर्णय फक्त आणि फक्त पुरुषांच्या मर्जीवर अवलंबून होते. इथं सुआदच्या आईनंही सुआदच्या वडलांनी घेतलेले निर्णय निमूटपणे मान्य केले होते. स्वत:च्याच मुलीचा मृत्यू आणि गायब होण्यावर ती चकार शब्द बोलली नव्हती की तिचं मत व्यक्त करत नव्हती. तिला तसं करण्याची मुभाही नव्हती म्हणा! मला तिच्या या असहायतेचं वाईट वाटत होतं. मी कशातही पटकन भावनिकदृष्ट्या अडकत नाही. मी कुठंही काम करत असेन, मग तो भारत असो, अफ्रिका असो, जॉर्डन किंवा पॅलेस्टिनी भूमी, मला तिथल्या स्थानिक संस्कृतीत रंगून जावं लागतं. तिथल्या पारंपरिक प्रथांना मान्य करून त्या जपाव्या लागतात. माझा मुख्य हेतू आहे अडचणीत असलेल्या महिलेला किंवा पुरुषाला मदतीचा हात देणं. पण माझ्या आयुष्यात पहिल्यांदाच मी कुणाचं तरी आयुष्य वाचवण्यासाठी अशा प्रकारे वाटाघाटी करत होते.

शेवटी त्यांनी माघार घेतली. पुन्हा सुआदला बघायला जाणार नाही, असं आश्वासन तिच्या आईनं आणि वडलांनी आम्हाला दिलं. नाही, म्हणजे कधीही नाही!

मीही त्यांना आश्वासन दिलं. पण माझं आश्वासन पाळण्यासाठी मला सुआदला परदेशात घेऊन जाणं आवश्यक होतं. त्यासाठी काही कागदपत्रं लागणार होती.

''मला तुमच्याकडून थोडं सहकार्य हवंय. तुम्हाला ते कठीण वाटेल कदाचित. पण काळजी करू नका, मी कायम तुमच्यासोबत आहे आणि मदतीसाठी तयार

आहे. ओळख आणि प्रवासाची कागदपत्रं देतात त्या कार्यालयात आपल्याला जावं लागेल. मी तुम्हाला गाडीनं जेरुसलेमला घेऊन जाईन. तुम्हाला आणि तुमच्या पत्नीला. तुम्हाला काही कागदांवर सह्या कराव्या लागतील.''

आता या नव्या मुद्द्यानं त्यांना अस्वस्थ केलं. कोणत्याही इस्रायली व्यक्तीबरोबर आणि प्रामुख्यानं सरकारी अधिकाऱ्यासोबत संपर्क येणं त्यांच्यासाठी तापदायक ठरणारं होतं.

''पण आम्हाला लिहिता-वाचता येत नाही.''

''काही हरकत नाही. तुमच्या बोटांचे ठसे पुरेसे आहेत.''

''मग ठीक आहे. आम्ही येऊ तुमच्यासोबत.''

सुआदच्या पालकांना घेऊन जाण्यापूर्वी मला प्रशासकीय अधिकाऱ्यांकडून हवी ती मदत घ्यायला हवी होती. सुदैवानं, जेरुसलेम व्हिसा कार्यालयात माझ्या ओळखीची काही माणसं होती. मी मुलांसाठी काय काम करते ते तिथल्या लोकांना माहीत होतं. त्यामुळं मला माझी फार ओळख द्यायची गरज नव्हती. तसंच, मी एका मुलीचीच सुटका करत होते. सुआद सतरा वर्षांची असल्याचं तिनंच मला सांगितलं होतं. त्यामुळं ती अजूनही अल्पवयीन आणि लहानच होती. अतिशय आजारी असलेल्या एका पॅलेस्टिनी मुलीच्या पालकांना मी तिथं घेऊन येणार असल्याचं इस्रायली कर्मचाऱ्यांना सांगून ठेवलं होतं. त्यांना तीन-चार तास ताटकळत ठेवलं जाऊ नये, असंही सांगितलं होतं. नाही तर सुआदचे आईवडील कंटाळून निघून गेले असते, तेही कागदपत्रांवर सही न करताच. ही माणसं निरक्षर होती. त्यामुळं औपचारिक गोष्टी पूर्ण करण्यासाठी मी त्यांच्यासोबत असणं महत्त्वाचं होतं. म्हणून मी त्यांना तिकडं घेऊन जाणार होते. त्यांच्याकडं तिच्या जन्माचा दाखला असला तर आणायला सांगणार होते. दाखला मिळाला तर तिथल्या अधिकाऱ्यांना प्रवासाच्या कागदपत्रांवर केवळ तिच्या वयाची खातरजमा करायची होती. ही मुलगी तिच्या बाळाला न घेताच जाणार आहे, हेही मी सांगून टाकलं होतं. खरं तर तिचं मूल कुठं होतं किंवा त्याला कसं शोधायचं, याबाबत मला त्या वेळी काहीही माहीत नव्हतं. पण प्रयत्न सोडायचा नाही, असं मी ठरवलेलं होतं. निदान त्या क्षणी तरी तो प्रश्न तितका महत्त्वाचा नव्हता. सगळ्या गोष्टींची क्रमवारी लावायला हवी होती. सगळ्यात आधी प्राधान्य द्यायला हवं होतं ते पालकांकडून अधिकृत मंजुरी घेणं आणि सुआदला थोडे तरी उपचार मिळतील याची तरतूद करणं याला.

मला सुआदच्या बाळाच्या वडलांचं नाव माहीत आहे का, असं इस्रायली अधिकाऱ्यांनी विचारलं. मला ते नाव माहीत नव्हतं आणि बाळ अनौरस असल्याचं कागदपत्रांवर लिहावं लागणार होतं. अधिकृत कागदपत्रांवर असं लिहिलं जाणं मला

अस्वस्थ करत होतं. मी म्हटलं,

"नको, ते बाळ अनौरस असल्याचं लिहू नका. त्याची आई दुसऱ्या देशात जातेय. ती जिथं जातेय तिथं अनौरस या उल्लेखाचा त्रास होऊ शकतो."

ही प्रवासाची कागदपत्रं म्हणजे सुआद आणि तिच्या बाळाचा पासपोर्ट नव्हता. दुसऱ्या देशात जाण्यासाठी पॅलेस्टिनी भूमी सोडून जाण्याची फक्त परवानगी होती. सुआद इथं कधीही परत येणार नव्हती. तिच्या देशाच्या दृष्टीनं तिचं अस्तित्व संपणार होतं. जाळून टाकण्यात आलेली ही लहानशी मुलगी जिवानिशी गेली, असंच चित्र इथं उरणार होतं. मी तिथल्या अधिकाऱ्याला दोन कागदपत्रं तयार करण्याची विनंती केली, एक आईसाठी आणि एक बाळासाठी. तिथल्या क्लार्कनं मला बाळ कुठं आहे ते विचारलं. मी लवकरच त्या बाळाला शोधून काढणार असल्याचं सांगितलं.

तिथं बराच वेळ मोडला. पण साधारण तासाभरानंतर इस्रायली अधिकाऱ्यांकडून मला हिरवा कंदील मिळाला आणि दुसऱ्याच दिवशी मी सुआदच्या आईवडलांना आणायला निघाले. या वेळी मी एकटीच जाणार होते, एखाद्या मोठ्या, जबाबदार स्त्रीसारखी. दोघंही शांतपणे गाडीत बसले होते. तिथून आम्ही जेरुसलेमच्या व्हिसा कार्यालयात गेलो. त्यांच्यासाठी ती त्यांच्या शत्रूची भूमी होती. या भूमीत त्यांना अगदी क्षुल्लक लेखलं जातं. मी त्यांच्याच सोबत थांबले. त्यांच्या शेजारी बसले. मी तिथं असल्यामुळं या लोकांनी सोबत बॉम्ब आणले नसल्याची खात्री इस्रायली अधिकाऱ्यांना वाटत होती. मी इस्रायल आणि पॅलेस्टाईन अशा दोन्ही ठिकाणी काम करत होते. त्यामुळं तिथले अधिकारी माझ्या चांगल्या ओळखीचे झाले होते. अचानक, आमची कागदपत्रं तयार करत असलेल्या कर्मचाऱ्यानं आम्हाला बोलावल्याची खूण केली. म्हणाला,

"जन्माच्या दाखल्यावरून ही मुलगी एकोणीस वर्षांची असल्याचं दिसतंय. तुम्ही तर मला तिचं वय सतरा सांगितलं होतं."

"हा काही वादाचा मुद्दा नाही. ती सतरा वर्षांची आहे की एकोणीस ते फारसं महत्त्वाचं नाही."

"तुम्ही तिला सोबत का नाही आणलं? तिलाही सही करावी लागणार आहे."

"मी तिला सोबत आणलं नाही कारण ती रुग्णालयात आहे. शेवटच्या घटका मोजतेय."

"आणि बाळ?"

"असं करा, आता तुम्ही फक्त यांच्या मुलीची प्रवासाची कागदपत्रं करून द्या. त्यावर ते सही करतील. बाळाचीही कागदपत्रं लागणार आहेत, पण त्याचा तपशील मी तुम्हाला नंतर देते. ती कागदपत्रं नेण्यासाठी मी नंतर येईन."

त्यांच्या भूमीच्या सुरक्षिततेचा प्रश्न नसेल तर इस्रायलमधले अधिकारी अतिशय सहकार्य करणारे आहेत. मी मानवतावादी संघटनेसाठी काम सुरू केलं आणि पहिल्यांदा व्याप्त भूमीत गेले तेव्हा मात्र मला त्यांच्यामुळं थोड्या अडचणींना तोंड द्यावं लागलं होतं.

मी इस्रायलमधल्या असंख्य अपंग मुलांसाठी काम केलं असल्याचं लक्षात आल्यानंतर मग त्यांचा दृष्टिकोन बदलला. इथल्या काही समुदायांमध्ये आंतरकुटुंब विवाह केला जात असे. या प्रथेमध्ये भावंडांचा विवाह होई. यामुळं मुलांमध्ये जन्मत:च काही दोष असायचे. अपंग मुलं जन्माला येण्याचं प्रमाण जास्त होतं. ही मुलं मंगोलाइड जन्माला येत किंवा कमालीची अपंग असत. अत्यंत धार्मिक असलेल्या काही अरब कुटुंबांमध्येही ही प्रथा होती. त्या वेळी माझ्या कामाचा भर या दोन समुदायांतील या समस्येवर होता. यामुळं या भूमीत माझी स्वीकारार्हता वाढली होती. प्रामुख्यानं प्रशासनामध्ये चांगल्या ओळखी निर्माण झाल्या होत्या.

प्रवासाच्या कागदपत्रांसाठीचं कार्यालय जुन्या जेरुसलेममध्ये बाहेरच्या बाजूला होतं. तिथलं काम संपवून, महत्त्वाची कागदपत्रं ताब्यात घेऊन मी पुन्हा गाडीकडं जाण्याच्या तयारीत होते. सोबत सुआदचे पालक व इस्रायली सैनिक होते, तेही सशस्त्र. मी सुआदच्या आईवडलांना त्यांच्या गावी परत सोडायला जाणार होते. सुआदच्या वडलांचे केस लालसर होते. डोळे निळे, डोक्याला पांढरा स्कार्फ, हातात काठी, सोबत पत्नी; पूर्णपणे काळ्या वेशात. तिची नजर कपड्यांच्या टोकाकडं खिळलेली.

जेरुसलेम आणि त्यांचं गाव हे तासाभराचं अंतर होतं. मी पहिल्यांदा त्या गावात गेले तेव्हा प्रचंड घाबरले होते. डॉक्टर माझ्यासोबत असूनही. नंतर मात्र माझी ही भीती पळाली होती. मी त्यांचं परीक्षण करत नव्हते. पण बिचारे गरीब आहेत, इतकंच मला वाटत होतं. आपण सगळे जण आपल्या नशिबाच्या हातातल्या कठपुतळ्या असतो हेच खरं!

एकही शब्द न बोलता ते माझ्याबरोबर आले आणि घरी परतले. इस्रायली मंडळी त्यांना काही त्रास देतील, अशी भीती त्यांना वाटत होती. घाबरण्याचं काही कारण नाही, हे मी त्यांना समजावलं होतं. सगळ्या गोष्टी ठरवल्याप्रमाणे होतील, असंही म्हटलं होतं. जुजबी आणि गरजेची वाक्यं सोडल्यास आमच्यात काहीही संवाद झाला नव्हता. गप्पांचा तर विषयच नको. त्यांच्या घरात बाकी कोण कोण आहे, घर आतून कसं आहे, ते मला बघायलाच मिळालं नाही.. त्यांच्याकडं पाहिलं की विश्वासच बसायचा नाही की त्यांनी स्वत:च्या मुलीला जाळून मारण्याचा प्रयत्न केला. तिला मारण्याचं कृत्य तिच्या मेहुण्यानं केलेलं असलं तरी शेवटी हा निर्णय तिच्या पालकांनीच घेतला होता. अशाच प्रकारच्या आणखी एका घटनेत त्या

पालकांनाही भेटून माझ्या डोक्यात असेच विचार आले होते. त्यांनी आपल्या मुलीच्या हत्येचा विचार केला असेल, यावर विश्वासच बसत नव्हता. सुआदच्या पालकांच्या डोळ्यात अजिबात अश्रू नव्हते, पण अशा घटनांमध्ये मी काही पालक असेही पाहिले होते जे ऑनर क्राइमसारख्या अनिष्ट प्रथेचे गुलाम झाले होते. त्यात अडकून गेले होते. त्यांचं दुःख, गुपित पोटात सामावून घेतलेल्या त्या घराच्या बंद दारात मी त्यांना सोडलं आणि आल्या पावली परत गेले. तेव्हाही आम्ही एकमेकांशी चकार शब्द बोललो नाही. आम्ही भविष्यात कधीही एकमेकांना भेटणार नव्हतो!

हे सगळं प्रकरण इथवर थांबणारं नव्हतं. सगळ्यात आधी मला आमच्या संस्थेचे प्रमुख एडमंड कैसर यांची भेट घ्यायला हवी होती. सुआदला दुसऱ्या देशात घेऊन जायच्या माझ्या वेडेपणाबद्दल तोपर्यंत मी त्यांना काहीच सांगितलेलं नव्हतं. त्यांच्यापर्यंत हा विषय नेण्यापूर्वी प्रशासकीय बाजू भक्कम करून घेणं मला सुरक्षित वाटलं होतं. प्रशासनाकडचं काम पूर्ण झालेलं असल्यानं आता कैसर यांच्याशी बोलण्याची वेळ आली होती. त्यानुसार मी त्यांच्याशी बोलले. त्यांनी अशा प्रकारची घटना यापूर्वी कधी ऐकली नव्हती. त्यांना मी थोडक्यात सांगितलं,

''एका मुलीनं नुकताच एका मुलाला जन्म दिलाय. पण ती प्रचंड भाजलीय. तिला स्वित्झर्लंडला घेऊन जायची इच्छा आहे माझी. पण तिचं बाळ कुठंय ते मला अजून कळलेलं नाही. तुम्हाला या सगळ्याबद्दल काही माहिती आहे का?''

''होय.''

एडमंड कैसर हे असे होते. वेळेचं, परिस्थितीचं महत्त्व पुरेपूर जाणणारे. म्हणूनच अतिशय तत्पर. त्यांना प्रश्न विचारला की लगेच त्यांचं उत्तर तयार असे. त्यांच्याशी कोणत्याही विषयावर असा थेट संवाद साधता येत असे.

सुआद ज्या रुग्णालयात होती तिथं तिची नीटशी काळजी घेतली जात नव्हती. तिला जीवघेण्या वेदना होत होत्या. म्हणून मला तिला तिथून लवकरात लवकर बाहेर काढायचं होतं. तिला त्रास आणि हेळसांड सोसावी लागत असली तरी आम्हाला सर्वतोपरी मदत करणारा डॉक्टर हसन होताच. म्हणजे नशीब अगदीच काही विरोधात गेलं नव्हतं. हसनचा चांगुलपणा आणि त्यानं दाखवलेलं धाडस यामुळंच माझ्या योजनेत यश दिसू लागलं होतं. तो नसता तर इथंपर्यंत पोहोचणं अगदी अशक्य होतं. आता एडमंड कैसर यांनाही माझी योजना माहीत झालेली होती. डॉक्टर हसन आणि मी रात्रीच्या वेळी सुआदला रुग्णालयातून गुपचूप बाहेर काढण्याचा विचार केला होता. तिला स्ट्रेचरवरून घेऊन जायचं ठरवलं होतं. हे करण्यापूर्वी आम्ही रुग्णालयाच्या संचालकांना विश्वासात घेणार होतो. पण बाकी कुणापर्यंत ही बातमी आम्हाला पोहोचू द्यायची नव्हती. तिचा मृत्यू झाला आहे, असं त्यांनी रात्रीच्या वेळी भासवलं होतं की नाही ते मला आता नीटसं आठवत नाही,

पण कदाचित तसाच आभास निर्माण केला असावा.

मी तिला गाडीत मागच्या सीटवर झोपवलं. पहाटेचे तीन किंवा चार वाजले असतील. आम्ही तिथून दुसऱ्या एका रुग्णालयात निघालो होतो. कोणताही अडथळा न येता आम्ही पहाटेच्या वेळी रुग्णालयात सहीसलामत पोहोचलो. तिथं आधीपासूनच सगळी तयारी करून ठेवलेली होती. तिथल्या प्रमुखाला सगळ्या परिस्थितीची कल्पना होती. सुआदला तिचे आईवडील, तिचे कुटुंबीय आणि तिच्या गावाविषयी काहीही प्रश्न विचारले जाऊ नयेत, हेही मी आधीच सांगून ठेवलं होतं. या रुग्णालयाला ऑर्डर ऑफ माल्ताकडून अर्थसाहाय्य मिळत होतं. त्यामुळं इथं सुविधाही उत्तम होती. चांगली स्वच्छता होती.

त्यांनी सुआदला एका खोलीत ठेवलं होतं. युरोपकडून व्हिसा मिळेपर्यंत या रुग्णालयात सुआदवर उपचार सुरू होते. व्हिसा यायला वेळ लागत होता. तोपर्यंत मी रोजच्या रोज तिला भेटायला जात होते. मी तिच्या बाळासाठी थांबले होते. सुआद तिच्या मुलाविषयी काहीही बोलत नव्हती. म्हणजे तो जिवंत आहे मग कुठंही का असेना, इतकंही तिच्यासाठी पुरेसं असल्याचं जाणवत होतं. त्याच्याबद्दल तिचा हा असा दृष्टिकोन असणं अगदी साहजिक होतं. वेदना, अपमान, संताप आणि नैराश्य या सगळ्यामुळं ती शारीरिकदृष्ट्या आणि मानसिकदृष्ट्या आईपण स्वीकारायला सक्षम नव्हती. अनैतिक संबंधांतून जन्माला आलेल्या मुलाकडं समाज कशा नजरेनं पाहतो तेही विचारात घ्यायला हवं होतं. कुटुंबाच्या इभ्रतीला बट्टा लावलेल्या आणि त्यासाठी जिवंतपणी पेटवून देण्यात आलेल्या आईच्या पोटी जन्माला आलेल्या बाळाला काय त्रास भोगावा लागेल, याची कल्पनाच केलेली बरी! अशा संकुचित विचारांच्या समाजापासून या बाळाला लांबच ठेवणं बरं होतं. या बाळाला त्याच्याच देशात चांगलं वातावरण मिळण्याची शक्यता असती तर आम्ही त्याला इथंच ठेवलं असतं. पण एकूण परिस्थिती बघता या बाळासाठी आणि त्याच्या आईसाठी आम्ही निवडला होता तोच सगळ्यात कमी त्रासदायक पर्याय असावा. त्याला त्याच्याच देशात ठेवण्याची जराही सोय नव्हती. एखाद्या अनाथाश्रमात त्याला कुढत बसावं लागलं असतं. त्याच्या आईला झालेला त्रास त्याच्याही नशिबी आला असता. त्यामुळं सुआदला तिथून बाहेर काढणं जसं अनिवार्य होतं, तसंच तिच्या बाळाचीही या परिस्थितीनं सुटका करणं ही आमची जबाबदारी होती. तिच्या डोक्यात तिथून दूर निघून जाणं हा एकमेव विचार होता. तिला मी जेव्हा जेव्हा भेटायला जात असे, तेव्हा ती हा एकच प्रश्न विचारत असे. 'काळजी करू नको, व्हिसा मिळाला की आपण लगेच निघू,' असं माझं त्यावर उत्तर असायचं. तिथली नर्स कसलीही काळजी न घेता धसमुसळेपणे बँडेज काढते, अशी तिची नेहमी तक्रार असायची. नर्स तिच्याजवळ आली तरी ती जोरात

किंचाळायची. आपली नीट काळजी घेतली जात नाही, असं सुआदला वाटत होतं. तिथं खूप स्वच्छता ठेवली जात असली तरी एकूण दर्जा यथातथाच होता. पण व्हिसा मिळेपर्यंत बाकी पर्याय नव्हता. व्हिसासारख्या गोष्टींना नेहमीच फार वेळ लागतो.

या सगळ्या प्रक्रिया होत असताना सुआदच्या मुलाला शोधण्यासाठी माझ्या हालचाली सुरूच होत्या. सगळे संपर्क पणाला लावले होते. सुआदची घटना माझ्या कानावर घालणाऱ्या माझ्या त्या मैत्रिणीची एक मैत्रीण समाजसेवक होती. तिला म्हणे माहीत होतं की सुआदचं बाळ कुठं आहे ते. पण माझी मैत्रीण या बाबतीत फारशी उत्साही दिसत नव्हती. ती म्हणत होती की त्याला तिथून सहजासहजी बाहेर काढणं सोपं नव्हतं, तर अशक्यच होतं. त्या बाळाचा शोध घेणं, त्याला ताब्यात घेणं या फंदात मी पडू नये, असं तिचं स्पष्ट मत होतं. यामुळं माझ्यावरची जबाबदारी विनाकारण वाढली असती आणि सुआदच्या अंगावर आणखी जबाबदारी ओढवून घेतल्यासारखं झालं असतं. हा विषय मी सुआदच्या कानावर घातला.

''तुझ्या मुलाचं नाव काय?''

''त्याचं नाव मारूआन.''

''त्याचं हे नाव तू ठेवलंस का?''

''होय. डॉक्टरांनी मला विचारलं होतं.''

काही क्षण तिला सगळं स्पष्ट आठवायचं, मग मध्येच स्मृतिभ्रंश झाल्यासारखं करायची ती. त्यामुळं तिच्या बोलण्यातली संगती लावताना मला काही वेळा त्रास व्हायचा. तिनं कोणत्या भयंकर परिस्थितीत बाळाला जन्म दिला ते ती विसरली होती. तिला मुलगा झाल्याचं सांगण्यात आलं होतं तेही ती विसरली होती. मुलाचं नाव तिनं मारूआन ठेवल्याचं ती आतापर्यंत मला कधीच बोलली नव्हती. अचानक तिच्या मुलाचा उल्लेख आला. मी तिला साधासा प्रश्न विचारला होता. पण त्यावर तिचं लगेच आणि थेट उत्तर आलं, म्हणून मग आमच्यातला हा संवाद मी अशाच पद्धतीनं पुढं सुरू ठेवला.

''तुझ्या मुलाबद्दल तू काय विचार केलायस? मला वाटतंय की मारूआनला न घेता आपण इथून निघून जाऊ शकणार नाही. आपण त्याला एकट्याला इथं सोडू शकणार नाही. त्यामुळं मी त्याला शोधून काढणार आहे.''

तिनं माझ्याकडं एक कटाक्ष टाकला. तिची हनुवटी अजूनही तिच्या छातीला चिकटलेली असल्यानं तिला माझ्याकडं बघताना अतिशय त्रास होत होता.

''तुम्हाला खरंच असं वाटतं का?''

''हो, खरंच. तू इथून बाहेर पडणार आहेस. पण मारूआन इथं एकटाच राहिला तर त्याच्या नशिबी काय काय येईल, याचा तू विचार केलायस का? त्याला

जगणं कठीण करून ठेवतील इथली माणसं."

तो कायम एका चारमुटाचा मुलगा म्हणून ओळखला जाईल. एका वेश्येचा मुलगा म्हणून लोक त्याला हिणवतील. हे मी तिला उघडपणे बोलून नाही दाखवलं. पण तिला त्याची कल्पना आली असेल. 'तुम्हाला खरंच असं वाटतं का?' हे तिनं ज्या पद्धतीनं विचारलं त्यातून मी काय समजायचं ते समजले. तिच्याकडून मला जो प्रतिसाद हवा होता त्याला हे वाक्य पूरक होतं. त्यामुळं मलाही हुरूप आला. मी मारूआनचा शोध घ्यायच्या मागे लागले. सगळ्यात आधी मी एक-दोन अनाथाश्रमांत जाऊन आले. साधारण दोनेक महिन्यांचा आणि मारूआन नावाचा मुलगा तिथं आहे का याचा शोध घेऊन आले. पण तो कुठंच सापडला नाही. त्याला कुठून शोधून काढावं तेच समजत नव्हतं. माझ्यासोबत असलेल्या समाजसेवक मुलीला सुआदसारख्या मुलींची चीड होती. ती एका चांगल्या पॅलेस्टिनी कुटुंबातली होती, परंपरा जपणारी. पण मला तिची मदत घेण्याशिवाय पर्याय नव्हता. तिच्याशिवाय मी कुठं जाऊ शकत नव्हते. पण माझ्या आग्रहाखातर आणि माझ्या मैत्रिणीला जरा खूश करण्यासाठी तिनं मारूआनला कुठं ठेवलंय ते सांगण्याची तयारी दाखवली. आम्ही त्या अनाथाश्रमात जाऊन पोहोचलो. तो अनाथाश्रम होता की कोंडवाडा ते समजेना, इतकी त्याची भयानक अवस्था होती. मारूआनला तिथून बाहेर काढायचं म्हणजे किचकट काम होतं. त्याला तिथं नेऊन ठेवणाऱ्या व्यवस्थेच्या जंजाळात तो पार अडकून गेला होता.

पण काही करून आम्हाला त्याला सोबत न्यायचंच होतं. त्या अनाथाश्रमातून त्याची सुटका होण्यासाठी मी काही सूत्रं हलवली. त्याचे परिणाम दोन आठवड्यांत दिसले. या सगळ्या प्रक्रियेत पावलोपावली वेगवेगळ्या प्रकारची माणसं भेटत होती. मारूआनच्या आईचं जे झालं तेच त्याचंही व्हायला हवं, असं म्हणणारीही माणसं भेटली. काही माणसं तर उलट्या काळजाची होती. अशा मुलांपासून कायमची सुटका करून घेण्याची भाषा ती करत होती. कुणाला काहीही न कळता अशी अनेक मुलं अखेरचा श्वास घेतात. काही माणसं मात्र संवेदनशील होती. मी जे शिवधनुष्य पेलायला निघाले होते त्याविषयी त्यांना कळवळा दिसला. सरतेशेवटी माझी सरशी झाली आणि दोन महिन्यांचा इवलासा मारूआन माझ्या हातात आला! छोटंसं डोकं. तो नऊ महिने पूर्ण होण्यापूर्वीच जन्माला आल्यामुळं कपाळावर बारीकसा उंचवटा दिसत होता. इन्क्युबेटरमध्ये ठेवला असताना त्याच्याकडं नीटसं लक्ष दिलं गेलेलं नव्हतं. वेळेपूर्वीच त्याचा जन्म झाल्याचंही लक्षात घेतलं गेलेलं नव्हतं. जन्मजात मुलांना होते तशी कावीळ झाल्यासारखी लक्षणं मला जाणवली. यातून गंभीर समस्या समोर उभी राहू नये, असं मला मनोमन वाटत होतं. एक तर मारूआन पोटात असताना त्याच्या आईला अक्षरश: पेटवून देण्यात आलं. ती

अर्धवट शुद्धीत असताना त्याचा जन्म झाला. त्याला योग्य प्रकारे सांभाळायला हवं होतं. पण काळजी करण्यासारखं काही वाटलं नव्हतं. छोटेसे गोल डोळे उघडून तो माझ्याकडं टुकूटुकू बघत होता. शांतपणे. त्याच्या डोळ्यांत जराही पाणी नव्हतं.

कुपोषित मुलांची काळजी कशी घ्यायची, याची मला बऱ्यापैकी माहिती होती. मी ज्या संस्थेबरोबर काम करत होते तिथं अशी साठ एक मुलं होती. मी त्याला घरी घेऊन आले. त्याची योग्य ती काळजी घेण्यासाठी आवश्यक असलेलं सगळं साहित्य माझ्याकडं होतं. अत्यंत आजारी असलेल्या आणि युरोपात नेऊन शस्त्रक्रियेची गरज असलेल्या मुलांना घेऊन प्रवास करण्याची मला सवय होती. त्यामुळं मी मारूआनकडं नीट लक्ष देत होते. त्याचं पोट भरल्यावर त्याला कपडे घातले. डायपर लावून एका बास्केटमध्ये ठेवलं. माझ्याकडं व्हिसा होता. आता सगळी तयारी झालेली होती. आम्हाला विद्यापीठ रुग्णालयातल्या अतिशय भाजलेल्यांसाठीच्या विभागात थेट घेऊन जाण्यासाठी एडमंड कैसर लॉसेनमध्ये आमच्यासाठी थांबणार होते.

युरोपला निघण्याचा दिवस जवळ आला होता. मोठ्ठं धाडस करून आम्ही प्रवासाला निघणार होतो. तेल-अव्हिव्हला जाणाऱ्या विमानात बसवण्यासाठी सुआदला स्ट्रेचरवरून न्यायचं होतं. ती शहाण्या मुलीसारखी वागत होती. पण तिच्या वेदना बघवत नव्हत्या. तिला फार त्रास होत नाही ना आणि सगळं ठीक आहे ना, असं मी विचारल्यावर तिचं एकच उत्तर होतं, साधं-सरळ, ''होय, मला खूप त्रास होतोय.'' ती बाकी काहीच बोलली नव्हती.

''तुला मी थोडंसं हलवलं तर जरा बरं वाटेल का?''

''हो. चालेल तसं. धन्यवाद.''

ती सारखी धन्यवाद म्हणायची. विमानतळावर तिला व्हीलचेअरवर बसवल्यावर तिनं आभार मानले. अशी खुर्ची तिनं आजवर पाहिलेली नव्हती. स्ट्रॉ घालून कॉफी प्यायला दिल्यावरही धन्यवाद म्हणाली. मी बोर्डिंग पास घेऊन येईपर्यंत तिला कुठंतरी आरामात बसवून ठेवलं म्हणून धन्यवाद म्हणाली. तिच्या बाळाला मी उचलून घेतलं होतं. त्याला घेऊन विमानतळावरच्या सगळ्या औपचारिक बाबी पूर्ण करताना माझी तारांबळ उडत होती. कामं पटापट आटपायला हवीत म्हणून मी बाळाला तिच्या मांडीवर ठेवणार आहे, असं तिला सांगितलं. मग तिथून हलू नकोस, असंही म्हटलं. हे ऐकताच तिच्या डोळ्यात दाटलेली भीती मला स्पष्ट जाणवली. अंगावर ठिकठिकाणी भाजल्याच्या जखमा असल्यानं त्याला कुशीत घ्यायला ती कचरायची. टाळायचीच. तरीही मी त्याला तिच्याजवळच ठेवणार होते. तिनं कष्टानं कसेबसे हात जवळ आणण्याचा प्रयत्न केला. खूप त्रास होत होता तिला. बाळ पडणार नाही इतपतच ती हात एकत्र आणू शकली. त्यावर मी

मारूआनला ठेवलं आणि म्हटलं,

"आहेस तशीच बस. मी पटकन जाऊन आलेच."

बाळाला तिच्याकडं देण्याशिवाय मला गत्यंतरच नव्हतं. त्याला एका हातात धरून सुआदची व्हीलचेअर ढकलत मला सगळ्या ठिकाणी फिरणं अशक्य होतं. माझा पासपोर्ट, व्हिसा दाखवणं, सुआद आणि तिच्या बाळाची कागदपत्रं दाखवणं आणि आमच्या या विचित्र प्रवासाचा तपशील देणं मला अशा प्रकारे जमणारच नव्हतं. एका प्रकारे ते बरंच झालं. तिथून जाणारे-येणारे प्रवासी बाळाकडं बघून खूश व्हायचे. किती छान बाळ आहे, किती गोड दिसतंय, असं म्हणत त्याच्याकडं कौतुकानं बघायचे. बाळाच्या आईकडं मात्र त्यांचं लक्ष जायचं नाही. ती बाजूलाच पडली होती. तिला कपडे चढवणं अशक्यच होतं. त्यामुळं तिनं रुग्णालयातले कपडे घातले होते. त्यावर माझं लोकरी जाकीट आणि वर पांघरूण. या कपड्यांच्या आतलं शरीर जखमांवर लावलेल्या बँडेजनी भरून गेलेलं होतं. आपल्या बाळाचं कौतुक करणाऱ्यांना कृतार्थपणे धन्यवाद म्हणण्यासाठीही तिला मान वर करता येत नव्हती. तिच्या बाळाकडं सगळे जण लाडानं बघत होते तेव्हा तिच्या मनाला किती भोकं पडत होती तेही ती मला सांगू शकत नव्हती. औपचारिक गोष्टी पूर्ण करण्यासाठी मी या माय-लेकांना दोघांनाच सोडून लांब गेले तेव्हा लांबून दिसणारं ते चित्र मला पाहवेना. सुआद भाजण्याच्या जखमांनी विव्हळत खुर्चीत बसली होती, हातात तिचं बाळ होतं, ती मरणयातना सोसून मृत्युला भोज्या करून मागं आली होती, तिच्याबरोबर तिच्या बाळानंही खूप सोसलं होतं आणि येणारे-जाणारे मात्र त्या बाळाकडं लाडानं बघत होते. 'बाळ किती छान आहे', ते बोलत होते. किती करुण चित्र होतं ते!

विमानात चढायची वेळ आली तेव्हा आणखी एक प्रश्न समोर ठाकला. सुआदला विमानात कसं न्यायचं. पण हाही प्रश्न सुटला. मी अगोदरच विमानाच्या पायऱ्यांवर व्हीलचेअर आणली होती. पण तिथून पुढं कसं जायचं ते सुचत नव्हतं. इस्रायली मंडळींकडं यावर उपाय होता. त्यांनी एक मोठी क्रेन बोलावली. क्रेनच्या टोकावर असलेल्या छोट्या केबिनसारख्या भागात सुआदला बसवलं. सुआदला घेऊन क्रेन हळूहळू वर जाऊ लागली. विमानाच्या दाराच्या उंचीपर्यंत गेली. तिथं दोन पुरुष तयारीत होते. त्यांनी सुआदला व्यवस्थित उतरवून घेतलं.

मी पुढच्या भागातली तीन तिकिटं काढली होती. त्यामुळं सुआदला आरामात झोपता आलं असतं. बाकीच्या प्रवाशांचं तिच्याकडं सारखं लक्ष जाऊ नये म्हणून विमानात मदतीसाठी असलेल्या लोकांनी एक पडदा लावला होता. मारूआनला पण नीट झोपवलं होतं. त्याची सोय विमान कंपनीनंच केली होती. आम्हाला थेट लॉसेनपर्यंतचं विमान मिळालं होतं. सुआद बिचारी शांत होती. कशाहीबद्दल काही

तक्रार करत नव्हती. झोपताना कूस बदलण्यासाठी, हालचाल करण्यासाठी मी वेळोवेळी तिला मदत करत होते. पण तिला काही केल्या आराम पडत नव्हता. वेदनांवर दिलेल्या औषधांचा फारसा उपयोग नव्हता. तिच्या डोळ्यांवर अर्धवट झोप आणि थोडा थकवा दिसत होता पण एक प्रकारचा आत्मविश्वासही जाणवत होता. तिला काही खाता येत नव्हतं, पण स्ट्रॉच्या मदतीनं मधेमधे मी तिला काहीतरी प्यायला देत होते. बाळाकडंही माझं लक्ष होतंच. त्याचे कपडे सारखे बदलायला लागत होते. सुआद त्याच्याकडं बघणंही टाळतच होती.

भाजल्यामुळं तिला बऱ्याच प्रकारचे त्रास होत होते. खूप गुंतागुंत निर्माण झाली होती. तिला उपचारासाठी आम्ही स्वित्झर्लंडला नेत होतो. पण स्वित्झर्लंड म्हणजे काय ते तिला ठाऊक नव्हतं. आतापर्यंत तिनं कधीही विमान पाहिलंही नव्हतं. क्रेनही बघितली नव्हती. आंतरराष्ट्रीय विमानतळावर असलेली लगबग, वेगवेगळ्या प्रकारची माणसंही तिच्यासाठी नवीनच होती. गावात असताना तिचं विश्व अगदी छोटंसं होतं आणि आता अचानक इतक्या प्रकारची विविधता तिच्या समोर येत होती, इतक्या नवीन गोष्टी तिच्यावर आदळत होत्या की काही वेळा ती बावरून जात होती. घाबरत होती. तिच्या जखमाही खोलवरच्या होत्या. त्या भरून निघून आयुष्य सुसह्य होण्यासाठी फार मोठा काळ जावा लागणार होता. आगीमुळे तिची इतकी गंभीर स्थिती झाली होती की तिच्या शरीरावर शस्त्रक्रिया करता येईल की नाही, एका ठिकाणची त्वचा काढून दुसरीकडं लावून तिला नवीन त्वचा मिळेल की नाही, याचाही अंदाज येत नव्हता. आपलं जग सोडून पाश्चिमात्य संस्कृतीत मिसळून जाणं हेही महत्त्वाचं होतं. त्या संस्कृतीतल्या सगळ्या गोष्टी शिकणं, भाषा आत्मसात करणं हे तिच्यासाठी आव्हानच होतं. एडमंड कैसर म्हणायचे, 'तुम्ही अशा प्रकारे एखाद्याला मदत करायला सरसावता तेव्हा ती तुमची आयुष्यभराची जबाबदारी असते.'

सुआदच्या डोक्याशी विमानाची खिडकी होती. मी तिला विचारलं, "तुला दिसतंय का ते? त्याला ढग म्हणतात."

तिची एकूण स्थिती पाहता आता पुढं काय काय घडणार आहे, याचा विचार करण्याची क्षमता तिच्यात उरली नव्हती, असं मला वाटायचं. समोर सगळं अंधूक दिसत असतानाही तिला कशाची तरी आशा वाटत होती. विमानात ती झोपून गेली. तिच्याभोवती पडदे लावूनही तिच्या शरीराला दुर्गंधी येत असल्याची तक्रार विमानातल्या काही प्रवाशांनी केली. सुआदला त्या भयावह रुग्णालयात मृत्यूची प्रतीक्षा करत असल्याच्या दिवसांत मी पहिल्यांदा भेटल्यापासून आता दोन महिने उलटून गेले होते. तिला झालेल्या भयंकर जखमांमुळे तिच्या छातीच्या आणि हाताच्या त्वचेचा

जवळजवळ संपूर्ण भाग कुजू लागला होता. विमानातले बाकीचे प्रवासी नाकावर हात ठेवून तोंडं वाकडी करून बसले होते. या भाजलेल्या मुलीला आणि तिच्या लहानग्या बाळाला मी विमानातून घेऊन जात असल्याबद्दल नाकं मुरडत होते. मी हे का करत होते, हे त्यांना नंतर कळलं असतं. तेव्हा त्यांना जाणीव होत नव्हती. पुरुषांचं वर्चस्व असलेल्या प्रदेशांत जिथं प्रतिष्ठा राखण्यासाठी स्त्रियांचा जीव घेतला जातो तिथं अशा महिला जिवंतपणीच मेलेल्या असतात किंवा प्रत्येक क्षणाला मरत असतात. असेही काही प्रदेश आहेत, हे त्यांना नंतर कळेल. अशी माणसं पॅलेस्टिनी भूमीत आहेत; जॉर्डन, तुर्की, येमेन, इराक, इराण, पाकिस्तान, भारत आणि इस्त्रायलमध्ये आहेत. हो, अगदी युरोपातही आहेत. अशा क्रूर प्रकारांतून ज्या काही थोड्या जणी बचावतात त्या उरलेलं सगळं आयुष्य जगापासून लपून राहून काढतात, नाहीतर त्यांची खैर नाही, हेही या माणसांना कळेल कधी ना कधी!

बहुतांश मानवतावादी संघटना अशा प्रकारच्या महिलांच्या केसेस घेत नाहीत. या केसेसना सामाजिक प्रथांची झालर असते. त्या सांस्कृतिक केसेस असतात. त्यात बाकीच्या लोकांना पडता येत नाही. याचं दुसरं कारण म्हणजे, या महिलांना मारणाऱ्या पुरुषांना अनेक देशांत कायद्याचं संरक्षण असतं. महिलांसाठी किंवा युद्धातील निर्वासितांसाठी, बळींसाठी काम करत असलेल्या संस्थांना अशा प्रकरणांमध्ये काही रस वाटत नाही. ही परिस्थिती उद्भवते तेव्हा काय होत असेल त्याची कल्पना मला आहे. या प्रकरणात मी ज्या अडचणींतून गेले, जितका वेळ लागला त्यावरून तर मला चांगलाच अनुभव मिळाला. बोभाटा न करता अशा गोष्टी तडीस नेणं किती कठीण आहे, त्यात किती जोखीम आहे, कटकट आहे, तेही कळलं. अशा प्रकारच्या केसेसमधून मी सोडवलेली सुआद ही पहिली स्त्री. पण ही प्रक्रिया इथंच संपणारी नव्हती. तिला मृत्यूपासून दूर खेचून नेणं ही वेगळी गोष्ट होती आणि तिला पुन्हा आयुष्य मिळवून देणं ही त्यापेक्षाही वेगळी गोष्ट होती.

■

# भाग ३

# सुआद

# स्वित्झर्लंड

विमानात समोरच्या सीटवर माझं छोटंसं बाळ झोपलं होतं. त्याचा इवलासा गोंडस चेहरा मला दिसत होता. थोडासा लांब आणि सावळा. त्याच्या डोक्याला टोपडं बांधलेलं होतं. मला वेळेचं भान नव्हतं. त्यामुळं तो केवळ तीन आठवड्यांचा आहे, असा माझा समज होता. पण मारूआन तेव्हा दोन महिन्यांचा झाला होता. आम्ही २० डिसेंबरला जिनिव्हाला आलो, असं मला जॅकलिननं सांगितलं.

तिनं पहिल्यांदा त्याला माझ्या हातात दिलं तेव्हा मी घाबरले. मी त्याला हातात नीट धरूच शकत नव्हते. मनाचा गोंधळ, स्वत:ची लाज आणि प्रचंड वेदना अशा संमिश्र भावना एकत्र उमटल्यानं मी इतकी बावरले होते की क्षणभर काय करावं तेच कळलं नाही. बराचसा वेळ मी झोपलेलीच होते. आम्ही विमानातून खाली कधी उतरलो त्याचीही जाणीव मला झाली नाही. रुग्णालयात नेण्यासाठी मला रुग्णवाहिकेतून कधी नेलं तेही कळलं नाही. दुसऱ्या दिवशी मी कुठं होते, याची थोडी थोडी जाणीव मला होऊ लागली. माझा देश सोडून दुसऱ्या देशात जायला निघतानाची एकमेव आठवण माझ्या स्मरणात आहे. ती म्हणजे, माझ्या मारूआनचा निरागस चेहरा आणि विमानाच्या खिडकीतून दिसणारे ढग. खिडकीच्या त्या बाजूला पांढरं पांढरं काय दिसतंय, याची उत्सुकता मला लागून राहिली होती. आम्ही स्वित्झर्लंडला जातोय ते मला माहीत नव्हतं. पण त्या वेळी माझ्यासाठी त्या शब्दाला फारसा अर्थही नव्हता. स्वीस आणि ज्युईश यामध्ये माझा गोंधळ उडाला होता. आमच्याकडचं वातावरण असं होतं की माझ्या गावापलीकडं जे काही असेल, जो काही मोठा देश असेल तो आमचा शत्रू आहे, असंच वाटायचं.

आमच्या गावाबाहेर जाऊन बाकी देशांविषयी आणि त्यांच्या नावांविषयी मला सुतराम कल्पना नव्हती. बाकीच्या देशांविषयी सोडाच, मला माझ्या देशाविषयीही फारशी माहिती नव्हती. माझं गाव हेच माझं लहानसं विश्व होतं. लहानपणापासून फक्त आमच्याच भूमीबद्दल ऐकलं होतं. आमचंच गाव काय ते आमचं, त्यापलीकडचं सगळंच म्हणजे उरलेलं जग! हे जग म्हणजे आमच्या शत्रूची भूमी. या शत्रूच्या भूमीतले लोक डुकराचं मांस खातात हे सगळं आमचे वडील सांगायचे. त्यामुळंच

ते लोक पापी असल्याचं वडील म्हणायचे.

आता मात्र मी आमच्या शत्रूदेशात राहायला आले होते. पण माझा आत्मविश्वास दुणावलेला होता. मला मदत करणारी स्त्री माझ्याबरोबर होती म्हणून मला अजिबात भीती वाटत नव्हती. रुग्णालयात असलेल्या लोकांना माझी कथा माहीत नव्हती. जॅकलिन आणि एडमंड कैसर यांनी माझ्याविषयी कुणालाच काही सांगितलं नव्हतं. मी भाजले होते, इतकंच त्यांच्या दृष्टीनं महत्त्वाचं होतं. त्यांनी तातडीनं उपचार करण्यासाठी दुसऱ्याच दिवशी माझा ताबा घेतला. माझ्यावर त्यांना शस्त्रक्रिया करायची होती. माझी हनुवटी अजूनही छातीला चिकटलेली असल्यानं मला मान वर करता येत नव्हती. त्यांना ती हनुवटी छातीपासून विलग करायची होती. माझं मांसही भाजलं गेलं होतं. या सगळ्या त्रासात माझं वजन खूप कमी झालं होतं. भाजल्याच्या जखमा आणि हाडांचं वजन जेमतेम तीस किलोंवर आलं होतं. त्वचा फारशी शिल्लक राहिली नव्हती. प्रत्येक वेळी नर्स तिचं साहित्य घेऊन आली की मी रडायला सुरुवात करत होते. मला बरं करण्यासाठी हे सगळं आवश्यक असलं तरी भयानक त्रासदायक होतं. मला सहनच होत नव्हतं. उपचार करताना ते मला वेदनाशामक द्यायचे. ती नर्सही अतिशय चांगली होती. तिचा हात हलका होता. तिनं अगदी नाजूकपणे माझी खराब झालेली त्वचा दूर केली. मला अँटिबायोटिक्स दिली. क्रीम लावून त्यांनी माझ्या जखमांचा दाह कमी केला. सक्तीनं पाण्याखाली उभं राहण्याची भयावह जाणीव इथं नव्हती. माझ्या देशातल्या रुग्णालयात जसं माझ्या अंगावर चादर घालून ठेवायचे तसा आततायीपणा इथं नव्हता. त्यामुळं माझा त्रास खूप सुसह्य झाला होता. बाहुलीचे हात जसे लटकत असतात तसे आधी माझे हात एका बाजूला झुकलेले, लटकत असायचे. पण प्रयत्नांती त्यांनी ते व्यवस्थित केले. त्यामुळं हातांची नीट हालचाल करता येऊ लागली. मला उभं राहता येऊ लागलं. नंतर मी चालूही लागले. माझ्या हातांचा वापर करू लागले.

हे उपचार सुरू असताना मी एका नव्या विश्वात रुळण्याचा प्रयत्न करत होते. या विश्वाची भाषा मला पूर्णपणे अनोळखी होती. मला अरबीमध्येही लिहिता वा वाचता येत नसल्यानं मोजके शब्द बोलता येईपर्यंत मी अक्षरशः मौनव्रत धारण केलं होतं.

मी फक्त जॅकलिन आणि होडा यांच्यासमोर माझ्या भावना मोकळेपणे व्यक्त करत असे. या दोघी जणींना अरबी बोलता येत होतं. एडमंड कैसर भला माणूस. माझ्या आजवरच्या आयुष्यात मी पाहिला नसेल इतका चांगला माणूस. त्यांना मी मनापासून मानत असे, इतकं की आजवर इतका आदर कुणाविषयी वाटला नाही. ते खऱ्या अर्थानं वडलांसारखं वागले. त्यांनीच माझ्या आयुष्याबाबत इतका योग्य निर्णय घेतला आणि मला स्वित्झर्लंडला आणण्यासाठी जॅकलिनला परवानगी दिली. खरंच एखाद्या वडलांनी मुलीच्या भवितव्यासाठी योग्य निर्णय घ्यावेत,

तितक्या मायेनं त्यांनी माझ्यासाठी इतकं केलं.

मारूआनला बघण्यासाठी मी माझ्या खोलीतून नर्सरीत गेले तेव्हा मुलींना मिळत असलेलं स्वातंत्र्य बघून मला आश्चर्यच वाटलं. माझ्यासोबत दोन नर्स होत्या. त्यांनी मेकअप केला होता. त्यांचे केसही छान दिसत होते. त्यांनी तोकडे कपडे घातले होते. पुरुषांशी त्या बिनधास्त बोलत होत्या. माझ्या मनात आलं, 'त्या पुरुषांशी बोलताहेत म्हणजे आता त्यांचं मरण अटळ आहे!' शब्दांची जुळवाजुळव करून मी हे लगेच जॅकलिन आणि एडमंड कैसर यांना सांगून टाकलं.

"इथल्या मुलींकडं बघा. त्या पुरुषांशी बोलताहेत. आता त्यांना मारून टाकलं जाईल."

हातानं मान उडवण्याची खूण करत मी हे वाक्य म्हटलं.

"नाही. हे स्वित्झर्लंड आहे. तुझ्या देशात घडतं तसं इथं घडत नाही. त्यांना कोणी काही करणार नाही. पाश्चिमात्य जगात असं चालतं. त्यात काही विशेष नाही."

"त्या कशा पाय दाखवताहेत. असं उघडे पाय असणं बरं नाही. मुलीनं असे पाय दाखवू नयेत."

"यातही काही वावगं नाही."

"आणि त्यांचे डोळे बघा. मुलींनी मेक-अप करणं चुकीचं नाहीये का?"

"इथल्या बायका मेक-अप करतात. त्या घराबाहेर जातात. त्या पुरुषांशी मैत्री करतात. हे सगळं तुझ्या गावापेक्षा वेगळं आहे. तू आता या देशात आहेस. स्वित्झर्लंडमध्ये आहेस. पूर्वीसारखी तुझ्या गावात नाहीस."

हे सगळं पचवणं आणि त्याला सरावणं माझ्यासाठी तितकं सोपं नव्हतं. मी एडमंड कैसर यांनाही पुन:पुन्हा हेच प्रश्न विचारून भंडावून सोडलं असणार. पहिल्यांदा बोलताना मी म्हटलं, "त्या मुलीला मी परत कधीच बघू शकणार नाही. लवकरच ती मरणार आहे." पण दुसऱ्या दिवशी तिला पुन्हा बघून मला हायसं वाटलं. आनंदही वाटला. मी मनात म्हटलं, 'बरं झालं तिला काही झालं नाही. कालच्यासारखाच पांढरा ब्लाऊज घातलाय तिनं. पायही उघडेच आहेत. म्हणजे सगळं काही ठीक असावं आणि अशा गोष्टींसाठी इथं शिक्षा केली जात नसावी.' सगळीकडं माझ्या गावासारखंच वातावरण असतं असं मला तोपर्यंत वाटायचं. एखादी मुलगी मुलाशी बोलताना दिसली की तिला चांगलीच शिक्षा व्हायची. या मुली ज्या प्रकारे चालायच्या ते पाहूनही मी थक्क झाले होते. त्यांच्या चेहऱ्यावर स्मित असायचं. एखाद्या पुरुषाप्रमाणं आत्मविश्वासानं, सहजपणे त्या चालायच्या. तपकिरी केसांच्या, गोऱ्या-घाऱ्या वा निळ्या डोळ्यांच्या अनेक मुली मला इथं दिसल्या.

त्या अशा का दिसतात? त्या माझ्यासारख्या सावळ्या का नाहीत? इथं ऊन कमी असतं का? ऊबदारपणा वाढला की त्यांचा रंगही थोडा गडद होईल आणि

त्यांचे केस कुरळे होतील का? श्शी! तिच्या ब्लाऊजच्या बाह्या किती लहान आहेत. या हसत बसलेल्या बायकांकडं बघा. माझ्या गावात बायका अशा बाकीच्या बायकांमध्ये बसून खीखी करत नसत आणि एकही स्त्री असे लहान हातांचे कपडे घालत नसे. इथल्या बायकांनी पायात चपलाही घातल्यात. हे सगळं बघून मी अवाक् झाले होते. मी पहिल्यांदा शहरात केव्हा गेले होते ते अजूनही मला आठवतं. एडमंड कैसरसोबत एकटीच गेले होते. जॅकलिन अगोदरच काही कामासाठी निघून गेली होती. शहरात रेस्टॉरंटमध्ये बायका बसलेल्या दिसल्या. त्या सिगरेट ओढत होत्या. त्यांच्या कपड्यांना बाह्या नव्हत्याच. त्यामुळं त्यांची गोरी कांती स्पष्ट दिसत होती. पांढरी त्वचा फक्त ब्लाँड मुलींची होती वाटतं तिथं. माझं लक्ष त्यांच्याकडं आकर्षित झालं होतं. त्या नेमक्या कुठून आल्या असतील, हा विचार मी करत होते. आमच्या देशात ब्लाँड अगदी दुर्मीळपणे दिसतात. त्यामुळं आमच्यातिकडे पुरुष त्यांच्याकडं टक लावून बघत असतात. या मुलींना धोका असू शकतो, असा विचार नेहमी माझ्या मनात यायचा. एडमंड कैसर यांनी मला भूगोलाचा पहिला धडा दिला. माणसा-माणसांत दिसणारे फरक याचाही त्यात समावेश होता.

"या महिला जन्मत:च ब्लाँड आहेत. बाकीच्या देशांतल्या महिलांचा रंग आणखी वेगळा असतो. पण युरोपात तपकिरी रंगाची त्वचा, लाल केस असलेल्या, चेहऱ्यावर ठिपके असलेल्याही स्त्रिया आहेत..."

"मला आहेत तसे ठिपके?"

"नाही. तुझ्यासारख्या भाजलेल्या जखमांसारखे ठिपके नाहीत. हे तपकिरी रंगाचे लहान लहान ठिपके असतात. सूर्याच्या किरणांमुळं त्यांच्या गोऱ्या रंगावर हे ठिपके उठतात."

माझ्यासारख्या वाटणाऱ्या त्या महिलांकडं मी पाहतच राहिले. एडमंड कैसरना म्हटलं, "मला माफ करा, पण जाळण्याचा प्रयत्न झालेल्या आणखी एखाद्या महिलेला भेटायला मला आवडेल. मी कधीच अशा प्रकारच्या कुणाला बघितलेलं नाही. मला एकटीलाच का जाळण्याचा प्रयत्न झाला?" जगातली एकमेव भाजलेली किंवा पेटवून देण्यात आलेली महिला अशी भावना माझ्या मनात सलते. गाडीच्या अपघातामुळं माझी अशी अवस्था झाली असती तर मुद्दा वेगळा होता. मग मला काही वाटलं नसतं. माझ्या नशिबातच हे लिहिलेलं होतं आणि तुम्ही तुमचं नशीब बदलू शकत नाही, हे खरं आहे. आयुष्यभर माझ्या मनात मला भाजल्याचा आणि मी इतरांहून वेगळी असल्याचा सल राहील. भाजल्याचे व्रण मला कायम मोठ्या बाह्यांच्या खाली झाकावे लागतील. मोठा गळा असलेला ब्लाऊज घालण्याची, या महिलांसारखे लहान हातांचे कपडे घालण्याची इच्छा मलाही होते. बाकीच्या बायकांना ते स्वातंत्र्य आहे. मी मोकळेपणानं कुठंही फिरू शकत असले तरी माझ्या

त्वचेनं माझ्यावर बंधन लादलंय. वेगळाच तुरुंगवास लादलाय.

माझे दात चमकदार सोनेरी दिसू शकतील का, असं मी एकदा विचारलं होतं. माझी खरंच तशी इच्छा होती. एडमंड कैसर यांनी हसून उत्तर दिलं की, मी आधी पूर्णपणे बरं व्हावं, मग माझ्या दातांचं काय ते बघता येईल. माझ्या गावात सोनेरी दात म्हणजे काहीतरी खास वाटायचं. चकाकतं ते सगळंच नवलाईचं वाटायचं. माझ्या शरीरात माझं असं विशेष काही उरलेलंच नव्हतं. बराचसा वेळ मला झोपून राहावं लागे. त्यामुळं माझ्या या विचित्र प्रश्नामुळं कैसरना गंमत वाटली असेल. उपचारादरम्यान वेळोवेळी ते मला चालायला नेत. पण मला अंघोळ करता येण्यासाठी काही आठवडे गेले. जखमा पूर्ण भरेपर्यंत व्यवस्थित कपडे घालण्याचा तर प्रश्नच नव्हता. माझी बँडेज दिसणार नाहीत, असा मोठा टी शर्ट घालून मी वावरत असे. मला वाचायला येत नसल्यामुळं वाचन करता येत नव्हतं. नर्सला माझी भाषा कळत नसल्यामुळं मला तिच्याशी काही बोलता येत नव्हतं. माझी काळजी घेत असताना वापरावे लागतील असे खाणं, झोपणं, बाथरूम, अंथरूण, वाईट, चांगले हे शब्द जॅकलिननं त्यांना एका कागदावर फ्रेंच लिपी व अरबी उच्चार असलेले शब्द लिहून दिले होते. पण तरीही भाषेच्या अडचणीमुळे नर्सशी गप्पा मारण्याची शक्यताच नव्हती. मला उठायला यायला लागलं तेव्हा मी अनेकदा खिडकीत जाऊन बसू लागले. शहराचं निरीक्षण करू लागले. दिवे निरखू लागले. त्यावरचे डोंगर बघू लागले. डोंगर भव्य होते. या गोष्टी मी आ वासून पाहत असे. बाहेर जावं आणि मस्त चालावं असं सारखं मनात येई. मी यापूर्वी असं शहर कधीच बघितलेलं नव्हतं. इतकं मोठं, इतकं सुंदर!

दररोज सकाळी मी मारूआनला बघायला जात असे. नर्सरीत जाण्यासाठी मला दुसऱ्या इमारतीत जावं लागत असे. अंगात मागच्या बाजूनं बंद असलेला रुग्णालयातला गाऊन, झगा आणि स्लिपर्स इतकंच काय ते घातलेलं असल्यानं खूप थंडी वाजायची. त्यातून मला सर्दी झाली होती. या वस्तू आणि रुग्णालयातला दात घासायचा ब्रश इतक्याच काय त्या माझ्या स्वत:च्या वस्तू. त्यामुळं घरात असल्यासारखी मी झटपट फिरत असे. मान खाली असायची. 'जरा बेतानं चाल,' असं मला नर्सनं बजावलं होतं. पण मला हळूहळू चालायचा कंटाळा येत असे. मी जिवंत होते याचा अभिमान वाटून आजूबाजूला ताठ मानेनं वावरावंसं वाटायचं मला. मनात अजूनही थोडी भीती होती, पण तिची पर्वा नव्हती. या भीतीवर मात्र तिथले डॉक्टर आणि नर्स काही उपाय करू शकत नव्हते. मलाच काहीतरी करायला हवं होतं. जाळून मारण्याचा प्रयत्न झालेली जगातली मी एकमेव स्त्री असल्याची भावना माझ्या मनात घर करून बसली होती. मला अपमानास्पद, अपराध्यासारखं वाटायचं. या जाणिवा माझी पाठ सोडतच नव्हत्या.

रुग्णालयात असताना रात्रीच्या वेळी मला दुःस्वप्नं दिसायची. माझ्या मेहुण्याचा चेहरा पुन्हा माझ्या दिशेनं येताना दिसायचा. तो माझ्याभोवती फिरत असल्याचा भास व्हायचा. 'मी तुझी काळजी घेणार आहे' असं ते त्याचं वाक्य तेव्हाही कानात घुमायचं. नंतर मला ज्वाळांनी वेढलेलं दिसायचं. दिवसाही हे विचार माझ्या मनात यायचे. अचानक माझी जगण्याची इच्छा नष्ट व्हायची आणि तो दाह सहन करण्यापेक्षा मरण पत्करलं असं वाटू लागे. मी मरूनच जायला हवं होतं, असा विचार अंथरुणात पडल्या पडल्या काही वेळा माझ्या डोक्यात यायचा. माझी तीच पात्रता आहे, असंही वाटायचं. जॅकलिननं मला रुग्णालयातून लॉसेनला आणण्यासाठी विमानात नेलं तेव्हा मी म्हणजे एक कचऱ्याची पिशवी आहे, तिनं मला कुठंही कोपऱ्यात फेकून द्यावं, असं वाटायचं. परिस्थितीनं माझं जे काही करून टाकलं होतं त्याची मला सतत लाज वाटायची.

माझं पूर्वायुष्य हळूहळू माझ्या विस्मरणात जाऊ लागलं. या देशात आल्यावर मला कुणीतरी नवीन व्यक्ती असल्यासारखं वावरायचं होतं. माझ्याभोवती असलेल्या या स्वतंत्र महिलांसारखं जगायचं होतं. शक्य तितक्या लवकर इथल्या वातावरणाशी एकरूप होऊन जायचं होतं. हे साध्य करण्यासाठी कित्येक वर्षं मी माझ्या आठवणी दडपून ठेवल्या होत्या. माझं गाव, माझं कुटुंब माझ्या मनातून जणू हद्दपार करून टाकलं होतं. मारूआन मात्र कायम आठवणीत असायचा. त्याला दुधाची बाटली कशी द्यायची, त्याचे कपडे कसे बदलायचे, मी शारीरिकदृष्ट्या सक्षम होईपर्यंत रोज काही मिनिटं का होईना त्याची आई म्हणून कसं वागायचं हे सगळं मला शिकवणारी नर्सही विस्मरणात जाणार नाही. माझा मुलगा मला समजून घेईल आणि मला माफ करेल, अशी आशा आहे. आई असण्याचीही मला लाज वाटत होती. मनातल्या मनात अपराधी वाटतं होतं. त्यामुळं मला जे करायला सांगितलं होतं ते करणं जड जायचं. हे कुणी समजून घेऊ शकेल का? माझा मुलगा असल्याची ओळख देऊन मला त्याला लज्जास्पद वाटू द्यायचं नव्हतं. माझ्यासोबत आणि माझ्या जळाल्याच्या खुणा वागवत राहून त्याला काहीही भवितव्य नव्हतं. त्याचा बाप भित्रा, पळपुटा होता हे मी त्याला नंतर कशी सांगू शकणार होते? ठिकठिकाणी भाजल्यामुळं माझं शरीर होत्याचं नव्हतं झालं होतं. बघितलं तरी भीती वाटायची. माझं जे काय झालं त्याबद्दल त्याला अपराध्यासारखं वाटू नये म्हणून मी नेमकं काय करायला हवं होतं? या सगळ्यापूर्वी मी कशी होते, त्याचं चित्रं उभं करता येत नव्हतं. मी सुंदर होते का? माझी त्वचा मऊसूत होती का? माझे हात लवचिक आणि छाती आकर्षक होती का? या घटनेनंतर मी कशी दिसत होते ते बघण्यासाठी आरशाची गरज नव्हती. माझ्या आजूबाजूला असलेल्या लोकांच्या डोळ्यात मला माझं प्रतिबिंब दिसत होतं. मी किती कुरूप आणि तुच्छ दिसत होते,

ते लोकांच्या डोळ्यातून कळत होतं. एखाद्या कचऱ्याच्या पिशवीसारखी. तेव्हाही मला मरणाच्या यातना होत होत्या. माझ्यावर उपचार सुरू असल्यामुळं माझ्या शरीराचं रूप बदलत होतं आणि पूर्वीची शारीरिक क्षमता परत येत होती. पण हे होत असताना माझं मन मात्र नेहमी थाऱ्यावर असायचंच असं नाही. हे सगळं कसं व्यक्त करावं म्हणून नाही, पण तोपर्यंत नैराश्य हा शब्दच मला माहीत नव्हता. काही वर्षांनी माझ्या तो परिचयाचा झाला. तेव्हा मला इतकंच कळत होतं की जे काय झालं त्याबद्दल स्वत:ची कीव करणं बंद करावं. मनाला सतत हेच समजावत मी माझ्या मनातल्या कटू भावना वीस वर्षं इतक्या दडपून ठेवल्या की अजूनही त्या कमालीच्या अस्वस्थ करतात. आयुष्याचा एकेक दिवस ढकलण्यासाठी मला माझ्याच मनाशी इतकं कठोर वागण्याशिवाय गत्यंतर नव्हतं.

बरेच महिने माझ्यावर उपचार सुरू होते. एका ठिकाणची त्वचा काढून दुसरीकडं लावली जायची. एकूण चोवीस शस्त्रक्रिया झाल्या माझ्यावर. माझे पाय आगीत होरपळलेले नव्हते. त्यामुळं पायांवरची कातडी काढून बाकी ठिकाणी लावली जात होती. ही सगळी प्रक्रिया होत असताना नवी कातडी येईपर्यंत किंवा आधीची भरून निघेपर्यंत थांबावं लागत असे. ते झालं की पुढची शस्त्रक्रिया. दुसरीकडं लावण्यासाठी अंगावर त्वचाच उरली नव्हती, तोपर्यंत हे सुरूच होतं. दुसरीकडून उचलून लावलेली त्वचा नाजूक होती. त्या त्वचेची मला जिवापाड काळजी घ्यावी लागायची. आजही मला ते करावं लागतंय.

मी नेहमीचे कपडे घालायला सुरुवात करावी, अशी सूचना एडमंड कैसर यांनी केली होती. तसं त्यांनी ठरवून टाकलं होतं. ते मला एका मोठ्या दुकानात घेऊन गेले. ते दुकान इतकं भव्य आणि कपड्यांनी-बुटांनी भरलेलं होतं की कुठं बघावं तेच समजत नव्हतं. नजर नुसती भिरभिरत होती. आम्ही गावात घालायचो तशा एम्ब्रॉयडरी केलेल्या चपला मला घ्यायच्या नव्हत्या. मला पँट घालायची होती. सरौअलचा कंटाळा आला होता. पँट घातलेल्या मुली मी यापूर्वीही बघितल्या होत्या. फळं आणि भाज्या आणण्यासाठी मी वडलांसोबत व्हॅनमधून शहरातल्या बाजारात जात असे तेव्हा पँट घातलेल्या मुली पाहिल्या होत्या. काहींच्या पँट अगदी स्टायलिश होत्या. पायाकडं अगदी रुंद असलेल्या. त्यांना 'चार्ल्सस्टोन' पँट म्हटलं जायचं. त्या मुलींना वाईट ठरवलं जायचं. मी असले कपडे कधीच घातले नव्हते.

मला 'चार्ल्सस्टोन' मिळाली नाही. त्यांनी माझ्यासाठी काळ्या चपला आणल्या. त्याला किंचित उंच टाचा होत्या. त्याबरोबर एक जीन्स आणि सुंदर असा पुल-ओव्हर. ते बघून मी निराश झाले. या नव्या कपड्यांची स्वप्नं मी गेले नऊ महिने रंगवत होते. पण माझी नाराजी चेहऱ्यावर अजिबात न दाखवता मी हसून त्यांचे आभार मानले. कायम सगळ्यांशी हसत-खेळत राहायची मला सवय लागली

होती. याचं आणि सगळ्यासाठी आभार मानण्याचं सगळ्यांना विशेष वाटायचं. त्यांच्या दयाळूपणाची पावती मी गोड हसून देत असे. शिवाय, त्यांच्याशी संवाद साधण्यासाठी बरेच दिवस माझ्याकडं हा एकमेव पर्याय होता. त्यांची भाषा काही मला येत नव्हती. मला रडू आलं तरी मी ते लपवत होते. ही माझी जुनी सवय होती. हसणं ही माझ्या दुसऱ्या आयुष्याची खूण होती. इथले लोक हसतमुख होते. अगदी पुरुषही. जितकं शक्य आहे तितकं हसून घ्यायचं होतं मला. लोकांनी माझे आभार मानणं हा माझ्यासाठी अगदीच नवा आणि अपूर्व अनुभव होता. मी इतकी राब-राब राबले, पण कुणीही मला असं कधीही म्हटलेलं नव्हतं. ना माझ्या वडलांनी, ना भावानं ना बाकी कुणी. मला फक्त मार मिळायचा, आभाराचे दोन शब्द मात्र कधीही नाहीत.

एखाद्याचे आभार मानणं हे विनम्रपणाचं आणि एखाद्याला मान देण्याचं लक्षण आहे, हे माझ्या हळूहळू लक्षात आलं. बाकीचे माझे आभार मानत, त्यामुळं मलाही इतरांचे आभार मानण्यात एक गंमत वाटायची. बँडेज बांधल्यावर आभार मानायचे, झोपेच्या गोळ्या दिल्यावर, माझी त्वचा आणखी खराब होऊ नये म्हणून त्यावर मलम लावल्यावर आणि त्याहून खास म्हणजे, मला चॉकलेट दिल्यावर आभार मानायला मला खूप आवडायचं. त्यात गंमत वाटायची. कृत्रिमपणा जाणवायचा नाही. मला पँट, चपला आणि पुल-ओव्हर घेऊन दिल्याबद्दल मी एडमंड कैसर यांना धन्यवाद दिले.

''सुआद, तू इथं एक स्वतंत्र मुलगी म्हणून वावरणार आहेस. तुला जे वाटतंय ते मोकळेपणानं कर. पण तू साध्या पद्धतीचे कपडे घालावेस असं मला वाटतं. तुला जे शोभतील आणि तुझ्या त्वचेला इजा करणार नाहीत ते कपडे तू निवड. त्यामुळं उगाचच तुझ्याकडं लक्षंही वेधलं जाणार नाही.''

त्यांचं म्हणणं बरोबर होतं. या देशानं इतक्या उदारपणे आणि प्रेमानं माझं स्वागत केलेलं असलं तरी मी शेवटी पॅलेस्टिनी भूमीतली लहानशी मुलगीच होते. आई-वडील किंवा कुटुंबाशिवाय, कुठल्याही शिक्षण-प्रशिक्षणाशिवाय राहणारी होते आणि अजूनही सोनेरी दातांचं स्वप्न बघणारी!

तिथं जाऊन वर्ष उलटल्यावर माझी रुग्णालयातून सुटका झाली. एके ठिकाणी माझी सोय करण्यात आली. तिथं गेल्यावर त्वचेचा त्रास आणखी होऊ लागला. त्यामुळं मी रुग्णालयात परत आले. मला तिथं नेहमीच बरं वाटायचं असं नाही. पण मी काहीच बोलत नव्हते. यापेक्षा चांगलं काही मिळावं अशी अपेक्षाही ठेवली नव्हती. शक्य तितकं फ्रेंचही शिकत होते मी. हावभाव निरखत होते. तोडकीमोडकी वाक्यं बोलण्याचा प्रयत्न करत होते. अनेकदा तर शब्दांचा अर्थही न कळता केवळ पोपटपंची सुरू असायची माझी.

युरोपला आणल्यानंतर मला शिकवण्यापेक्षाही माझी उरलीसुरली त्वचा वाचवणं जास्त महत्त्वाचं होतं, हे जॅकलिननं मला नंतर सांगितलं. सतत रुग्णालयात जावं लागत असल्यानं मला फ्रेंचची शिकवणी नियमित पूर्ण करणं अवघड होतं. मी कधी शिकण्याचा विचार करेन, असं माझ्या स्वप्नातही आलं नव्हतं. मी गावात असताना फक्त दोन मुली शहरातल्या शाळेत जायच्या. त्या बसनं जायच्या. गावातले लोक त्यांची खिल्ली उडवायचे. मलाही त्यांचा रागच यायचा. शाळेत गेलो तर नंतर नवरा मिळणार नाही, असं माझ्या बहिणी सांगायच्या. तेच माझ्याही डोक्यात बसलं होतं. मनातल्या एका कोपऱ्यात मला याची लाज वाटायची की मला नवरा नव्हता. माझ्या गावातले ते सडके विचार माझ्यातही नकळत मनात शिरले होते आणि तिथंच वाढलेही होते. त्यामुळंच मी नवरा नसल्याची खंत बाळगून होते. कुठल्याही पुरुषाला माझ्यासोबत काहीही करावंसं वाटणार नाही, हे माझ्या मनानं घेतलं होतं. माझ्या देशात पुरुषाशिवाय जगणं म्हणजे बाईसाठी जन्माची शिक्षा होती.

मला आणि मारूआनला एके ठिकाणी आसरा मिळाला होता. तिथं आमचं स्वागतच झालं. भाजल्यामुळं माझ्या शरीराची झालेली अवस्था आणि दुसरीकडं, या कुरूपतेमुळं कोणाही पुरुषाची मला जवळ करण्याची इच्छा होणार नाही ही भावना, यामुळं हा दुहेरी त्रास सहन करण्याची मला सवय होईल, असं तिथल्या प्रत्येकाला वाटत होतं. मी पूर्णपणे बरी झाले की काम करायला लागेन आणि मग माझ्या मुलाला सांभाळू शकेन, असाही विश्वास त्यांना होता. फक्त जॅकलिनला कल्पना होती की मला यातलं काहीही जमणं शक्य नव्हतं. याचं मुख्य कारण म्हणजे, माझ्यावर ओढवलेल्या प्रसंगानं मला इतकं पोखरून टाकलं होतं की, सर्वसामान्य माणसासारखं शरीर पुन्हा होण्यासाठी, मी जशी आहे तशी आधी स्वत:लाच मान्य होण्यासाठी, बराच काळ जावा लागणार होता. या सगळ्या वर्षांमध्ये माझ्या बाळाची वाढ जशी व्हायला हवी तशी झाली नसती. किंबहुना तो चुकीच्या पद्धतीनंच वाढवला गेला असता. विशी येऊनही माझ्यात खूप बालिशपणा होता. त्यामुळं आयुष्याचा खरा अर्थ जराही उलगडलेला नव्हता. जगणं काय असतं, जबाबदाऱ्या काय असतात, त्या कशा पेलायच्या असतात ते माहीतच नव्हतं. मुळात स्वातंत्र्य म्हणजे काय असतं, ते कसं अंगी बाणवायचं असतं ते तरी मला कुठं समजलं होतं?

आम्ही स्वित्झर्लंड सोडून आयुष्याच्या पुढच्या प्रवासाला लागल्यावर एकेक गोष्ट कळू लागली. माझ्यावरचे उपचार पूर्ण झाले होते. त्यामुळं मला तिथून मुक्काम हलवता येणार होता. आम्हाला सामावून घेईल, आमचं संगोपन करेल असं कुटुंब जॅकलिननं शोधून काढलं होतं. ते कुटुंब एकदम मस्त होतं. आम्ही फॉस्टर फॅमिली म्हणायचो त्याला. बाकीची मुलं आणि मारूआनप्रमाणं मीही त्यांना पप्पा आणि

मम्मा म्हणू लागले. या कुटुंबानं जगाच्या विविध कोपऱ्यांतून आलेल्या अनेक मुलांना आश्रय दिला होता. मला आठवतं, एके दिवशी तर आम्ही अठरा जण टेबलाभोवती जमलो होतो. यातली बरीचशी मुलं एकटी होती, सोडून दिलेली. या मुलांना तात्पुरता आसरा देण्यासाठी लागणारी आर्थिक मदत या कुटुंबाला तेरे देस होम्समधून मिळायची. ही मुलं घर सोडून निघून जायला निघाली की तो क्षण त्रासदायक असायचा. मुलांना पप्पा आणि मम्मा यांना सोडून जावंसं वाटायचं नाही. त्यातली काही मुलं या दोघांच्या गळ्यात पडून रडलेली मी पाहिली आहेत. यातल्या अनेकांसाठी हे घर म्हणजे तात्पुरता निवारा असायचा. उपचार होईपर्यंत, बरं वाटेपर्यंत ते इथं राहायचे. तातडीची शस्त्रक्रिया होईपर्यंत काही जण या घरात राहिले होते. त्यांच्या देशात या शस्त्रक्रिया होण्यासारख्या नसल्यानं ते इथं आले होते. काम झाल्यावर मायदेशी परत गेले.

मोठ्या मुलांनी लहानांची काळजी घेणं अपेक्षित असायचं. त्यांना मी शक्य तितकी मदत करत असे. पण एके दिवशी मम्मानं माझ्या लक्षात आणून दिलं की, मी मारूआनकडं जरा जास्तच लक्ष देतेय आणि बाकीच्यांकडं कमी. हे ऐकून मला धक्काच बसला होता. माझं लक्ष माझ्या मुलावर केंद्रित झालंय हे मला कधी जाणवलंच नव्हतं. एकान्तात मिळालेल्या काही वेळामध्ये मी मारूआनला बाबागाडीत बसवून नदीकिनारी फिरायला घेऊन जात असे. बाहेर फेरफटका मारण्याची, चालून येण्याची मला गरज होती. गावी असताना मला अख्खा कळप न्यायची सवय असताना इथं या देशात मला एकटं कुठंतरी जाऊन यायची गरज का भासायची कोण जाणे! मी अभिमानानं तिथं फिरत असे. मारूआनची बाबागाडी ढकलत पटापट चालत असे. घरी चालत असे तशीच इथंही झटपट पावलं उचलत असे आणि युरोपमध्ये असल्यावर चालायला हवी तशी अभिमानानं चालत असे.

मम्मानं जे माझ्या लक्षात आणून दिलं होतं ते टाळण्यासाठी मी मनापासून प्रयत्न करत असे. बाकीच्या मुलांची काळजी घेण्यासाठी कटाक्षानं वेळ देत असे. त्यांच्यात मी सगळ्यात मोठी होते. त्यामुळं माझ्याकडून अशाच प्रकारच्या वागण्याची अपेक्षा होती. पण घरात स्वत:ला बंद करून घेतल्यानंतर माझी तडफड व्हायची. बाहेरची माणसं दिसावीत म्हणून तिथून पळून जावंसं वाटायचं. बाकीच्या लोकांशी बोलावं, नाचावं, माझ्यातलं स्त्रीत्व अजूनही शाबूत आहे का बघण्यासाठी एखाद्या पुरुषाला भेटावं असं वाटायचं. माझ्या स्त्रीत्वाचा दाखला मला हवा होता. या सगळ्या हट्टांसाठी मी पिसाटले होते. मला जगायचं होतं. मनसोक्त जगून बघायचं होतं!

■

# मारूआन

आमच्या फॉस्टर पालकांनी मारूआनला दत्तक देण्यासाठी आम्ही कागदपत्रांवर सही केली तेव्हा मारूआन पाच वर्षांचा होता. तिथल्या लोकांची भाषा मला थोडीफार जमू लागली होती. मला लिहिता-वाचता येत नव्हतं, पण बाकी संवाद व्यवस्थित जमायचा. त्यांच्यापासून वेगळं पडल्यासारखं वाटायचं नाही. माझे फॉस्टर पालक माझ्या मुलाचं संगोपन करणार होते. त्याला शक्य तितक्या चांगल्या प्रकारे वाढवणार होते. कायद्यानं त्यांचा मुलगा बनल्यावर मारूआनला शिक्षण घेता येणार होतं. त्याला पालकांचं नाव मिळणार होतं. यामुळं माझ्या भूतकाळाची काळी सावली त्याच्यावरून दूर जाणार होती. त्याला वाढवणं, त्याची सर्व प्रकारे काळजी घेणं मला अशक्यच होतं. साधं शालेय शिक्षणही मी त्याला देऊ शकले नसते, मग उत्तम शिक्षण देऊन त्याला मोठं करणं तर सोडाच. त्याच्या बाबतीत हा निर्णय घ्यावा लागल्याबद्दल अनेक वर्षांनी मला अपराधी वाटतंय. पण तोपर्यंतच्या या वर्षांमध्ये मला एक नवं आयुष्य घडवायचं होतं. असं आयुष्य मी कधी स्वप्नातही पाहिलं नव्हतं. कसली तरी ठिणगी पडली आणि हे घडून आलं. हा सगळा प्रवास कसा सांगावा तेच कळत नाही. त्याविषयी बोलताना अश्रूंना बांध घालणं अशक्य आहे. माझ्यावर ओढवलेल्या प्रसंगामुळं मला असं वेगळं राहावं लागतंय, त्याचा त्रास करून घ्यायचा नाही हे इतकी वर्षं स्वत:ला सारखं समजवावं लागलं. पण आपल्या पोटच्या गोळ्याला आणि त्यातही अशा प्रकारच्या मुलाला विसरणं शक्य नाही.

तो खुशाल आहे हे मला माहीत होतं आणि मी कुठंतरी आहे हे त्याला माहीत होतं. आपल्याला आई आहे, ती इतकी वर्षं आपल्यासोबत होती, हे पाच वर्षांचं मूल कसं विसरेल? मारूआनला ज्यांनी दत्तक घेतलं त्यांच्या घरात आम्ही एकत्र राहिलो होतो. या आठवणी मारूआन कसा पुसून टाकू शकेल? माझं तिथून जाणं त्यांनी त्याला कसं सांगितलं ते मात्र मला माहीत नाही.

फॉस्टर कुटुंबातल्या अनेक मुलांना स्वत:चं कुटुंब होतं. जगात कुठंतरी त्यांचा स्वत:चा देश होता. ज्यांना कुठंही जाण्यासाठी छत्र नव्हतं अशा मारूआन आणि

माझ्यासारख्यांना दत्तक घेतलं जायचं. पॅलेस्टिनी भूमीच्या दृष्टीनं, कायद्यानं मी मरण पावले होते. मारूआनचं तिथं काही अस्तित्वच नव्हतं. आम्ही २० डिसेंबरला स्वित्झर्लंडला आलो. त्या दिवशी जशी मी इथं जन्माला आले, तसाच त्याचाही जन्म झाला. त्याचे जे पालक होते तेच माझेही पालक होते. ही परिस्थिती जरा विचित्रच होती. एकाच पालकांच्या छायेखाली आम्ही साधारण चार वर्षं एकत्र राहिल्यावर मी त्या कुटुंबातून बाहेर पडले तेव्हा मारूआनची आई नाही, तर मोठी बहीण असल्यासारखं मला वाटलं होतं. तेव्हा मी चोवीस वर्षांची होते. तिथं मी आणखी राहू शकले नसते. मला काम करून स्वत:च्या पायावर उभं राहायचं होतं. एका जबाबदार स्त्रीसारखं वागायचं होतं.

मी त्याला तिथं सोडून यायचा आणि त्याला त्या कुटुंबाला दत्तक देण्याचा निर्णय घेतला नसता तर मी एकटी त्याचं पालनपोषण करू शकले नसते. मी असहाय झाले होते. आई असूनही आईचं कर्तव्य पूर्ण करू शकले नसते. माझ्यावरच्या संकटाची, पॅलेस्टिनी भूमीत माझ्याविषयी असलेल्या प्रचंड तिरस्काराची झळ त्याला सतत बसत राहिली असती. मला ज्या गोष्टी काही करून विसरायच्या होत्या त्या मला त्याला सांगाव्या लागल्या असत्या. माझ्या संघर्षामुळं मला त्याची होरपळ होऊ द्यायची नव्हती.

माझ्यापुढं अडचणींचा डोंगर होता. पायावर उभं राहणं तितकं सोपं नव्हतं. मी निर्वासित होते तिथं. माझ्याकडं पैसे नव्हते. त्यात हे आजारपण मागं होतंच. मी ज्या गावात जन्माला आले तिथले पुरुष अतिशय क्रूर आणि निर्दयी आहेत त्यामुळं नवीन आयुष्य मला नाव बदलून आणि माझी ओळख लपवून घालवावं लागणार आहे. प्रत्येक गोष्ट नव्यानं शिकावी लागणार होती. तिथं टिकून राहण्याचा एकमेव मार्ग मला दिसत होता तो म्हणजे या देशाच्या रंगात पूर्णपणे मिसळून जाणं! इथल्या प्रथा, परंपरा, संस्कृती आत्मसात करणं. मी स्वत:ला सांगत होते, मी इथं राहायला आलेय. आता इथलीच होऊन जायला हवं. माझ्याकडं दुसरा पर्यायही नव्हता. या देशानं मला सांभाळून घ्यावं, अशी माझी अपेक्षा नव्हती, मलाच या देशाला समजून घ्यावं लागणार होतं. माझ्या मुलाला या मातीतली भाषा अवगत झाली होती. त्याचे पालक युरोपीय होते. माझ्याकडं काहीच नव्हतं.

स्वत:ही इथं जम बसवायचा आणि त्यालाही इथं जगू द्यायचं, असं मी मनाशी पक्कं ठरवलं होतं. मी जो काही अनुभव घेतला होता त्यावरून जाणवत होतं की हे कुटुंब त्याच्यासाठी योग्य होतं. त्यांनी माझ्याकडं मारूआनचा विषय काढला होता तेव्हा बाकीची कुटुंबं कदाचित त्याला दत्तक घेतील, असं म्हटलं. क्षणात मी म्हटलं, ''नाही नाही. बाकी कुठलंही कुटुंब नको. मारूआन राहिला तर इथंच नाही तर कुठंच नको. मी इथं तुमच्यासोबत राहिलेय. त्यामुळं त्याला इथं कशा प्रकारे

वाढवलं जाईल याची मला कल्पना आहे. त्याला दुसऱ्या कुठल्या कुटुंबात पाठवायचं नाहीये मला.'' पप्पांनी मला शब्द दिला. मी चोवीसची असले तरी माझं मानसिक वय बहुतेक पंधराच होतं. नशिबी आलेल्या भोगांमुळं माझं मन बालपणातून बाहेरच आलेलं नसावं. दुसरं आयुष्य घडवण्यासाठी मला पूर्वायुष्य विसरून जायचं होतं आणि माझा मुलगा माझ्या त्या जुन्या आयुष्याचा अविभाज्य भाग होता. त्या वेळी मला या गोष्टी इतक्या व्यवस्थित कळत नव्हत्या. रोजच्या रोज मी धुक्यात हरवून जात होते. माझा रस्ता शोधत फिरत होते. एक गोष्ट मला पक्की ठाऊक होती की, माझ्या मुलाला चांगले पालक मिळणं, त्याचं योग्य प्रकारे संगोपन होणं, सुरक्षित आयुष्य जगणं हा त्याचा अधिकार होता. माझ्याबरोबर राहून कदाचित त्याला यातलं काहीच मिळालं नसतं. मी आदर्श सोडाच, पण सर्वसाधारण आईसुद्धा बनू शकले नसते. यासाठी माझा मलाच तिरस्कार वाटायचा. माझ्या भाजलेल्या शरीराचा मला संताप यायचा. रडू कोसळायचं. माझ्या भयंकर त्वचेकडं पाहिलं की नको वाटायचं. या सगळ्यामुळं माझं आयुष्य हरवून गेलं होतं. रुग्णालयात असताना सुरुवातीला मला वाटलं होतं की इथले लोक माझी इतकी काळजी घेताहेत ते माझी पूर्वीची त्वचा मला पुन्हा मिळवून देतील. पण आता हीच त्वचा घेऊन मला उरलेलं आयुष्य काढायचंय हे समजल्यावर पायाखालची जमीन सरकली. माझ्याकडं काहीच चांगलं उरलेलं नव्हतं. मी अतिशय कुरूप झाले होते. लोकांनी माझ्याकडं बघून नाकं मुरडू नयेत म्हणून सगळ्यात आधी माझं मला समजवायला हवं होतं. माझाच स्वत:बद्दलचा दृष्टिकोन बदलायला हवा होता. त्यानंतरच्या काही वर्षांत हळूहळू आयुष्याची एकेक वीण घालताना मला मारूआनलाही विसरून जायचं होतं. माझ्यापेक्षा निश्चितच तो नशीबवान होता, याचा दिलासा वाटायचा. तो शाळेत जायचा, त्याला पालक मिळाले होते, भाऊ होता, बहीण होती. या सगळ्यात तो मजेत असेल, असं वाटायचं. कितीही ठरवलं तरी मनाच्या एका कोपऱ्यात त्याच्या आठवणी ताज्या होत्याच!

डोळे मिटले तरी समोर त्याची छबी यायची. मी रस्त्यावरून धावत असे तेव्हाही तो तिथं असायचा. माझ्यामागून, माझ्यासमोर किंवा माझ्यापुढं धावत. जणू काय मी त्याच्यापासून पळत असे आणि तो माझा पाठलाग करत असे. नर्सनी माझ्या गुडघ्यांवर ठेवलेल्या त्या चिमुकल्या बाळाचं रूपडं डोळ्यासमोरून हलायचंच नाही. त्या बाळाला मी उचलून हातात घेऊ शकले नव्हते. बागेत आगीच्या ज्वाळांमध्ये मी धगधगत होते. त्याचीच झळ माझ्या पोटातल्या बाळालाही बसली होती. हे बाळ त्याच्या बापालाही नकोसं होतं. त्यानं मला आणि माझ्या बाळाला मृत्युच्या खाईत लोटून दिलं होतं आणि या असल्या माणसावर मी प्रेम केलं होतं. त्याच्यासाठी कायकाय स्वप्न बघितली होती, त्याची वाट पाहिली होती. माझ्या

जखमा, त्यातून कुरूप झालेलं शरीर, बिघडलेला चेहरा, आतमध्ये झालेला त्रास यामुळं कोणताही पुरुष मला स्वीकारणार नाही अशी भीती मला वाटत राहायची. लोक माझ्यापासून लांब जाताना दिसले की माझ्यात काही अर्थ उरलेला नाही, मी एकटी पडणार ही भावना मला टोचून खायची.

मी एका शेतात काम करायला सुरुवात केली. त्यानंतर एका कारखान्यात मला काम मिळालं. याचं श्रेयही पप्पांना द्यायला हवं. या कारखान्यात यंत्राचे लहान भाग बनवले जायचे. काम अतिशय स्वच्छ होतं. मला पैसेही चांगले मिळायचे. प्रिंटेड सर्किट, यंत्रणेतले भाग मी तपासत असे. कारखान्यात आणखी एका भागातलं काम खूप रंजक होतं. पण तिथं यंत्राचे भाग तपासण्याचं काम संगणकावर करावं लागायचं. मला ते जमेल असं वाटायचं नाही. खाली बसून काम करण्यापेक्षा उभ्यानं काम करायला आवडेल, असं कारण देत मी या विभागासाठी दिल्या जाणाऱ्या प्रशिक्षणातून अंग काढून घेतलं. एके दिवशी आमच्या गटाच्या प्रमुखानं मला बोलावून घेतलं,

"सुआद, जरा माझ्यासोबत ये."

"हो मॅडम."

"माझ्याशेजारी बस. हा माउस हातात धर. त्याचा वापर कसा करायचा ते मी तुला दाखवणार आहे."

"पण मी हे कधीच वापरलेलं नाही. मला माहीत नाही त्याचं काय करायचं. मला उभं राहून...."

"आणि एखाद्या दिवशी उभं राहून तिथं करण्यासारखं काही कामच राहिलं नाही तर? मग काय करशील? मग सुआदसाठी कामच उरणार नाही, नाही का?"

खरं तर मी फार घाबरले होते. पण 'नाही' म्हणायची माझी हिंमतच झाली नव्हती. दरवेळी मला काहीतरी नवं शिकावं लागायचं. ते शिकताना माझे हात थरथरायचे, पाय लटपटायचे. माझी दातखीळ बसलेली असायची. माझ्या आयुष्यातले रोजचे चार तास मला काहीतरी नवं शिकायला मिळायचं. मला बाकीच्यांसारखं लिहिता-वाचता येत नव्हतं. जगाविषयीही मला काहीही कल्पना नव्हती. पण मला भरपूर काम करायचं होतं. त्यामुळं मी माउस वापरणं, संगणकाचा स्क्रीन समजून घेणं अशा गोष्टी मनापासून शिकले. थोड्याच दिवसांत मी ते शिकून घेतलं. मग काही काळजी नव्हती. माझ्या या कामामुळं तिथले लोकही खूश होते.

या तीन वर्षांत मला मिनिटभरही कामातून उसंत मिळाली नाही. सतत कामाचा रगाडा असायचा. काम संपवून घरी जाण्यापूर्वी मी कामाची जागा नीट स्वच्छ करून जात असे. मी वेळेवर कामावर जात असे. बाकीचे येण्यापूर्वीच हजर असे. माझ्या लहानपणात माझं प्रशिक्षण काठीचा मार खाऊन झालेलं होतं. मरेतोवर काम कसं

करायचं, बाकीच्यांचं कसं ऐकायचं, स्वच्छता, नीटनेटकेपणा कसा ठेवायचा हे मी लहानपणीच शिकले होते. माझ्या पूर्वायुष्यातली माझ्यासोबत राहिलेली ही एकमेव गोष्ट. माझ्या कामाच्या ठिकाणी कधीही कोणी येऊ शकत होतं अगदी अचानक. त्यांच्यासमोर अस्वच्छता दिसायला नको असं वाटायचं. नेटकेपणा आणि स्वच्छता याबद्दल मी जरा जास्तच जागरूक झाले होते. आपण दररोज अंघोळ करतो. रोज आपले आतले कपडे बदलतो. आठवड्यातून दोनदा केस धुतो. आपली नखं स्वच्छ ठेवतो. हीच स्वच्छता मला सगळीकडं हवी असायची. माझ्यासाठी ती खूप गरजेची असायची. इतकी की मी सांगू शकत नाही.

माझ्या कपड्यांची निवड माझी मलाच करायला आवडतं. कदाचित आतापर्यंत मला माझ्या आवडीचे कपडे कधीच घ्यायला मिळाले नाहीत. त्यामुळं असं वाटत असेल मला कदाचित. उदाहरणार्थ, मला लाल रंग आवडतो. पण माझी आई म्हणायची,

'तुझ्यासाठी हे कपडे आणले आहेत. ते घाल.' ते कपडे मला अजिबात आवडलेले नसायचे. करडा रंग मला नकोसा वाटायचा. पण मला ते आवडले नाही तरी घालावे लागायचे. त्यामुळं मला लाल, पिवळा, हिरवा, काळा, निळा असे सगळे रंग खूप आवडतात. कारण हे रंग मला कधी मिळालेच नाहीत. कपड्यांच्या स्टाईलबाबतही काही स्वातंत्र्य नव्हतंच. मोठी कॉलर, गळाबंद शिवलेला शर्ट, सलवार असे चौकटीबद्ध कपडे. केस कानावर आलेले. एकही अवयव दिसता कामा नये. काही वेळा मी कॅफेच्या गच्चीत जाऊन बसत असे. माझे कपडे नेहमीसारखे गुंडाळलेले असायचेच. तिथं बसून येणाऱ्या-जाणाऱ्या लोकांकडं मी बघत असे. मिनीस्कर्ट किंवा रुंद गळ्याचे कपडे घालणाऱ्या; दंड, पाय उघडे ठेवणाऱ्या बायका दिसायच्या. त्यांचे हे कपडे पुरुषांची नजर वेधून घ्यायचे. एखादा तरी पुरुष माझ्याकडं बघतोय का, याकडं माझी नजर भिरभिरत असायची पण एकाचंही लक्ष माझ्याकडं वळायचं नाही. त्यामुळं हताश होऊन मी घरी परतत असे.

एके दिवशी माझ्या खोलीतल्या खिडकीतून कारमध्ये बसलेला एक पुरुष मला दिसला. तोपर्यंत मला केवळ त्याचे हात आणि गुडघेच दिसायचे. मी त्याच्या प्रेमात पडले होते. जगातला तोच एकमेव आदर्श पुरुष वाटायचा मला. मला फक्त तोच दिसला. त्याचे हात स्टिअरिंग व्हीलवर होते. तो दिसायला सुंदर, स्वभावानं चांगला, प्रेमळ होता म्हणून मी त्याच्या प्रेमात पडले नव्हते. त्याच्यासोबत असताना मला खूप सुरक्षित वाटायचं. तो मला मारायचा नाही म्हणून मी त्याच्याकडं आकर्षित झाले होते. त्याने ज्या ऐटीत गाडी चालवली त्यावरून मी त्याच्यावर फिदा झाले. इमारतीसमोर त्याला गाडी लावताना पाहिलं आणि माझ्या हृदयाची

धडधड वाढली. कामाला जाताना त्याला गाडीत बसताना, गाडीतून उतरताना पाहिलं जरी तरी मी जीव ओवाळून टाकत होते त्याच्यावर. तो रात्री परत येणार नाही, अशी धाकधूक सकाळी तो निघताना मला वाटायची.

मी या माणसाच्या प्रेमात गुरफटत चालले होते, हे आधी माझ्या लक्षातच आलं नव्हतं. नंतर कुणीतरी माझ्या हे लक्षात आणून दिलं. गाडी घेऊन तो पुरुष सकाळी बाहेर जायचा आणि संध्याकाळी परत यायचा. हे सगळं माझ्या खिडकीतून दिसायचं. त्याच्याशी मी एकदाही बोलले नाही तरी मी त्याच्या प्रेमात होते. त्याच्यावर पाळत ठेवत होते. 'तो परत आलाच नाही तर' या भीतीनं त्याच्या येण्या-जाण्याकडं बारकाईनं नजर ठेवत होते. हे साहजिक होतं. त्या वेळी माझ्या भावनांकडं मी गांभीर्यानं पाहिलं नव्हतं. माझ्या बाबतीत हे असं का घडतं, याचा विचार करण्याचा प्रयत्न मी अनेकदा केला होता. पण नंतर वाटायचं, हे खूपच गुंतागुंतीचं आहे.

त्याचं नाव अँटोनिओ. त्याच्याकडं लाल गाडी होती. ती नजरेआड होईपर्यंत खिडकीत उभी राहून मी पाहत असे आणि नंतर खिडकी लावून घेत असे. मी त्याला भेटले. त्याच्याशी बोलले. त्याची एक प्रेयसी आहे, ते मला ठाऊक होतं. तिला मीपण ओळखत होते वाटतं. त्यामुळं मी जरा सबुरीनं घेत होते. आधी आमची मैत्री झाली. अडीच ते तीन वर्षं आमची मैत्री होती. हळूहळू तिचं स्वरूप बदलत गेलं आणि कधी प्रेमात रूपांतर झालं ते कळलंच नाही. मी तरी त्याच्या प्रेमात पडले होते. त्याला माझ्याविषयी काय वाटतं ते मात्र मला माहीत नव्हतं. तसं विचारण्याचं धाडसही झालं नाही माझं. त्यानं माझ्याकडं आकर्षित व्हावं म्हणून हर तऱ्हेनं प्रयत्न करत होते. मला त्याला सर्वस्व द्यायचं होतं. त्याची सेवा करायची होती. त्याला भरवायचं होतं. त्याचं लक्ष माझ्यावरच खिळलेलं ठेवण्यासाठी जे जे करता येतील ते ते करायचं होतं. त्याला वश करण्यासाठी बाकी कुठलाच मार्ग दिसत नव्हता. त्याला माझ्या जाळ्यात कशी खेचू? माझ्या सुंदर डोळ्यांनी मोहून टाकू का? माझ्या पायांकडं त्याची नजर खिळवू का? माझ्या आकर्षक स्तनांकडं त्याला आकर्षित करू का? काय केलं की तो माझ्याकडं पाहतच राहील?

आम्ही लग्न न करताच एकत्र राहत होतो. त्याच्याशी सगळ्या बाबतीत जुळवून घेण्यासाठी, त्याच्या सहवासाला सरावण्यासाठी मला थोडासा वेळ लागला. उदाहरण द्यायचं झालं तर, कपडे काढताना दिवे लावायची मला सवय नव्हती. मेणबत्तीचा उजेड पुरेसा असायचा. ही सवय बदलायला मला वेळ हवा होता. सकाळी मी लवकरात लवकर बाथरूममध्ये जात असे. डोक्यापासून पायापर्यंत कपडे घालत असे. आजही मला कपडे काढताना दिवे सुरू असतील तर

अवघडल्यासारखं होतं. माझ्या शरीरावरच्या जखमा किती कुरूप दिसतात, याची जाणीव मला पोखरून टाकते.

आमचं पहिलं घर म्हणजे शहरातला एक स्टुडिओ होता. आम्ही दोघांनी भरपूर काम करून बऱ्यापैकी पैसे जमवले. तो माझ्याकडं आमच्या लग्नाचा विषय कधी काढतोय याची मी वाट बघत होते. पण तो लग्नाचं नाव काढायचं चिन्ह दिसेना. मी मात्र अंगठी, लग्नसमारंभ अशी स्वप्न रंगवत होते. माझी आई माझ्या वडलांसाठी जे जे करायची ते सगळं मी अँटोनियोसाठी मनापासून करत होते. आमच्या गावातल्या बायका त्यांच्या नवऱ्यासाठी जसं झोकून देतात तशीच मीही अँटोनियोसाठी एका आदर्श पत्नीची भूमिका पार पाडत होते. मी फक्त त्याच्यासाठी पहाटे पाचला उठत असे. त्याचे पाय आणि केस धुण्यासाठी, त्याच्यासाठी स्वच्छ आणि इस्त्री केलेले कपडे बाहेर काढून ठेवण्यासाठी माझी ही खटपट असायची. सगळं आटोपून तो कामाला जायला निघाला की खिडकीत उभी राहून मी त्याला हात दाखवत असे. तो जाईपर्यंत तिथं थांबत असे. संध्याकाळी तो परत यायच्या वेळी त्याच्यासाठी जेवण तयार असायचं. तो येईपर्यंत मीही जेवायची थांबत असे. काही वेळा त्याला जेवायला रात्री साडेबारा किंवा एक होऊन जायचा. पण त्याच्यासोबत जेवता यावं म्हणून मी तेवढा वेळ थांबत असे. भुकेनं कितीही कळवळत असले तरीही तो येईपर्यंत माझ्या घशाखाली घास उतरायचा नाही. नवऱ्यासाठी असं करायचं असतं ते मी लहानपणापासून बघत आले होते. हे सगळं करण्यासाठी माझ्यावर कुणीही सक्ती केलेली नव्हती. पण त्याच्यावर जिवापाड प्रेम होतं. म्हणून मला त्याच्यासाठी हे सगळं करताना त्रास वाटायचा नाही. पाश्चिमात्य संस्कृतीत वाढलेल्या या पुरुषासाठी हे सगळं नवीन आणि चकित करणारं होतं याची मला कल्पना होती. त्याला अशा गोष्टींची सवय असण्याचा प्रश्नच नव्हता. हा त्याग, झोकून देणं त्याला नवीन होतं. सुरुवातीला तो मला म्हणायचाही, "हे सगळं मस्त आहे. त्यामुळं माझा वेळ खूप वाचतो. मला कोणत्याच गोष्टीची काळजी करण्याची गरज नाही." तो एकदम खूश होता. संध्याकाळी कामावरून घरी आला की तो त्याच्या आरामखुर्चीत बसायचा. मी त्याचे मोजे, बूट काढत असे आणि घरातल्या स्लिपर त्याच्या पायात चढवत असे. त्याला घराची ओढ वाटावी म्हणून मी शक्य तितकी त्याची सेवा करत असे. तो दुसऱ्या एखाद्या बाईकडं ओढला जाईल याची मला भीती वाटत असे. त्यामुळं संध्याकाळी तो घरी आला, मी त्याच्यासाठी केलेलं जेवण जेवला की निदान दुसऱ्या दिवशीपर्यंत तरी मी निर्धास्त असे. मलाही बरं वाटायचं.

मी काहीही स्वप्न बघत असले तरी अँटोनिओला लग्नबिग्न करायचं नव्हतं. त्याला मूलही नको होतं. मला मात्र दोन्ही गोष्टींची ओढ होती. त्याची या

दोन्हीसाठी तयारी होत नव्हती. त्याच्या या विचारांची मी कदर करत होते. शेवटी त्याची इच्छा होती ही. आम्ही अशा प्रकारे जवळजवळ सात वर्षं एकत्र राहिलो. मला एक मूल आहे, हे अँटोनिओला माहीत होतं. त्याला कुणीतरी दत्तक घेतलंय हेही माहीत होतं. माझ्या अंगावरच्या खुणांविषयी त्याला सांगण्यासाठी मला माझ्या पूर्वायुष्यातल्या काही महत्त्वाच्या गोष्टी त्याला सांगाव्या लागल्या. पण एकदा आमचं या विषयावर बोलणं झाल्यावर पुन्हा कधीच तो विषय आमच्यात आला नाही. माझ्या मुलाच्या दृष्टीनं मी अगदी योग्य पर्याय निवडला होता, असं अँटोनिओला वाटायचं. माझा मुलगा मारूआन आता दुसऱ्या एका कुटुंबाचा सदस्य झाला होता. त्याचं आयुष्य तिथं सुरू होतं. त्याविषयी बोलण्यासारखं माझ्याकडं काहीच नव्हतं. त्याच्या कुटुंबीयांकडून मला नियमितपणे त्याची खबरबात कळायची, पण त्याला भेटायला जायचं धाडस मला झालं नाही. त्याला तिथं सोडल्यानंतरच्या इतक्या वर्षांत मी फक्त तीनदा त्याला भेटायला गेले होते तेही शक्य तितक्या शांतपणे. डोकं शांत ठेवून. मनात अपराधीपणाची भावना होतीच. तिचं ओझं वाहण्याची एव्हाना मला सवय झालेली होती. मागचं सगळं विसरून जाण्यासाठी मी मनाला दटावत होते. त्यात थोडीफार यशस्वीही झाले. मला मूल हवंच होतं. पण त्यासाठी आधी लग्न करावं लागणार होतं. नवरा आणि नंतर कुटुंब अशाच क्रमानं मला पुढचं आयुष्य घडवायचं होतं.

लग्न होण्याचं माझं खूप वर्षांचं गुलाबी स्वप्न प्रत्यक्षात आलं तेव्हा मी जवळजवळ तीस वर्षांची होते. अँटोनिओची आर्थिक परिस्थिती सुधारली होती. आम्ही स्टुडिओतून मोठ्या इमारतीत राहायला आलो होतो. त्यामुळं अँटोनिओ लग्नासाठी तयार झाला होता. त्याला मूलही हवंसं वाटू लागलं होतं. तो माझा पहिलाच विवाह होता. लग्नाचा पहिलाच पोशाख, पहिल्या सुंदर चपला, लेदरचा लांब स्कर्ट आणि लेदरचा ब्लाऊज, लेदरचं जाकीट आणि लेदरच्या उंच टाचेच्या चपला! प्रत्येक गोष्ट पांढऱ्या लेदरनी बनवलेली! लेदर अगदी नरम असतं आणि खूप महागही. लेदरचा माझ्या त्वचेला होणारा मऊ स्पर्श हवाहवासा वाटायचा. बाहेर पडल्यावर लेदरच्या दुकानासमोरून जाताना पाय तिथंच थांबायचे. लेदरला स्पर्श केल्याशिवाय, त्याचा मऊपणा अनुभवल्याशिवाय पावलं पुढं जायचीच नाहीत. तेव्हा यामागचं कारण मला कळलं नव्हतं, पण आता लक्षात येतंय. माझी त्वचा मला तशी मऊ व्हायला हवी होती. कदाचित लेदर घातल्यावर माझं हे स्वप्न पूर्ण झाल्याचं समाधान मला मिळणार होतं. माझ्यावर ओढवलेल्या प्रसंगामुळं माझ्या शरीराची जी अवस्था झाली होती त्यातून मला कितीही त्रास होत असला तरी बाकीच्यांना बघताना तरी मी चांगली, प्रसन्न वाटावी यासाठी माझी धडपड असायची. यासाठी मला कदाचित लेदर आवडायचं.

हे लग्न माझ्या आयुष्यात आनंदाचा झरा घेऊन आलं होतं. आतापर्यंतच्या आनंदाच्या जवळपास जाणारा एकमेव अनुभव माझ्या पदरी होता तो म्हणजे मारूआनच्या वडलांसोबत अनुभवलेले ते बेभान क्षण! पण त्या क्षणांची मनातल्या मनात उजळणी करण्याचं मी केव्हाच सोडलं होतं. आता तर ते पूर्णपणे विस्मरणात गेलं आहे. मी जाणूनबुजून त्यांना कायमचं काढून टाकलं आहे. लग्नानंतर काही दिवसांनी मला दिवस गेले तेव्हा तर स्वर्ग दोन बोटं उरला होता मला!

लॅटिशिया जन्माला आली तेव्हा आनंद गगनात मावत नव्हता. मला हवंहवंसं वाटणारं मूल होतं हे. ती माझ्या गर्भात वाढत असताना मी तिच्याशी रोज गप्पा मारत असे. मी गरोदर असल्याचं कौतुकानं सगळ्यांना दाखवण्यासाठी मी घट्ट, तंग कपडे घालत असे. माझं लग्न झालं, आता मला बाळही होणार आहे, हे जगाला मुद्दाम दाखवावंसं वाटायचं. मारूआनच्या वेळी मी जे अनुभवलं होतं त्यापेक्षा हा अनुभव अगदी विरुद्ध होता. त्या वेळी मात्र मला हे जाणवलं नव्हतं. मारूआनच्या वेळी मला दिवस गेलेले असताना मी स्वत:ला लपवण्याचा प्रयत्न करत असे. वाढतं पोट दिसू नये म्हणून धडपडत होते. खोटं बोलत होते. माझं लग्न करून देण्यासाठी हातापाया पडत होते. माझ्या पोटी जन्माला येणाऱ्या मुलामुळं माझ्या कुटुंबाच्या अब्रूचे धिंडवडे निघू नयेत म्हणून लग्न करण्यासाठी प्रयत्न करत होते. या मुलाच्या वेळी मात्र सगळीच परिस्थिती बदलली होती. या मुलीच्या वेळी मी अभिमानानं सगळीकडं फिरत होते. माझ्या पोटात अंकुर वाढतोय, ते ताठ मानेनं जगाला दाखवत होते. नव्या बाळाच्या चाहुलीनं जुने कटू अनुभव पुसले गेले होते. मी स्वत:ला सतत तेच सांगत असे. नवं बाळ माझी मोठी ताकद असणार होतं. मला उभारी देणार होतं.

मारूआनचं अस्तित्व मनाच्या एका कोपऱ्यात ताजं होतंच. त्याला सामोरं जाण्याची आणि त्याला सगळं सगळं सांगून टाकण्याची कधी ना कधी मला हिंमत होईल, असं वाटायचं. पण ती वेळ तेव्हा तरी आलेली नव्हती. मी जे नवं आयुष्य सुरू केलेलं होतं ते अजून पूर्ण झालेलं नव्हतं.

लॅटिशियाचा जन्म अगदी सहज झाला. मला बाथरूमला जावं लागेल, असं मी डॉक्टरांना सांगत होते. डॉक्टर मला म्हणाले कदाचित जाता येणार नाही, कारण बाळ जन्माला यायचे वेध लागले होते. काळेभोर केस आणि गोरा रंग असलेलं नाजूकसं बाळ माझ्या पोटी जन्माला आलं. अगदी अलगद प्रसूती झाली. पहिल्या बाळंतपणात इतकी सहज प्रसूती झाल्याचं सगळ्यांना आश्चर्य वाटलं. त्यांच्या दृष्टीनं हे दुर्मीळ होतं. पण मी कुठं पहिलटकरीण होते? लॅटिशिया साडेसात महिन्यांची होईपर्यंत मी तिची व्यवस्थित काळजी घेतली. ती अगदी गुणी होती. जन्माला येतानाही तिनं मला त्रास दिला नाही. खायला लागल्यावरही तिचे

खाण्याचे नखरे नव्हते. तिची झोपही नीट असायची. तब्येतीची काही कटकट नव्हती.

दोन वर्षांनंतर मला आणखी एका मुलाची ओढ लागली. मुलगा किंवा मुलगी कोणीही चालणार होतं. पण ते अशक्य होतं. पुन्हा मुलाचा विचार न करण्याचा सल्ला डॉक्टरांनी मला आणि अँटोनियाला दिला होता. पण दुसऱ्या बाळाविषयी विचार करणं आणि प्रयत्न करणं थांबवणं खूप कठीण होतं. तरीही मी हिंमत सोडली नव्हती. माझं बारीक लक्ष होतं. प्रत्येक वेळी आमचा प्रयत्न अयशस्वी झाला की निराशा व्हायची. पण शेवटी आमचे प्रयत्न आणि इच्छा फळाला आली. मला पुन्हा दिवस राहिले आणि नादिया ही गोड मुलगी जन्माला आली. तिची चाहूल लागल्यावर तर आम्ही दोघंही आनंदानं वेडेच झालो होतो.

लॅटिशिया तेव्हा तशी लहानच होती. तिनं माझ्या हाताकडं बघून विचारलं होतं, "आई हे काय झालंय, बाऊ झालाय?"

"होय बाळा. आईच्या हाताला बाऊ झालाय. पण तू मोठी झालीस की सांगेन मी तुला."

नंतर ती याविषयी कधीच काही बोलली नाही. माझ्या हाताची जी अवस्था झाली होती ती मी आजवर कपड्यांखाली झाकली होती. पण हळूहळू मी हाताची बाही वरवर न्यायला सुरुवात केली होती. मी हे अगदी सावकाश करत होते. तिला एकदम धक्का बसू नये किंवा घाण वाटू नये म्हणून काळजी घेत होते. तिनं माझ्या हाताला स्पर्श करून हाताला काय झालंय ते विचारलं तेव्हा ती साधारण पाच वर्षांची होती.

"आईला भाजलं बाळा."

"तुला कुणी भाजलं?"

"होतं कुणीतरी."

"तो खूप वाईट होता."

"होय, तो खूप वाईट होता."

"त्यानं तुला जे केलं ते बाबा त्याला करतील का?"

"नाही बाळा, त्या माणसानं तुझ्या आईला जसं भाजलं तसं तुझे बाबा नाही करू शकणार. कारण तो खूप लांब आहे. लांबच्या देशात जिथं माझा जन्म झाला आणि या गोष्टीला खूप वर्षं झाली आता. तू मोठी हो मग मी तुला सांगेन."

"पण त्यानं तुला कशानं भाजलं?"

"तुला माहितेय का त्या देशात आपल्यासारखं वॉशिंग मशीन नाही कपडे धुवायला. कपडे धुण्यासाठी आई विस्तव पेटवायची."

"तू आग कशी पेटवायचीस?"

"आपण बाबांबरोबर जंगलात लाकडं आणायला गेलो होतो आणि आपण तिथं जेवण बनवण्यासाठी आग पेटवली होती ते आठवतंय तुला? मी तसंच करत असे. पाणी तापवण्यासाठी विस्तव निर्माण करण्यासाठी जागा ठरलेली होती. मी कपडे धूत होते तेव्हा तो आला आणि त्यानं एक भयानक द्रवपदार्थ माझ्या अंगावर टाकला. या पदार्थामुळं सगळं जळून जातं. सगळ्या घरालाही आग लावता येऊ शकते. त्यानं ते सगळं माझ्या केसांवर ओतलं आणि काडी पेटवली. मग झटक्यात आग लागली. अशा प्रकारे आईला भाजलं त्यानं."

"किती वाईट होता तो. मला नाही आवडला. मी त्याला मारून टाकणार."

"लॅटिशिया, आपण त्याला मारायला जाऊ शकणार नाही. त्यानं मला जो त्रास दिला त्याची शिक्षा अल्लानं दिलीय त्याला. पण हे सगळं आता जुनं झालं. आता मी खूश आहे. तुझे बाबा आहेत माझ्यासोबत, तू आहेस आणि तुला माहितेय तू मला खूप आवडतेस."

"आई, त्यानं असं का केलं?"

"ती खूप मोठी गोष्ट आहे. सांगणंही कठीण आहे. तू फार लहान आहेस ती समजायला."

"तरी पण मला ऐकायचीय."

"नाही लॅटिशिया. सांगितलं ना की नंतर कधीतरी सांगेन म्हणून. आता जे सांगितलं ते सध्या पुरेसं आहे."

त्याच दिवशी संध्याकाळी आमचं जेवणखाण झाल्यावर मी आरामखुर्चीत बसले होते. ती माझ्या बाजूलाच उभी होती. तिनं माझे केस बाजूला केले आणि माझा स्वेटर काढायला सुरुवात केली. तिला काय करायचं होतं ते माझ्या लक्षात येऊन मी फार अस्वस्थ झाले.

"लॅटिशिया काय करतेयस?"

"मला तुझी पाठ बघायचीय."

मी तिला बघू दिली.

"आई, तुझी त्वचा माझ्या त्वचेसारखी मऊ नाही."

"होय. तुझी त्वचा मऊ आहे कारण ती खरी आणि मूळ आहे. माझी त्वचा तशी नाही. माझ्या त्वचेला खूप जखमा झाल्या आहेत. म्हणूनच काडेपेटी सांभाळून वापरायला हवी. तिचा वापर फक्त बाबांची सिगरेट पेटवायला करायचा असतो. तू उगाच हात लावलास तर तुलाही माझ्यासारखं भाजेल. तू काडेपेटीला हात लावणार नाहीस किंवा लावलास तर काळजी घेशील, असं वचन दे मला. आगीमुळं मृत्यू येऊ शकतो."

"आई, तुला आगीची भीती वाटते?"

मला ती भीती लपवता येत नव्हती. यामुळं मला जुनं सगळं आठवायचं. अंगावर काटा यायचा. काडेपेटीनं तर जास्तच. नेहमीच असं व्हायचं.

या प्रसंगांनंतर लॅटिशिया हा विषय विसरली नव्हती. तिला स्वप्न पडायची. रात्री ती ओरडायची. तिच्या किंचाळण्याचा, रडण्याचा आवाज मला यायचा. मदतीसाठी आरडाओरडा करायची ती. तिनं सर्व ताकदीनिशी पांघरूण घट्ट पकडून ठेवलेलं मी पाहिलं होतं. एकदा तर ती खाटेवरून खाली पडली. हे प्रकार कमी होतील आणि ती शांत होईल, असं मला वाटलं होतं. पण तसं काही झालं नाही. एकदा तर तिनं मला सांगितलं की मी झोपले असताना ती माझ्याजवळ यायची आणि मी नक्की जिवंत असल्याची खात्री करून घ्यायची. मी फक्त झोपलेय, मेले नाही, हे चाचपून बघायची. मला तिची काळजी वाटू लागली होती. मी तिला माझ्या डॉक्टरकडं घेऊन गेले. तिला खूप काही सांगून बसल्यासारखं वाटायचं मला. इतकं सांगायला नको होतं. तिला खरं काय ते सांगून टाकलं ते बरं झालं, असं डॉक्टरांचं म्हणणं पडलं. पण तेव्हापासून मला तिच्याकडं बारीक लक्ष ठेवायला हवं होतं.

तिच्यापाठोपाठ नादियाचा नंबर होता. तीपण साधारण त्याच वयाची असेल तेव्हा. पण हे ऐकल्यावर तिची प्रतिक्रिया वेगळी होती. तिला रात्री स्वप्नं पडत नसत. तिला माझी काळजी वाटून भीतीही वाटायची नाही. याचा अर्थ काहीच परिणाम झाला नव्हता असं अजिबात नाही. ती सगळ्या गोष्टी मनात साठवून ठेवत होती. जसं की, आम्ही सगळे बसलेलो असताना ती उसासा टाकायची. मी तिला विचारलं की उसासा का टाकलास तर म्हणायची, ''काय माहीत, असंच!''

''आपल्याला हवं ते घडलं नाही की आपण असा उसासा टाकतो. तुला मला काही सांगायचंय का बाळा जे तू बोलू शकत नाहीस?''

''तुझे कान फार लहान आहेत. तू पुरेसं खात नाहीस म्हणून तुझे कान लहान झालेत का?'' असं विचारून तिनं मला चकित करून टाकलं.

''नाही सोन्या. माझे कान भाजले म्हणून लहान झालेत.''

लॅटिशियाला मी जे आणि जशा प्रकारे सांगितलं होतं तसंच नादियालाही सांगितलं. माझ्या दोन्ही मुलींना सारख्याच गोष्टी सारख्याच शब्दांत माहीत असाव्यात, असं मला वाटलं. म्हणून मी नादियालाही तोच तपशील त्याच शब्दांत सांगितला. तिला ते खोलवर लागलं. तिची प्रतिक्रिया तिच्या बहिणीसारखी नव्हती. माझ्याशी असं वागणाऱ्या त्या माणसाला मारून टाकावं असं तिला वाटलं नाही. तिनं माझ्या कानाला हात लावू का ते विचारलं. मी कानातले घातले होते. माझ्या कानाची झालेली अवस्था लपवण्यासाठी मी ते घालत असे.

''तू हात लाव माझ्या कानाला. पण कानातले खेचू नकोस कारण कान दुखतो खूप.''

तिनं माझ्या कानाला हळुवार स्पर्श केला. नंतर ती तिच्या खोलीत निघून गेली आणि तिनं दार लावून घेतलं.

मुलींना सगळ्यात कठीण क्षण त्या शाळेत असताना बहुतेक जाणवायचे. मुली मोठ्या होत होत्या. त्यांना सगळं समजू लागलं होतं. त्यांना शाळेतून आणायला जायला अँटोनिओला नेहमीच जमायचं असं नाही. तो नसला की मी जात असे. बाकीच्या मुलांच्या मनात काय प्रश्न येत असतील याची मला कल्पना होती. तुझी आई अशी का दिसते? तिला काय झालंय? उन्हाळ्यातपण ती स्वेटर का घालते? तिला कान का नाहीत? असे एक ना अनेक प्रश्न त्यांना विचारले जायचे.

मुलींना यापुढचं समजावून सांगणं आणखी कठीण होतं. मारूआनचा उल्लेख न करता मी ते सोप्या पद्धतीनं सांगितलं. मी त्यांना म्हटलं, "माझी एका पुरुषाशी ओळख झाली. आम्ही दोघं एकमेकांच्या प्रेमात पडलो. पण माझ्या आई-बाबांना ते पसंत नव्हतं. आमच्या देशात मुलीनं तिच्या आईवडलांचं ऐकलं नाही तर तिला जाळून मारून टाकण्याची परंपरा आहे. माझ्या आईवडलांनीही मला जाळून मारून टाकायचं ठरवलं. पण जॅकलिन या भल्या महिलेनं मला बरं करण्यासाठी तिथून इथं युरोपमध्ये आणलं." लॅटिशिया आणि नादिया दोघीही जॅकलिनला ओळखायच्या. लॅटिशियाच्या डोक्यात नेहमी सूड उगवण्याचा विचार घोळत असायचा. नादिया मात्र शांत असायची. साधारण बारा वर्षांची असताना लॅटिशियाला माझ्या देशात जायचं होतं आणि तिथल्या सगळ्या लोकांना मारून टाकायचं होतं. ती तसं मला बोललीही. तिच्या वडलांना मी माझी कथा आणि मारूआनच्या जन्माविषयी सांगितलं तेव्हा त्यांनी लॅटिशियानी वापरलेले तेच शब्द वापरले होते. अँटोनिओ म्हणाला होता, "ते तुझ्याशी जसे वागलेत त्यासाठी त्यांना मरण यायला हवं."

मला पडणारी दुःस्वप्नं अचानक पुन्हा सुरू झाली. मी रात्री गाढ झोपलेली असे आणि अचानक आई हातात सुरा घेऊन येताना दिसायची. 'मी तुला या सुऱ्यानं मारून टाकणार आहे' असं म्हणत तिनं तो सुरा माझ्या कपाळावर टेकवलेला जाणवायचा. तिच्या हातातला सुरा चमकत असायचा. आईही जवळ उभी असलेली भासायची. मी घाबरून जागी होत असे. दरदरून घाम सुटायचा. क्षणभर ते सगळं खरं वाटायचं. सुरा चमकायला लागला की प्रचंड भीती वाटायची. त्यातली सगळ्यात असह्य गोष्ट होती ती आईला तिथं बघणं. मृत्युपेक्षा, आगीच्या ज्वाळांपेक्षा तिचा चेहरा मला जास्त घाबरवायचा. तिनं तिच्या अनेक बाळांना घुसमटवून मारलं होतं तसंच मलाही संपवून टाकायची तिची इच्छा होती. ती काहीही करू शकत होती आणि ही अशी बाई माझी आई होती. तिनं मला जन्म दिला होता!

तिच्याशी साम्य असल्याचीही मला इतकी भीती वाटली होती की मी आणखी

एक शस्त्रक्रिया करून घ्यायचं ठरवलं होतं. या वेळी ही शस्त्रक्रिया माझ्या दिसण्याच्या बाबतीत होती. या शस्त्रक्रियेमुळे आम्हा दोघींमधलं एक साम्य मिटवलं जाणार होतं. माझ्या नाकाच्या वर, दोन भुवयांच्या मध्ये छोटासा उंचवटा होता. तसाच माझ्या आईच्याही होता. आरशात पाहिल्यावर त्या उंचवट्यामुळं मला आईची आठवण होऊन मनात वादळं उठायची. ते इतकंसं साम्यही मला नकोसं वाटायचं. शस्त्रक्रियेनं मी ती खूणही नाहीशी करून टाकली. यामुळं माझा चेहराही पूर्वीपेक्षा खुलून दिसत होता. शस्त्रक्रिया करूनही माझी रात्रीची भयानक स्वप्नं काही बंद झाली नव्हती. पण याला सर्जन काही करू शकत नव्हते. मी मानसशास्त्रज्ञाकडं जायला हवं होतं खरं तर. पण तेव्हा हे मला सुचलं नव्हतं.

विश्वास, श्रद्धा दूर करणाऱ्या एका महिलेकडं मी गेले होते. मी तिला माझी व्यथा सांगितली. तिनं मला उपाय सुचवला की, रात्री झोपताना उशाशी सुरी घेऊन झोपायचं. त्या सुरीचं पातं झाकून ठेवायचं. त्यामुळं मला रात्री स्वप्नं पडणार नाहीत. मी तिनं सांगितल्याप्रमाणं करून पाहिलं. चकाकता सुरा परत कधी माझ्या स्वप्नात आला नाही. झोपेत त्यानं मला कधी घाबरवलं नाही. पण दुर्दैव म्हणजे, मी आईविषयी मात्र विचार करत राहिले.

■

# जे जे हरवलं होतं...

मला लिहिता यायला हवं होतं, असं राहून राहून वाटतं. मी वाचू शकते, पण फक्त छापील शब्द. मी वर्तमानपत्र बघून वाचायला शिकले. त्यामुळं मला फक्त छापलेले शब्द कळतात. हातानं लिहिलेली अक्षरं ओळखता येत नाहीत. बऱ्याचदा मला शब्द अडतात. मग मी माझ्या मुलींना विचारते.

सुरुवातीला एडमंड कैसर आणि जॅकलिन या दोघांनीही मला मदत करण्याचा प्रयत्न केला होता. बाकीच्यांसारखं मलाही लिहिता-वाचता यायला पाहिजे, असं मला फार वाटायचं. चोविसाव्या वर्षी मी जेव्हा काम करायला सुरुवात केली तेव्हा मला तीन महिन्यांचा एक कोर्स करण्याची संधी मिळाली. त्यामुळं मला खूप बरं वाटलं होतं. पण मी जितकं कमावत होते त्यापेक्षा कितीतरी जास्त खर्च तो कोर्स करण्यासाठी येत होता. त्यामुळं तो कोर्स पूर्ण करणंही अवघड होतं. अँटोनिओनं मला आर्थिक मदत देऊ केली होती. पण मला स्वत:च्या पैशांतून शिकायचं होतं आणि मी तसंच केलं. त्रास झाला, पण मला त्या कोर्सचा खूप उपयोग झाला. बालवाडीतल्या मुलांना पेन्सील हातात धरायला शिकवतात तसं त्या कोर्समध्ये मला पेन्सील हातात धरण्यापासून शिकवण्यात आलं. माझं नाव लिहायला शिकवलं तिथं. मला अक्षरं कळत नव्हती. त्यामुळं आधी बाराखडी शिकावी लागली. त्याच वेळी ती भाषा शिकण्याचा माझा प्रयत्नही सुरू होता.

तीन महिन्यांच्या या कोर्सनंतर मला वर्तमानपत्रातले काही शब्द ओळखता येऊ लागले होते. मी वर्तमानपत्रातलं भविष्य वाचण्यापासून वाचनाला सुरुवात केली. माझी रास मिथुन असल्याचं मला कुणीतरी सांगितलं होतं. रोज प्रयत्न करून मी माझं भविष्य वाचायला शिकले होते. वाचल्यावर ते सगळं कळायचंच असंही नाही. मुळात मला सुरुवातीला छोटी वाक्यं, लहानशा ओळी वाचायला शिकायचं होतं. सगळा लेख वाचून काढण्यासाठी अजून वेळ लागणार होता. लहान वाक्यांचं आणखी एक उदाहरण म्हणजे वर्तमानपत्रातल्या दु:खद निधनाच्या बातम्या! अशा बातम्या माझ्याइतक्या बारकाईनं कुणीच वाचल्या नसतील कदाचित. 'क्ष कुटुंबाला कळवण्यास अतिशय दु:ख होते की य यांचे निधन झाले आहे. त्यांच्या आत्म्याला

शांती मिळो!' मी विवाहविषयक आणि गाडीविक्रीबाबतच्या लहान लहान बातम्याही वाचत असे. पण नंतर मी हा नाद सोडून दिला. त्यातले संक्षिप्त शब्द वाचून त्यांचा अर्थ लावणं कठीण जात असे. स्थानिक वृत्तपत्र सुरू करावं असा विचार माझ्या डोक्यात येऊन गेला, पण तो मूर्खपणाचा होता, असं अँटोनिओ म्हणायचा. त्यामुळं रोज कामावर जाण्यापूर्वी मी शहरात जात असे. तिथं कॉफी घेत वृत्तपत्र वाचून माझा दिवस सुरू व्हायचा. माझा तो वेळ मस्त जायचा. माझ्यासाठी भाषा शिकण्याचा तो उत्तम पर्याय होता. माझ्या आजूबाजूला असलेले लोक जेव्हा कोणत्या तरी विषयावर बोलायचे तेव्हा मलाही त्यातलं कळतं, असं मी त्यांना दाखवू शकत असे. त्याबद्दल मी वर्तमानपत्रात वाचलेलं असायचं. संभाषणामध्ये भाग घेण्याइतका आत्मविश्वास वाढलेला होता.

आता मला युरोपच्या भूगोलाविषयी थोडंफार समजायला लागलं होतं. युरोपीय देशांच्या राजधान्या आणि काही महत्त्वाची शहरं माहीत झाली होती. इटलीमध्ये मी रोम, व्हेनिस आणि पोर्टोफिने हे भाग पाहिले होते. मी ज्या कुटुंबात राहत होते त्यांच्याबरोबर उन्हाळ्याच्या सुटीत स्पेनमध्ये बार्सिलोनात फिरले होते. पण आम्ही तिथं फक्त पाचच दिवस राहिलो होतो. तिथला भयंकर उकाडा मला अजूनही आठवतो. उकडत होतं त्यामुळं पाण्यातून बाहेर यावंसं वाटत नव्हतं. मला सोडून बाहेर जाऊ नये म्हणून मी पप्पा आणि मम्मालाही आग्रह करत होते. त्यांना नाइलाजानं माझ्याबरोबर थांबावं लागलं. आजूबाजूला लोक असताना मी अंघोळीच्या कपड्यांत फिरतेय याची कल्पना करायलाही मी धजावले नसते. असे कपडे घालायचे तर बाजूलाच, बीचवर चारचौघं असायला नकोत असं वाटत होतं. जशी बाथरूममध्ये अंघोळ करताना मी एकटीच असते तसं असतं तर मला बीचवर त्या कपड्यात वावरायला हरकत नव्हती.

अथांग जगातला लहानसाच भाग मी पाहिलेला होता. हे जग गोल आहे, असं मी ऐकल होतं. पण ते समजून घेण्यासाठी कधीही कोणी मला मदत केली नव्हती. उदाहरणार्थ, युनायटेड स्टेट्स म्हणजे अमेरिका ते मला ठाऊक होतं. पण पृथ्वीच्या या गोलावर अमेरिका नेमकी कुठं आहे, ते मला समजायचं नाही. माझी पूर्वीची मायभूमी असलेली पॅलेस्टिनी भूमी नकाशावर कशी शोधायची तेही मला माहीत नव्हतं. माझ्या मुलींकडचं भूगोलाचं पुस्तक हातात घेतलं की देशांचा ठावठिकाणा शोधायला कुठून सुरुवात करायची तेच कळायचं नाही. यातली आणखी अडचण अशी होती की मला दोन ठिकाणातलं अंतर लक्षात यायचं नाही. उदाहरण द्यायचं झालं तर असं समजू की, कुणीतरी मला माझ्या घरापासून पाचशे मीटर अंतरावर भेटायला यायला सांगितलं तर नेमक्या अंतराचा अंदाज मला यायचा नाही. प्रत्यक्ष रस्त्यावर गेल्यावर एखादं दुकान शोधून किंवा माझ्या माहितीचं एखादं ठिकाण

पाहून मी विशिष्ट ठिकाणं शोधून काढत असे. त्यामुळं जगाचा वेध कसा घ्यायचा याचं गमक मला उमगलंच नाही. मी टीव्हीवर जागतिक हवामानाचा अंदाज बघत असे. ते बघता बघता माद्रीद, पॅरिस, लंडन, तेल-अव्हिव्ह अशी ठिकाणं कुठं आहेत ते शोधण्याचा प्रयत्न करत असे. मी साधारण दहा वर्षांची असताना माझ्या वडलांबरोबर तेल अव्हिव्हजवळ काहीतरी कामासाठी गेल्याचं आठवतं. आमच्या शेतात गहू पिकवण्यासाठी मदत केलेल्या आमच्या शेजाऱ्यांना कोबीची काढणी करण्यासाठी आम्ही मदत करायला गेलो होतो. प्रत्यक्षात पाहता आम्ही ज्यूंच्या भूमीत होतो म्हणून त्यांच्यापासून रक्षण करण्यासाठी कुंपण घातलेलं होतं. ज्यूंमध्ये जायचं असेल तर एक कुंपण लांघण्याचा अवकाश होता. या विचारानंही मला भीती वाटायची.

बालपणातल्या माझ्या सगळ्या आठवणी भीतीशी निगडित होत्या, हे मला मोठं झाल्यावर जाणवलं. याची असंख्य उदाहरणं होती. ज्यू डुकरं असतात म्हणून त्यांच्या आसपासही जायचं नाही, असं मला लहानपणी शिकवण्यात आलं होतं. आम्हाला त्यांच्याकडं बघायलाही बंदी होती. त्यामुळं त्यांच्या जवळपास जाणंही आमच्यासाठी निषिद्ध होतं. ज्यूंची राहण्याची, जेवणाखाण्याची पद्धत आमच्यापेक्षा वेगळी होती त्यामुळं ते आमच्याइतके चांगले नाहीत, असं आमच्यावर बिंबवलेलं होतं. आम्ही आणि ते म्हणजे दिवस आणि रात्र, लोकर आणि रेशीम असं काहीसं होतं. ज्यू म्हणजे लोकरीसारखे आणि आम्ही मुस्लीम म्हणजे रेशीम, असंच सांगितलं जायचं आम्हाला. माझ्या डोक्यात असे विचार का भरवले जायचे ते मला माहीत नाही, पण त्या वेळी विचार करण्याची पद्धत अशीच होती. रस्त्यावर ज्यू कुठं दिसायचेच नाहीत म्हणा! पण चुकून एखादा दिसला तर त्याच्यावर दगड भिरकावले जायचे, लाकडं फेकली जायची. मारामारी सुरू व्हायची. ज्यूंशी बोलायला गेलो किंवा त्यांच्या आसपास गेलो तरी आपणही ज्यू होऊन जाऊ, या भीतीनं त्यांच्याशी बोलाचालीस बंदी घातलेली होती. पण ज्यू लोकांनी मला कधीही कोणताही त्रास दिलेला नव्हता. त्यांच्याविषयी आम्हाला जे सांगितलं गेलं होतं ते निरर्थक होतं याची मला पूर्णपणे जाणीव झाली होती. आमच्या सध्याच्या घराजवळ खाटकाचं एक दुकान आहे. हे दुकान ज्यू माणसाचं आहे. तिथं मस्त मांस मिळतं. तितकं चांगलं मी बाकी कुठंही खाल्लं नाही. पण लहानपणापासून मनात भरवल्या गेलेल्या भीतीमुळं त्या दुकानात एकटीनं जायचं धाडस मला कधीही झालं नाही. त्याऐवजी मी ट्युनिशिअन खाटकाच्या दुकानात जात असे. कारण एकच, तो ज्यू नाही तर ट्युनिशिअन होता. असं मी का करत असे ते मला माहीत नाही. मी कितीतरी वेळा स्वतःला सांगत असे 'सुआद, तू त्या ज्यू माणसाच्या दुकानात जाणार आहेस आणि त्याच्याकडून मटण घेणार आहेस. बाकीच्या ठिकाणी असतं

तसंच मटण आहे ते.' कधीतरी मला ही भीती घालवून तिथं जायला जमेल, पण अजूनही भीती पूर्णपणे गेलेली नाही. लहानपणी आमच्या मनात ज्यूंविषयी इतका द्वेष भरलेला होता आणि त्यांच्यावरून इतके निर्बंध लादलेले होते की जणू काय ते या पृथ्वीवर अस्तित्वातच नाहीत. इतकं त्यांना हीन लेखलं जायचं. ते मुस्लिमांचे सगळ्यात कट्टर शत्रू आहेत, असा विचार करणं म्हणजे द्वेषाच्याही पलीकडचं होतं.

माझा जन्म मुस्लीम धर्मात झाला. मी अजूनही मुस्लीमच आहे. माझा अल्लावर विश्वास होता. गावातल्या काही प्रथा मी जपल्या होत्या. मला युद्ध आवडायचं नाही, हिंसाचारालाही माझा विरोध होता. माझ्या देशातल्या लोकांविषयी वाईटसाईट बोलून मुस्लीम धर्मावर टीका करत असल्याचा आरोप करून मला कुणी बोल लावला तर त्या व्यक्तीला मी शांतपणे त्यावर चर्चा करू या, असं म्हणत असे आणि असं घडलेलं आहे. आतापर्यंत हा विषय त्यांच्या लक्षात का नाही आला, हे समजून घेण्यासाठी मी त्यांना मदत करत असे. माझी आई कितीतरी वेळा संतापून शेजाऱ्यांशी भांडायची. ती त्यांच्यावर दगड फेकायची किंवा त्यांचे केस ओढायची. आमच्या देशात बायकांचे केस ओढायची फार सवय होती. हा प्रकार बघायला भयंकर वाटायचा. ते दिसू नये म्हणून मी गोठ्यात मेंढ्यांमध्ये किंवा ब्रेड ओव्हनच्या ठिकाणी जाऊन लपत असे.

मला माहीत नसलेल्या सगळ्या गोष्टी मला शिकून घ्यायच्या होत्या. जगातल्या भिन्न भिन्न गोष्टी जाणून घ्यायच्या होत्या. त्यातले फरक समजून घ्यायचे होते. इथं असलेल्या संधींमुळं आमच्या मुलींना उपयोग होईल आणि त्यांच्या आयुष्याचं सोनं होईल, अशी आशा मला होती. माझ्या देशात चालणाऱ्या अमानुष हिंसाचारापासून नशिबानंच माझ्या पोरींचं रक्षण केलं होतं. दगडफेकीपासून, पुरुषांच्या अमानवी वागण्यापासून त्या बचावल्या होत्या. माझ्या लहानपणी माझ्या डोक्यात ज्या चुकीच्या कल्पना भरवल्या गेल्या होत्या त्या त्यांच्याही मनात घोळवल्या जाऊ नयेत, असं मला वाटत होतं. या कल्पनांपासून सुटका करून चारचौघांसारखा योग्य विचार करण्याची सवय लावण्यासाठी मला प्रचंड कष्ट घ्यावे लागले होते. त्यांच्याही नशिबात मला हेच यायला नको होतं. माझे डोळे निळे आहेत असा माझा समज करून दिला गेला आणि मी आयुष्यात कधीही आरशात पाहिलं नाही तर माझे डोळे निळे आहेत, याच भ्रमात मी आयुष्यभर राहीन. आरसा म्हणजे संस्कृती, शिक्षण आणि स्वत:विषयी, इतरांविषयी माहितीचं प्रतीक आहे. मी आरशात पाहिलं तर मी स्वत:ला म्हणू शकेन की किती लहान दिसते मी! पण जर मी आरशात पाहिलंच नाही तर एखाद्या उंच व्यक्तीच्या बाजूला उभी राहीपर्यंत मी किती लहान दिसते त्याचा मला अंदाजच येणार नाही.

ज्यूंविषयी, त्यांच्या इतिहासाविषयी मला काहीच माहीत नाही, असं माझ्या

लक्षात येऊ लागलं. ज्यूंविषयी मी माझं ज्ञान वाढवलं नाही तर मी माझ्या मुलींनाही ज्यूंविषयी चुकीची माहिती देईन अशी भीती मला वाटू लागली. ज्ञान आणि विचार करण्याची क्षमता विकसित करण्याऐवजी मी माझ्या मुलींमध्ये दुर्लक्ष करण्याची प्रवृत्ती रुजवली असती, अशीही भीती होतीच.

एके दिवशी अँटोनिओ लॅटिशियाला म्हणाला, ''तिनं अरब पुरुषाशी लग्न केलेलं चालणार नाही.''

''का बाबा? अरब माणसं तुमच्यासारखी, बाकी माणसांसारखीच असतात.''

मी अँटोनिओला म्हणाले, ''तो पुरुष अरब असेल किंवा ज्यू, स्पॅनिश असेल किंवा इटालियन, सगळ्यात महत्त्वाचं आहे ते म्हणजे आपल्या मुलींनी असा पुरुष निवडावा ज्याच्यावर त्यांचं प्रेम आहे, ज्याच्यासोबत त्या खूश राहतील.''

माझं अँटोनिओवर जिवापाड प्रेम आहे. त्याला मी का आवडते ते मात्र मला माहीत नाही आणि ते विचारण्याचं माझं कधी धाडसही झालं नाही. मी त्याला हेही कधी विचारू शकले नाही. ''अँटोनिओ, मी कशी दिसते ते बघ. मी कुठची आहे ते बघ. तू काय बघितलंस माझ्यात? माझ्या अंगावर इतक्या जखमा असताना आणि बाकीच्या इतक्या मुली असताना तू मला कसं निवडलंस?''

याच वेळी मनात एक विचित्र विचारही यायचा. त्याच्याशी फोनवर बोलताना मी त्याला एक प्रश्न नेहमी विचारत असे 'कुठं आहेस तू?' तो घरी असल्याचं त्यानं सांगितलं की मला हायसं वाटायचं. तो मला सोडून देईल, माझ्याविषयी आता त्याला प्रेम वाटत नाही, ही भीती कायम मनाच्या एका कोपऱ्यात कुठंतरी असायची. अस्वस्थ होऊन मी त्याची वाट बघतेय, अशीच मी मारूआनच्या वडलांसाठी झुरले होते, असा भास व्हायचा. अँटोनिओ दुसऱ्या कुठल्या तरी बाईसोबत आहे, असं स्वप्न कितीतरी वेळा माझी झोप उडवायचं. मला त्रास देणाऱ्या दु:स्वप्नांपैकी हे आणखी एक. नादियाचा जन्म झाल्यानंतर दोनच दिवसांत मला हे स्वप्न सतावायला लागलं. अँटोनिओ परस्त्रीसोबत असल्याचं जाणवायचं. तो दोघे गळ्यात गळे घालून चालत असल्यासारखं वाटायचं. तिथं जाऊन अँटोनिओला बोलावून आणण्याचं त्राण माझ्यात नसायचं. मग मी लॅटिशियाला सांगायची की बाबांना बोलावून आण म्हणून. माझी मुलगी बाबांना कपड्यांना धरून खेचायची आणि त्या बाईबरोबर जाऊ नका, घरी परत चला अशी विनवणी करायची. तिनं बाबांना घरी आणायलाच हवं असं मला वाटायचं. त्यासाठी ती खूप प्रयत्न करत असलेली दिसायची. या स्वप्नाला काही शेवटच नव्हता. त्यामुळं अँटोनिओ घरी यायचा की नाही, ते मला कधीच दिसलं नाही. एकदा हे स्वप्न पडल्यावर मी अपरात्री साडेतीन वाजता दचकून उठले होते. तेव्हा अँटोनिओ अंथरुणात नव्हता. मी त्याला शोधायला उठले. तो आरामखुर्चीत बसलेलाही

दिसला नाही की टीव्हीही सुरू दिसला नाही. त्याची गाडी जाग्यावर आहे का ते बघायला मी खिडकीजवळ गेले. नंतर माझ्या लक्षात आलं की तो त्याच्या अभ्यासाच्या खोलीत बसला होता. बिझनेस अकाउंटचं काम करत होता. तेव्हा माझा जीव भांड्यात पडला.

असलं एकही स्वप्न पडू नये आणि जरा शांतपणा मिळावा, अशी माझी इच्छा होती. पण आयुष्याविषयी अनिश्चितता, अस्वस्थता, असूया, संताप या भावना सतत ठाण मांडून बसलेल्या असायच्या. माझ्या आतमध्ये काहीतरी तुटलेलं होतं. पण लोकांना ते बाहेरून जाणवायचं नाही. सगळ्यांशी मी हसून, नम्रपणे बोलत असे. आदरानं वागत असे. त्यामुळं माझ्यात धुमसत असलेल्या वादळाची कुणालाही कल्पना यायची नाही. पण सुंदर केस, छान पाय आणि मस्त त्वचा असलेली अप्रतिम महिला जवळून गेली किंवा उन्हाळा आला, पाण्यात डुंबायचे, हलके, साधेसे कपडे घालण्याचे दिवस आले की काहूर माजायचं....

माझं अंग कपड्यांनी झाकलेलं असायचं. बटणं अगदी गळ्यापर्यंत लावलेली असायची. मला आनंद मिळावा म्हणून मी बाकी काही कपडे आणले होते. मोठ्या गळ्याचे ड्रेस, बिनबाह्यांचे ब्लाऊज. पण ते मला जाकिटाच्या आतच घालता यायचे. जाकिटाची बटणंही गळ्यापर्यंत बंदच असायची. दर उन्हाळ्यातही असंच असायचं. पोहण्यासाठी तलाव ६ मे रोजी उघडतो आणि ६ सप्टेंबर रोजी बंद होतो असं मी ऐकलं होतं. ते ऐकून माझा फार संताप झाला होता. उन्हाळा लवकर संपून जावा आणि मस्त थंडी पडावी किंवा पाऊस सुरू व्हावा, असं मला वाटायचं. हवा गरम असेल तर मी सकाळी लवकर किंवा संध्याकाळी उशिरा बाहेर पडत असे. हवामानाच्या बातम्यांकडं लक्ष ठेवत असे.

तापमान ३० अंशांपर्यंत वाढलं तर मी स्वत:ला खोलीतच बंद करून घेत असे. दार लावून घेत असे आणि रडत असे. मी रोज एकावर एक दोन कपडे घालत असे. एक कपडा माझ्या अंगावरच्या खुणा झाकण्यासाठी आणि एक सर्वसाधारणपणे दिसण्यासाठी. माझ्या आजूबाजूनं जाणाऱ्या लोकांनी माझ्याकडं बघून आश्चर्य व्यक्त करू नये किंवा माझं खरं रूप त्यांना दिसू नये किंवा मी इतक्या उकाड्यात हिवाळ्याचे कपडे का घातलेत, असा विचार त्यांच्या मनात येऊ नये, असं मला वाटायचं. मला शरद, हेमंत आणि वसंत हे ऋतू आवडायचे. सुदैवानं मी वर्षातून तीन ते चार महिनेच भरपूर सूर्यप्रकाश असलेल्या देशात राहत होते. माझा जन्म साधारण उन्हाळ्याच्या दिवसांत झाला, पण असं वातावरण मला जराही सहन होत नाही.

स्विमिंग पुलाकडं पाहिल्यावर काही वेळा माझा संताप व्हायचा. मजा करण्यासाठी, पाण्याचा आनंद घेण्यासाठी खरं तर तो स्विमिंग पूल बांधला होता. माझ्यासाठी मात्र

त्याचा काही उपयोग नव्हता. या पुलामुळं माझ्यात स्वतःबद्दलच्या नैराश्येच्या भावनेला खतपाणी घातलं जात होतं. माझी चाळिशी उलटली होती. उन्हाळ्याला नुकतीच सुरुवात झाली होती. जून सुरू झाला होता. यावेळी जूनचे सुरुवातीचे दिवस अचानक ऊबदार वाटत होते. मी खरेदी करून परतले होते. घरी आल्यावर आमच्या खिडकीतून काही बायका दिसत होत्या पोहण्यासाठीचा पेहराव घातलेल्या. जेमतेमच होते ते कपडे म्हणा. एकंदरीत त्या कपड्यांकडं बघता त्या नग्न असल्यासारख्याच भासत होत्या. माझ्या शेजारी एक सुंदर मुलगी राहायची. ती पुलाकडून येत होती बिकिनी घालून. सोबत तिचा उघडाबंब मित्र होता. मी घरात एकटीच होते. त्या दोघांसारखं मला वागता येत नव्हतं म्हणून मला असूया वाटत होती. काहीच्या काही उकडत होतं त्यामुळं तर माझी आणखी चीडचीड होत होती. न राहवून मी कपाटाजवळ गेले आणि त्यातले कितीतरी कपडे गादीवर नुसते पसरवून ठेवले. मलाही काही बरं घालायला मिळेल आणि थोडीतरी तगमग कमी होईल, असं वाटत होतं. पण तसा एकही कपडा सापडेना. लहान बाह्यांचा टॉप घातला, त्यावर एक शर्ट घातला. शर्ट थोडासा पातळ होता. बंद गळ्याचा. पण तोही पसंत पडेना. माझ्या पायावरची त्वचा काढून इतरत्र लावली होती म्हणून मला मिनी स्कर्टही घालता येईना. अंगावरच्या जखमांमुळं उघड्या गळ्याचे, लहान हातांचे कपडे शोभले नसते. कपाटातून काढून गादीवर टाकलेल्यापैकी कोणतेही कपडे घालण्यासारखे वाटत नव्हते.

मी हताश होऊन गादीवर बसले. डोळे वाहायला लागले. इतक्या जीवघेण्या उकाड्यात अंगभर कपडे मला अजिबात सहन होत नव्हते. क्षणभरही मी ते वागवू शकणार नाही, असं वाटत होतं. बाकीची माणसं उकाड्याचा त्रास होऊ नये म्हणून वाटेल तसे, लहान-तोकडे कपडे घालून हिंडताना बघून माझ्या जखमेवर मीठ चोळलं जात होतं. मी घरी एकटीच असल्यामुळं वाटेल तितकं रडून घेऊन माझं दुःख हलकं करू शकत होते. मुली शाळेत गेल्या होत्या. त्यांची शाळा घरापासून जवळच होती. मी खोलीतल्या आरशासमोर जाऊन उभी राहिले आणि स्वतःलाच सांगू लागले, ‘स्वतःकडं बघ जरा! तू कशाला जिवंत आहेस? तुझ्या जगण्याला काय अर्थ आहे? तुला तुझ्या कुटुंबीयांसोबत समुद्रकिनाऱ्यावर धमालपण करता येत नाही. जरी तुम्ही किनारी फिरायला गेलात तरी तू मुलींना पाण्यात जाऊ देणार नाहीस. तुझ्यासाठी त्यांना लवकर घरी यावं लागेल. मुली शाळेत आहेत. पण घरी आल्यावर त्यांना स्विमिंग पुलाकडं जावंसं वाटेल. त्या आनंदानं उड्या मारत जातील तिकडं, पण तू नाही. तुला तर स्विमिंग पुलाजवळच्या रेस्टॉरंटमध्ये जाऊन कॉफी किंवा सरबत पीत बसताही नाही येणार. याचं एकमेव कारण म्हणजे, कोणी आपल्याकडं बघत नाही ना, याची तुला वाटणारी भीती. हिवाळा आहे की काय,

असं वाटावं अशा प्रकारे तू स्वत:ला डोक्यापासून पायापर्यंत कपड्यांनी झाकून घेतेस. तुला वेड लागलंय असं लोकांना वाटेल! तुझा काहीही उपयोग नाही! कुचकामी आहेस तू! तू जिवंत आहेस, पण जगण्यास लायक नाहीस. जगताच येत नाही तुला. घरात बंद करून ठेवलेली एक वस्तू आहेस तू!'

मनात असे असंख्य विचार धिंगाणा घालत होते. मी झोपेच्या गोळ्यांची बाटली घेऊन बाथरूममध्ये गेले. धड झोप लागत नाही म्हणून मी डॉक्टरांचा सल्ला न घेताच या गोळ्या विकत आणल्या होत्या. मी त्या सगळ्या गोळ्या खाल्ल्या. थोड्याच वेळात मला कसंतरी होऊ लागलं. सगळं आपल्याभोवती गोल फिरतंय असं वाटू लागलं. अस्वस्थ होऊन मी खिडक्या उघडल्या. लॅटिशिया आणि नादियाची शाळा आमच्या घराच्या समोरच होती. शाळेकडं पाहून मी रडायलाच सुरुवात केली. मी घराचं दार उघडलं आणि बाहेर पडले. विहिरीच्या तळाशी गेल्यावर कसा आवाज येईल, तसा माझाच मला आवाज ऐकू येऊ लागला. सहाव्या मजल्यावर जायचं आणि गच्चीतून खाली उडी मारायची, असा माझा विचार होता. झोपेत चालल्यासारखी मी चालत-फिरत होते.

'मी मेले तर त्यांचं काय होईल? त्यांचं माझ्यावर खरंच प्रेम आहे. मीच त्यांना या जगात आणलं. कशासाठी? त्रास सहन करण्यासाठी? मी जो त्रास सोसला तो पुरेसा नाही का? त्यांच्याही नशिबी तेच भोग यावेत, असं मला वाटत नाही. आम्ही तिघंही एकदम या जगाचा निरोप घेऊ, नाहीतर कुणीही नाही. नाही, मी असं करून चालणार नव्हतं. स्वत:ला संपवून चालणार नव्हतं. माझी गरज होती त्यांना. अँटोनिया कामाला जातो. तो कामात आहे, कामावर आहे असं म्हणतो, पण न जाणो तो समुद्रकिनारी असेल. तो खरंच कुठं आहे ते कसं कळणार? मी कुठंय ते मात्र त्याला व्यवस्थित माहीत असतं. प्रचंड उकाडा आहे आणि त्यात मी बाहेर पडू शकत नाही, याची त्याला कल्पना असल्यानं मी घरातच आहे, याची त्याला खात्री असते. मला पाहिजेत तसे कपडे मला घालता येत नाहीत. का नाही मला तसं करता येत? मी देवाचं काय वाईट केलं होतं म्हणून त्यानं माझ्यावर ही वेळ आणली? मी काय पाप केलं म्हणून मला हे भोगावं लागतंय?'

मी रडत होते, हताश झाले होते. दिशाहीन झाले होते. पण तरीही घरात गेले. खिडकी बंद करून टाकली. नंतर घराच्या बाहेरच्या खोलीत आले. मुलींची वाट बघत बसले. त्यानंतर मात्र रुग्णालयात पोहोचेपर्यंतचं मला काहीही आठवत नाही. झोपेच्या गोळ्या घेतल्यामुळं मला रुग्णालयात न्यावं लागलं. डॉक्टरांनी माझं पोट रिकामं केलं. मला निरीक्षणाखाली ठेवलं होतं. दुसऱ्या दिवशी आपण मानसशास्त्रज्ञाशी संबंधित रुग्णालयात असल्याचं मला जाणवलं. तिथं एक चांगली महिला मानसशास्त्रज्ञ होती. ती खोलीत आली तेव्हा मला नम्रपणे तिच्याशी हसायचं होतं, पण मला

अचानक रडूच कोसळलं. शांत करण्यासाठी तिनं मला ट्रॅन्क्विलायझर दिलं. मग ती माझ्याजवळ बसली आणि नेमकं काय झालं, कसं झालं ते विचारू लागली. मी गोळ्या का घेतल्या, मला स्वत:ला संपवून टाकण्याची इच्छा का झाली, ते ती विचारत होती. मी तिला सूर्य, आग, जखमा, मृत्यूची इच्छा असं काय काय सांगितलं. पुन्हा माझे डोळे गळू लागले. माझ्या डोक्यात काय गुंता झाला होता ते मला तिला नेमक्या शब्दांत सांगता येत नव्हतं. त्या एवढ्याशा स्विमिंग पुलावरून माझ्या डोक्यात वादळाची ठिणगी पडली आणि मग रान पेटत गेलं. स्विमिंग पुलामुळं माझ्या डोक्यात जीव द्यायचा विचार आला होता का?

"तुला माहितेय का दुसऱ्यांदा तू मृत्यूच्या जवळ जाऊन आली आहेस ते? पहिल्यांदा, तुझ्या मेव्हण्यानं तुला मारण्याचा प्रयत्न केला तेव्हा आणि आता तू स्वत:लाच मरणाच्या दारात नेलंस तेव्हा. तू पुन्हा असा प्रयत्न करणार नाहीस, याचीही खात्री नाही. पण काळजी करू नको. मी आहे तुझ्यासोबत. तुला मदत करायला. तुला मदत हवीय का माझी?"

माझं उत्तर अर्थातच 'हो' असं होतं. महिनाभर ती मला थेरपी देत होती. नंतर तिनं मला आठवड्यातून एकदा, दर बुधवारी दुसऱ्या एका मानसशास्त्रज्ञाकडं जायला सांगितलं. मला आगीच्या धगीत लोटल्यापासून पहिल्यांदाच कुणीतरी माझ्याशी माझ्याविषयी बोलत होतं. माझ्या आई-वडलांविषयी, माझ्या दु:खाविषयी, मारूआनविषयी... माझ्या आयुष्यातल्या सगळ्या गोष्टींविषयी काळजीपूर्वक ऐकत होतं. हे सोपं नव्हतं. हे सगळं थांबवावं अशी मध्येच तीव्र इच्छा व्हायची. पण मला सक्तीनं सगळं बोलायला लावलं जायचं. याचं कारणही मला नंतर कळलं. ते सगळं बोलून मला मोकळं, शांत वाटायचं.

ती मानसशास्त्रज्ञ मला दिशादर्शन करतेय असं मला काही दिवसांनी वाटलं. घरी जाण्यासाठी डावीकडं वळायला हवं हे मला माहीत असूनही ती मला उजवीकडंच वळायला सांगतेय, असं वाटायचं. मुलाचा हात धरून जात असलेल्या पालकांप्रमाणं ती माझ्याशी वागायची. मला जेव्हा जावंसं वाटेल किंवा जायची गरज भासेल तेव्हाच तिच्याकडं जावं, असं माझं मत असलं तरी मला दर बुधवारी तिच्याकडं जावंच लागे. तिनं मला प्रश्न विचारावेत, माझं बोलणं कान देऊन ऐकावं, इकडं-तिकडं बघत बसण्यापेक्षा तिनं माझ्या डोळ्यात बघावं हे मलाही आवडलं असतं. वर्षभर मी तिथून पळ काढण्याचा प्रयत्न केला, माझ्या वेड्या विचारांना धरून राहण्याचा प्रयत्न केला. पण मी अवास्तव वाहत होते ते कळत नव्हतं. नंतर हे प्रकर्षानं जाणवलं. जगण्याची इच्छा मेल्यानं मरण कवटाळणं म्हणजे निव्वळ माझा स्वार्थीपणा आहे, हे माझ्या लक्षात आलं. माझ्या दोन्ही मुलींचा विचारच मी केलेला नव्हता, याचीही जाणीव झाली. मी फक्त माझा विचार

करत होते. अँटोनिओ आणि आमच्या दोन्ही मुलींचा विचारच न करता वेड्यासारखी वागत होते, हेही कळून चुकलं.

नंतर माझी मन:स्थिती सुधारली असली तरी काही वेळा प्रचंड त्रास व्हायचा. त्या दुखऱ्या भावना मध्येच केव्हातरी डोकं वर काढायच्या. उन्हाळ्यात तर हैराण करायच्या. आम्ही या स्विमिंग पुलापासून खूप लांब जाणार होतो. आम्ही तिथून लांब गेलो आणि रस्त्याच्या कडेला वगैरे घर घेतलं तरी उन्हाळा येणारच होता! आम्ही डोंगरात जाऊ नाहीतर वाळवंटात घर बांधू, सगळीकडं उन्हाळ्याचं रूप तेच राहणार होतं. ही बोचरी जाणीवही व्हायची.

काही वेळा मला वाटायचं की सकाळी जागच येऊ नये. मला मरण यावं आणि हा त्रास कायमचा संपून जावा. माझं कुटुंब, माझी माणसं, मित्रमंडळी माझ्यासोबत होती. मी खरंच खूप प्रयत्न करत होते. पण तरीही मला स्वत:ची लाज वाटायची. मी अपघातामध्ये अपंग झाले असते किंवा होरपळून निघाले असते तर त्याच्या व्रणांकडं मी वेगळ्या दृष्टीनं पाहिलं असतं. तो माझ्या नशिबाचा भाग असता. ते काय कुणाच्या हातात असतं का? घडणाऱ्या गोष्टींना कोणीच काही करू शकलं नसतं. पण माझ्या मेहुण्यानं मला पेटवून दिलं. माझं असं करावं ही माझ्या आईची आणि वडलांची इच्छा होती. त्यांचा निर्णय होता तो. माझी ही अवस्था नशिबानं किंवा दैवानं केलेली नव्हती. माझी त्वचा मी गमावली होती, याचं सगळ्यात जास्त वाईट वाटायचं. हे नुकसान महिनाभराचं किंवा वर्षभराचं नव्हतं, तर जन्मभराचं होतं.

असे भीतिदायक प्रकार मध्येच समोर ठाकायचे. आम्ही टीव्हीवर पाश्चिमात्य सिनेमा बघत होतो. त्यामध्ये दोन पुरुष तबेल्यात मारामारी करताना दाखवले होते. त्यातला एक त्वेषाच्या भरात काडी पेटवतो आणि गवतावर भिरकावतो. ती काडी दुसऱ्या माणसाच्या दोन पायांच्या मध्ये पडते आणि क्षणात गवत पेट घेतं. आगीच्या ज्वाळा भडकू लागतात आणि तो माणूस त्यात सैरावैरा पळत सुटतो. ते दृश्य बघताना मी जोरात ओरडायला सुरुवात केली. माझ्या तोंडातला घास तसाच बाहेर आला. मी वेड्यासारखी वागत होते. अँटोनिओ म्हणाला, "घाबरू नको सोन्या. तो सिनेमा आहे. खोटं असतं ते सगळं." असं म्हणत त्यानं टीव्ही बंद करून टाकला. मला शांत करण्यासाठी त्यानं मला मिठीत घेतलं आणि म्हणाला, "तो टीव्ही आहे फक्त बाळा. त्यात काहीही खरं नसतं. नाटक आहे ते." इतके दिवस मी स्वत:ला सावरलं होतं. पण त्या प्रसंगानं मला काही पावलं मागं आल्यासारखं वाटलं. ज्वाळांमध्ये धगधगत असल्याचा भास झाला. त्या रात्री मी टक्क जागी होते. माझ्या मनात आगीनं बस्तान मांडलेलं होतं. लहानशी ठिणगी दिसली तरी मला मोठी आग लागल्यासारखा दाह व्हायचा. अँटोनिओला सिगारेट

पेटवताना पाहिलं की मी काडी विझेपर्यंत किंवा सिगारेट लाइटर शांत होईपर्यंत स्तब्ध होत असे. यामुळंच मी टीव्हीही फार बघत नव्हते. काहीही जळताना पाहिलं की भीतीच्या लाटा उसळायच्या. माझ्या मुलींना माझ्या या भीतीची जाणीव होती. त्यामुळं मला घाबरवणारं काही दिसलं की ती गोष्ट त्या गायब करायच्या. त्यांनी काडेपेटीची काडी पेटवू नये असं मला वाटायचं. घरात सगळ्या गोष्टी विजेवर चालणाऱ्या होत्या. स्वयंपाकघरातही मला आगीचा लवलेश नको होता. पण एक दिवस कुणीतरी माझ्यासमोरच काडेपेटीशी खेळत होतं. त्यानं बोटावर अल्कोहोल लावला आणि काडी पेटवली. आश्चर्य म्हणजे त्याचं बोट अजिबात भाजलं नाही. काहीतरी क्लृप्ती केली त्यानं. मी संतापानं आणि भीतीनं थरथरत ओरडले,

"दुसरीकडं कुठंतरी जाऊन हे प्रकार कर. निघून जा इथून! मी आगीचा दाह सोसलाय. तो कसा असतो ते तुला कळणार नाही!"

मी जर लांब उभी असेन तर विस्तवातल्या आगीची मला भीती वाटायची नाही. पाणी कोमट असेल तर त्याचीही भीती वाटायची नाही. बाकी गरम गोष्टींची मात्र मला भीती वाटायची. आग, गरम पाणी, ओव्हन, टीव्ही, विजेवरच्या बिघडलेल्या वस्तू, व्हॅक्युम क्लीनर, जळकी सिगरेट... जे जे पेट घेऊ शकतं ते मला भीती घालायचं. माझ्यामुळं माझ्या पोरीही भेदरायच्या. माझ्यामुळं एक पंधरा वर्षांची मुलगी इलेक्ट्रिक बर्नर सुरू करू शकत नव्हती. हे चुकीचं होतं. मी घरात नसले तर पास्ता किंवा चहा करण्यासाठी मी त्यांना गरम पाणी किंवा स्टोव्ह वापरू देत नव्हते. माझ्या समक्ष काय ते केलं जावं असा माझा हट्ट असायचा. प्रत्येक गोष्टीकडं बारकाईनं लक्ष देण्यासाठी मी तिथं असायलाच हवी, असं मला वाटायचं. इलेक्ट्रिक बर्नर बंद केल्याचं तपासल्याशिवाय मी सुखानं झोपूच शकत नव्हते.

दिवस-रात्र या भीतीनं मी पछाडलेली असे. यामुळं बाकीच्यांना किती कटकट व्हायची. माझ्या नवऱ्याची सहनशक्ती कमालीची होती, पण माझ्या अनाठायी भीतीच्या प्रकारानं तो कधी कधी थकून जायचा. माझ्या मुली चहा पिताना बशी हातात धरतानाही थरथरायच्या.

मी चाळिशीत आल्यावर आणि एका भीतीनं मला पछाडलं. मारूआन आता मोठा झाला असेल. मी त्याला वीस वर्षांत पाहिलेलं नाही. माझं लग्न झालं ते त्याला माहीत होतं. त्याला बहिणी आहेत हेही माहीत होतं. पण आपल्याला एक भाऊ आहे हे लॅटिशिया आणि नादिया यांना माहीत नव्हतं. मी हे गुपित कित्येक वर्षं जपून ठेवलं होतं. अँटोनिओला मारूआनबाबत सुरुवातीपासूनच कल्पना होती. पण तो कधीच त्याविषयी बोलला नव्हता. जॅकलिनलाही माहीत असलं तरी ती तिच्या व्यापात असायची. वेगवेगळ्या मोहिमांवर जायची. काही वेळा यशस्वी

होऊन परतायची, काही वेळा रिकाम्या हातांनी. तिनंही माझ्या मौनाचा आदर राखला होता. महिलांसमोर ऑनर क्राइमविषयी बोलावं म्हणून मी कार्यक्रमांमध्ये सहभागी व्हावं असं ती म्हणायची. जाळून मारण्याचा प्रयत्न करण्यात आलेली स्त्री म्हणून, अशा क्रूर प्रकारांतून वाचल्यानं या कृत्यांची साक्षीदार म्हणून मी बोलावं असं तिचं म्हणणं होतं. हे करू शकेन, अशी मी एकटीच त्या वेळी होते.

मी सातत्यानं खोटं बोलत होते. मारूआनच्या अस्तित्वाचा उल्लेखही न करता, या भयावह प्रकारापासून माझ्या मुलाचं रक्षण करत असल्याचं स्वतःला सांगत होते. मारूआन आता मोठा झाला असेल. खरं तर प्रश्न असा होता की, मी मारूआनचं रक्षण करत होते की, मी केलेल्या कृत्याची मला वाटणारी लाज, मुलाला दत्तक दिल्याबद्दल वाटणारी अपराधी भावना यावर पांघरूण घालत होते? सगळं एकमेकांत गुंतलेलं आहे, हे माझ्या नंतर लक्षात आलं. आमच्या गावात मानसशास्त्रज्ञ वगैरे नाहीत. महिलांनी स्वतःला असले प्रश्न पडूच द्यायचे नसतात. आम्ही फक्त बाईचा जन्म मिळाला म्हणून अपराधी वाटून घ्यायचं असतं.

माझ्या मुली मोठ्या झाल्या होत्या. त्यामुळं माझ्या डोक्यातला प्रश्न आणखीच गुंतागुंतीचा झाला होता.

"पण आई, त्यांनी तुला पेटवून का दिलं?"

"कारण मला माझ्या आवडीच्या मुलाबरोबर लग्न करायचं होतं आणि मला त्याच्यापासून दिवस गेले होते."

"त्या बाळाचं काय झालं? ते कुठंय आता?"

तो एका अनाथाश्रमात होता. नाही तरी हे मी मुलींना सांगूच शकले नसते. ■

# जिवंत साक्षीदार!

सुरगीर असोसिएशनसाठी एके ठिकाणी प्रत्यक्ष साक्षीदार म्हणून उपस्थित राहशील का, असं जॅकलिननं मला विचारलं. अचानक माझ्यावर झडप घातलेल्या नैराश्यातून मी बरीचशी सावरले होते. पण माझा भावनिक आवेग ओसरून मी सर्वसाधारण आयुष्य जगायला सुरुवात करण्याची ती वाट बघत होती. नव्या देशात मी मिसळून गेले होते. नवरा आणि मुलींबरोबर सुरक्षित आयुष्य सुरू झालं होतं माझं. माझ्या आयुष्यानं चांगलीच उभारी घेतली होती, पण तरीही तिथल्या युरोपीय महिलांच्या समोर उभी असताना मला माझ्यात काहीतरी कमी असल्याचं जाणवत होतं. त्यांच्यापेक्षा अगदी वेगळ्या असलेल्या विश्वात मी त्यांना घेऊन चालले होते. मी त्यांना सांगणार होते ते निर्दयता, अमानुषपणा याविषयीच्या त्यांच्या कल्पनेच्या पलीकडचं होतं.

या महिलांसमोर मी माझी कहाणी सांगितली. मला बसण्यासाठी तिथं छोटंसं व्यासपीठ केलं होतं. समोर लहानसं टेबल आणि माइक ठेवला होता. जॅकलिन माझ्या शेजारी बसली होती. आधी मी माझी गोष्ट सांगितली, मग माझ्यासमोर बसलेल्या त्या महिलांनी मला प्रश्न विचारले. "त्यांनी तुला जाळण्याचा प्रयत्न का केला?... तू अशी कोणती चूक केली होतीस?... तू एका पुरुषाशी बोललीस इतक्या क्षुल्लक कारणानं त्यानं तुला पेटवून दिलं?..." मला दिवस गेले होते हे मी अजिबात सांगितलं नव्हतं. मी इतकंच म्हटलं की, तुमच्याविषयी गावात चर्चा जरी झाली तरी तुम्ही खरंच काहीतरी गैर केलंय आणि तुम्हाला दिवस राहिलेत असं समजून शिक्षा केली जायची. जॅकलिनला यापैकी थोडंफार माहीत होतं. विशेषत: माझ्या मुलाचा विचार करून, तो दुखावला जाऊ नये म्हणून मी याविषयी अवाक्षर काढलं नव्हतं. त्याला त्याच्या आणि माझ्या भूतकाळाविषयी काहीही कल्पना नव्हती. माझी ओळख लपवून ठेवणंच मला योग्य वाटलं. तेच माझ्यासाठी सुरक्षित होतं. मुलगी हजारो किलोमीटरवर दूर का असेना, तिच्या कुटुंबातले तिला शोधून काढून मारून टाकतात, अशी प्रकरणं जॅकलिनला माहीत होती.

श्रोत्यांमध्ये बसलेली एक महिला उभी राहिली आणि मला म्हणाली,

"सुआद, तुझा चेहरा सुंदर आहे. मग व्रण कुठं आहेत?"

हा प्रश्न मला अपेक्षितच होता. कुणीतरी मला हे विचारेल, असं मला वाटलंच होतं. "मी तुम्हाला माझ्या अंगावरच्या खुणा दाखवते."

मी उभी राहिले आणि त्या सगळ्यांसमोर माझा शर्ट काढला. आतमध्ये मी मोठ्या गळ्याचा आणि लहान हातांचा ब्लाऊज घातला होता. माझे हात दाखवले, पाठ दाखवली. त्यावरच्या खुणा बघून ती महिला रडायलाच लागली. तिथं काही पुरुषही उपस्थित होते. त्यांना विचित्र वाटलं. माझ्याबद्दल वाईट वाटलं. सार्वजनिक ठिकाणी चार लोकांमध्ये असं करताना स्वतःचं प्रदर्शन करत असल्यासारखं वाटलं मला. पण मी प्रत्यक्ष साक्षीदार म्हणून तिथं गेले असताना तशी परिस्थिती उद्‌भवल्यावर असं करणं मला काही गैर वाटलं नाही. लोकांच्या दृष्टीनं त्यांनी ते जाणून घेणं महत्त्वाचं होतं. मी या प्रसंगातून वाचलीये, हे त्यांना कळावं हा माझा हेतू होता. जॅकलिन मला बघायला रुग्णालयात आली तेव्हा मी मृत्युच्या जवळ पोहोचले होते. तिनं मला जीवनदान दिलं. सुरगीरसोबत ती जे काम करत होती त्यामध्ये ऑनर क्राइमबाबत जागृती करण्यासाठी कुणीतरी जिवंत साक्षीदार असणं गरजेचं होतं. अशा भयंकर प्रसंगांतून जाऊनही जिवंत राहिलेल्या अशा व्यक्ती जगात फार थोड्या असल्यामुळं बहुतांश लोकांना याविषयी फारशी माहिती नाही. अशा प्रसंगांचे बळी ठरलेल्या व्यक्ती त्यांच्या सुरक्षिततेच्या दृष्टीनं सार्वजनिक ठिकाणी येणं टाळतात, हेही कारण आहेच. या व्यक्ती ऑनर क्राइममधून बचावू शकल्या याचं श्रेय या संस्थेनं वेगवेगळ्या देशांमध्ये त्यांना आसरा देण्यासाठी सुरू केलेल्या कामाला द्यायला हवं. मग हे प्रकार केवळ जॉर्डन किंवा पॅलेस्टिनी भूमीत घडलेत का हे महत्त्वाचं नाही. तो देश कोणताही असेल; भारत, पाकिस्तान, आखाती देश, अगदी कोणताही. या संस्थेनं त्यांना मदतीचा हात दिला. कार्यक्रमात त्यापुढं जॅकलिननं सूत्रं स्वीकारली आणि अशा सगळ्या महिलांसाठी सुरक्षिततेची काळजी घेण्याची गरज समजावून सांगितली.

माझ्या पहिल्या कार्यक्रमाच्या वेळी युरोपात येऊन मला पंधरा वर्षं झालेली होती. माझं आयुष्य पूर्णतः बदलून गेलं होतं. ऑनर क्राइमचे बळी ठरलेल्या बाकीच्या व्यक्ती जी जोखीम पत्करू शकत नव्हत्या ती मी पत्करू शकत होते. खासगी प्रश्न विचारले जात होते. एका पुरुषानं तसा प्रश्न मला विचारला. माझ्या दुःखी, त्रासदायक आयुष्याविषयी कुणी विचारलं की मला उत्तर देणं कठीण वाटतं. काय बोलावं ते सुचत नाही, पण हाच प्रश्न जर बाकी कुणाविषयी असेल तर मला शब्दांची थोडीफार जुळवाजुळव करता येते.

"सर, तिथल्या महिलांचं आयुष्य कस्पटासारखं आहे. निरर्थक आहे. अनेक मुलींना बडवलं जातं, चुकीचं वागवलं जातं, जाळलं जातं, मारून टाकलं जातं.

अशा गोष्टी अगदी सर्रास होतात. त्यात आम्हाला काहीही वावगं वाटत नाही. माझ्या मेहुण्याच्या हातून अर्धवट राहिलेलं, मला मारून टाकण्याचं काम पूर्ण करण्यासाठी माझ्या आईनं मला विष देण्याचा प्रयत्न केला. तिच्यासाठी ही साधी गोष्ट होती. आमच्या भूमीत महिलांच्या नशिबी असंच जगणं येतं. तुम्हाला झोडून काढलं तर तेही चालतं, तुम्हाला पेटवून दिलं तर तेही चालतं, तुम्हाला कसंही वागवलं तरी त्यात चुकीचं काही नसतं. माझे वडील म्हणायचे, एखाद्या मुलीपेक्षा गाय आणि मेंढी जास्त उपयोगी आणि मोलाची असते. तुम्हाला मरून जायची इच्छा नसेल तर तोंड बंद करून सगळं सहन करा. मारझोड सोसा, आज्ञा पाळा, लग्नाच्या वेळी 'कुमारिका'च असा, मुलांना जन्म द्या. माझ्या आयुष्यात तो पुरुष आला नसता तर मीही तेच जिणं भोगलं असतं. माझी मुलं माझ्यासारखी झाली असती आणि माझी नातवंडं माझ्या मुलांसारखी. मी तिथं राहत असते तर मीही माझ्या आईसारखीच 'सर्वसाधारण' वागले असते. माझ्या मुलांना मी पांघरुणात घुसमटवून संपवून टाकलं असतं. कदाचित मी माझ्या मुलींना मारलं असतं. आगीच्या ज्वाळांमध्ये होरपळण्यासाठी त्यांना जिवंत ठेवलं नसतं. हे प्रकार किती अमानुष आहेत ते आता मला जाणवतंय. मी इथं आहे म्हणून. पण तिथं माझ्या देशात असते तर मीही याच सगळ्या गोष्टी केल्या असत्या. रुग्णालयात शेवटच्या घटका मोजत असतानाही मला हे सगळं चुकीचं वाटलं नव्हतं. पण वयाच्या पंचविशीत मी युरोपमध्ये आले तेव्हा मला जाणवलं की मुलींना जाळून मारून न टाकणारे काही देश आहेत. या देशांत मुलींनाही मुलांइतकंच महत्त्व दिलं जातं. माझ्यासाठी विश्व माझ्या गावापुरतंच मर्यादित होतं. माझं गाव माझ्यासाठी सर्वस्व होतं. जगाच्या सीमा माझ्या गावातच संपायच्या. फार फार तर बाजारपेठेपर्यंत जायच्या. बाजारपेठेच्या पुढं गेलं की तिकडच्या मुली म्हणजे मेकअप करणाऱ्या, मोठ्या गळ्याचे आखूड कपडे घालणाऱ्या. त्या आमच्यासारख्या सर्वसाधारण, शुद्ध नव्हत्या. माझं कुटुंब खणखणीत होतं. मेंढीच्या लोकरीइतकं शुद्ध. बाजारपेठेच्या पलीकडं सगळी अशुद्ध, अपवित्र माणसं राहायची.

"मुलींनी शाळेत जायचं नाही. का? त्या शाळेत गेल्या नाहीत म्हणजे त्यांना बाकीच्या जगाविषयी काहीच कळणार नाही. आमच्या आयुष्यावर आमच्या पालकांचं प्रचंड नियंत्रण होतं. शिक्षण, माहिती, कायदा यातलं काही आम्हाला कळायचं ते आमच्या पालकांकडून आमच्याकडं जितकं यायचं तितकंच. ते जे काही सांगायचे तेच आम्ही करायचो. म्हणूनच आमच्यासाठी शाळा असण्याची गरजच नव्हती. आम्ही बसमध्ये जायचो नाही, वेगळे कपडे घालायचो नाही, हातात वही धरायचो नाही, लिहायला-वाचायला शिकायचो नाही, कारण मुलीला फार येत असलं, ती खूप हुशार असली तर चांगलं नसायचं आमच्यासाठी. आमच्या गोतावळ्यात माझा

भाऊ हा एकमेव मुलगा होता. तो मोठ्या पुरुषांसारखे कपडे घालायचा, मोठ्या शहरातले पुरुष घालतात तसे. न्हाव्याकडं जायचा. शाळेत जायचा. सिनेमालाही जायचा. वाटेल तिकडं फिरायचा. का? केवळ पुरुष होता म्हणून? तो नशीबवान होता की त्याला दोन मुलगे झाले. नशीब! त्याच्या पोटी मुली जन्माला आल्या नाहीत.''

''जॅकलिनसोबत सुरगीर फाउंडेशन अशा प्रथांचे बळी ठरलेल्या मुलींना वाचवण्याचा प्रयत्न करते. पण हे काम वाटतं तितकं सोपं नाही. आपण इथं आरामात बसलोय. मी तुमच्याशी बोलतेय आणि तुम्ही ते ऐकताय. आपल्याला काही जाणवत नाहीये. पण त्याच वेळी बाकीच्या देशांतल्या महिला त्रास सहन करत असतील. म्हणूनच मी ऑनर क्राइमचं मूर्तिमंत उदाहरण म्हणून इथं तुमच्यासमोर आलेय. सुरगीर करत असलेल्या कामाचा ठसठशीत पुरावा म्हणून! हे प्रकार अजूनही सुरूच आहेत. मी सुदैवानं अजूनही जिवंत आहे. त्यासाठी देवाचे, एडमेंड कैसर यांचे आणि जॅकलिनचे आभार मानावेत तितके थोडेच आहेत. अशा संकटात सापडलेल्या मुलींना मदत करण्याचं धाडसी पाऊल सुरगीर या संस्थेनं उचललं आहे. सुरगीरसोबत काम करत असलेल्या मंडळींचं कौतुक करायला हवं. ते हे काम कसं काय करतात, कळत नाही. इतकं जोखमीचं, आव्हानात्मक काम करण्यापेक्षा मी निर्वासितांना अन्न आणि कपडे देण्याचं काम करेन. या कामात तुम्हाला जगावर विश्वासच ठेवता येत नाही. बऱ्या वाटणाऱ्या महिलांशी तुम्ही बोलाल, पण तुम्ही अशा मुलींना मदत करताय म्हणून तुम्हाला बोल लावतील, नावं ठेवतील. कारण एकच, त्या तुमच्याशी सहमतच होणार नाहीत. जॅकलिन जेव्हा असे प्रकार चालत असलेल्या एका देशात आली तेव्हा तिला आधी त्यांच्यासारखंच वागायला लागलं. त्यांच्यासारखं बोलावं, चालावं, खावं लागलं. तिला त्यांचा विश्वास मिळवण्यासाठी स्वत:मध्ये त्यांच्यासारखे बदल करावे लागले. त्यासाठी स्वत:ची ओळख बाजूला ठेवावी लागली.''

''धन्यवाद मॅडम!''

सुरुवातीला माझ्यावर थोडं दडपण आलं होतं. कसं बोलायला हवं ते कळत नव्हतं. पण बोलायला सुरुवात केल्यावर 'आता थांब' असं जॅकलिनला माझ्या लक्षात आणून द्यायला लागलं. थोड्या काळानं श्रोत्यांसमोर बोलण्याची माझी चांगली तयारी झाली. रेडिओवर बोलण्याची मात्र मला भीती वाटली होती. माझ्या आयुष्यातली अन्य माणसं, मी ज्यांच्यासोबत काम करते त्या व्यक्ती, माझ्या दोन्ही मुली या सगळ्यांना माझ्याविषयी थोडीफार माहिती होती, पण त्यांना सगळंच्या सगळं काही ठाऊक नव्हतं. म्हणूनच माझ्यावर दडपण आलं होतं. त्या वेळी माझ्या मुली आठ आणि दहा वर्षांच्या होत्या. शाळेत त्यांना मित्रमंडळी होती. मित्रांनी प्रश्न

विचारले तर शांतच राहा, असं मी त्यांना सांगितलं होतं. मी रेडिओवर जाणार म्हणून लॅटिशियाला कोण आनंद झाला होता. तिलाही माझ्याबरोबर यायचं होतं. हे चांगलंच होतं, पण त्याच वेळी अस्वस्थही करणारं होतं. मला जाणवलं की, माझ्या मुलींना मी जिवंत असण्याचं वेगळेपण कळलेलंच नव्हतं. ते कळण्यासाठी त्या लहान होत्या. माझ्या अंगावरच्या खुणा फक्त त्यांना माहीत होत्या. माझं आयुष्य किती भयाण होतं, याची जाणीव तेव्हा त्यांना नव्हती. पण कधी ना कधी त्या मोठ्या होणार होत्या. तेव्हा मला त्यांना सगळं खरं सांगावंच लागलं असतं. या विचारानंही अंगातून शिरशिरी गेली.

रेडिओवरच्या मुलाखतीतून पहिल्यांदाच मी इतक्या श्रोत्यांशी संवाद साधला. त्यातून माझ्या मुलींना माझ्या पूर्वायुष्यातले आणखी काही किस्से ऐकायला मिळाले. ते सगळं ऐकल्यावर लॅटिशियाची प्रतिक्रिया अतिशय हिंसक विचारांची होती.

"आई, तुझे कपडे बदल, सामान घे. आपण आता विमान पकडून तुझ्या गावात जाणार आहोत. तुला त्यांनी जो त्रास दिला तसंच आपण त्यांच्याशी वागणार आहोत. आपण त्यांनाही जाळून टाकू. काडेपेटी घे. त्यांनी तुला जसं पेटवून दिलं तसंच आपण पण करू त्यांना. तुझ्याकडं बघत मी अशी शांत बसू शकत नाही."

मानसोपचारतज्ज्ञाकडं नेऊन सहा महिने तिच्यावर उपचार करावे लागले. एके दिवशी तिनं मला सांगितलं की, तिला पुन्हा मानसोपचारतज्ज्ञाकडं जायचं नाही. ती माझ्याशी सगळं काही बोलायची. त्यामुळं मी तिच्याशी मानसोपचारतज्ज्ञासारखी बोलले. तिच्या या निर्णयाविषयी माझी काहीच हरकत नव्हती.

मला तिच्यावर दबाव आणायचा नव्हता. मी डॉक्टरांना फोन केला आणि त्यांचं बिल चुकतं करून टाकलं. तिला आणखी सत्रांची गरज होती, असं डॉक्टरांचं म्हणणं होतं. पण त्या वेळी तिच्यावर सक्ती करण्यातही काही अर्थ नव्हता. "पण नंतर तुम्हाला जाणवलं की ती नीट बोलत नाही, तिची तब्येत ठीक नाही किंवा तिला नैराश्य आलंय तर तुम्ही तिला परत घेऊन या," डॉक्टर मला म्हणाले.

माझ्या भूतकाळाचा माझ्या मुलींवर आता किंवा भविष्यात परिणाम होईल, अशी भीती मला वाटायची. माझ्यासाठी त्यांना भीती वाटायची आणि मला त्यांची काळजी वाटायची. सगळं काही समजून घेण्याची प्रगल्भता त्यांच्यामध्ये येण्याची मी वाट बघत होते. नाहीतर मी त्यांना माझ्या पूर्वायुष्याविषयी तपशीलवार सांगितलं नसतं. माझ्या आयुष्यात आलेल्या आणि मी पतीच्या रूपात बघितलेल्या पुरुषाविषयी, मारूआनच्या वडलांविषयी बोलले नसते. मला विचारलेल्या बाकी

कोणत्याही गोष्टीपेक्षा मला हे गुपित उघड करण्याविषयी जास्त भीती वाटायची. मी ज्या देशातून आले त्या देशाचा तिरस्कार न करण्यासाठी मी लॅटिशिया आणि नादियाला समजवायची. तिथं काय घडतं याविषयी त्यांना कमालीचा तिरस्कार होता. त्या देशातल्या पुरुषांबद्दल त्यांनी संतापानं विचार करू नये, यासाठी मी काय करायला हवं होतं? ती भूमी अप्रतिम आहे, पण तिथले पुरुष अत्यंत वाईट आहेत. पॅलेस्टिनी भूमीत कायद्याचं संरक्षण मिळण्यासाठी महिला झगडतात. पण कायदे करणारे पुरुषच असतात.

या क्षणी काही देशांमध्ये महिलांना कैदेत कोंडून ठेवलेलं असेल. त्या तिथं आहेत कारण त्यांना मरणापासून वाचवण्यासाठी आणि त्यांना आसरा देण्यासाठी तो एकमेव पर्याय आहे. तुरुंगातही त्या पूर्णपणे सुरक्षित नाहीत म्हणा. त्यांचा जीव घेण्यासाठी चरफडत असलेले पुरुष मात्र मोकाट आहेत. त्यांच्या स्वातंत्र्यावर कसलंही बंधन नाही. कायदा या पुरुषांना शिक्षा करत नाही. केली तरी ती इतकी कमी असते की ते कथित प्रतिष्ठेसाठी पुन्हा आणखी कुणा बायकांचे गळे आवळण्यासाठी, जाळून मारण्यासाठी मोकळे. या महिलांना वाचवण्यासाठी गावातलं कुणी किंवा शेजारचं कुणी पुढं आलं तर त्याच्यामागून आणखी दहा जण येतात, पण विरोध करणाऱ्या या दहा जणांच्या विरोधात शंभर जण उभे ठाकतात. न्यायाधीशांनी ऑनर क्राइमच्या खटल्याला हत्येचा खटला म्हटलं आणि त्यानुसार संबंधित पुरुषाला शिक्षा ठोठावली तर त्या न्यायाधीशांना नंतर घरातून बाहेर पडणं कठीण होईल. त्यांना त्या गावात राहण्याची सोय राहणार नाही. त्या प्रकरणातल्या 'नायका'ला शिक्षा सुनवायचं धाडस केल्याबद्दल त्यांना जे भोगावं लागेल त्यामुळं त्यांनाच तोंड लपवून निघून जावं लागेल.

माझ्या मेहुण्याचं काय झालं असेल नंतर, असा मला प्रश्न पडतो. त्याला काही दिवसांसाठी तुरुंगात जावं लागलं असेल का? माझी आई पोलिसांविषयी बोलली होती. मी मेले नाही तर माझ्या भावाला आणि मेहुण्याला पोलिसांकडून त्रास होईल, असं काहीसं बोलली होती. पोलीस मला बघायला का आले नाहीत? बळी माझा गेला होता आणि जखमाही काही साध्या नव्हत्या.

मी जशी काही वर्षांपूर्वी दूरच्या देशातून आले, तशा लांबून आलेल्या मुलींना भेटले. त्या भूमिगत होऊन राहत आहेत. पाय गमावलेली एक तरुण मुलगी मला म्हणाली, "तिच्यावर शेजारच्या दोन पुरुषांनी हल्ला केला. तिला बांधलं आणि रेल्वेच्या मार्गात सोडून दिलं. दुसऱ्या एका मुलीला तिच्या वडलांनी आणि भावानंच भोसकून मारण्याचा प्रयत्न केला. नंतर तिला कचऱ्याच्या डब्यात फेकून दिलं. एकीला तर तिच्या आईनं आणि दोन भावांनी खिडकीबाहेर फेकलं. तिला यामुळं अपंगत्व आलं. बाकीच्यांविषयी कुणी काही बोलतच नव्हतं. या बाकीच्या खूप

उशिरा सापडल्या. तोपर्यंत त्यांचा मृत्यू झालेला होता. ज्या पळून जाण्यात यशस्वी झाल्या होत्या त्यांना बाकीच्या देशात जाऊन पकडण्यात आलं आणि तिथं त्यांचा जीव घेण्यात आला. ज्या जीव वाचवून पळाल्या आणि बचावल्याही त्या भूमिगत झाल्या. काहींना मुलं होती, काहींना नव्हती, काही कुमारिका होत्या, तर काही कुमारी माता.

माझ्यासारखं जाळून मारण्याचा प्रयत्न झालेल्या एकाही मुलीला मी भेटले नव्हते, त्या हयातच नाहीत. मी अजूनही लपून राहण्याचा प्रयत्न करते. माझं खरं नाव सांगायला मला भीती वाटते. माझा चेहरा दाखवणं नकोसं वाटतं. मी फक्त बोलू शकते, मला करता येण्यासारखी ती एकच गोष्ट उरलीये!

■

# भाग ४

# जॅकलिन

# सुआदचा ताबा

आता मी जे काम करत्येय त्यातला आणि पुढंही मी जे काम करत राहणार आहे त्याचा गाभा सुआदसारख्या मुलींचं आयुष्य वाचवणं हा असणार आहे. हा संघर्ष कठीण आहे. गुंतागुंतीचा आहे. त्यासाठी पैशांचीही गरज भासत राहील. आमच्या संस्थेचे नाव आहे 'सुरगीर'. सुरगीर म्हणजे 'उद्‌भवणे'. या महिलांना मृत्युपासून बचावण्यासाठी, निसटून जाण्यासाठी योग्य क्षण येण्याची गरज असते म्हणून या संस्थेचं नाव सुरगीर! जगात कुठंही गरज भासो, आम्ही तिथं मदतीला धावून जातो. उदाहरणार्थ, अफगाणिस्तान, मोरोक्को, अशा कुठल्याही ठिकाणाहून आम्हाला तातडीच्या मदतीची साद घातली गेली की आमची पावलं तिकडं वळतात. जगातल्या काही भागांत महिलांवर होत असलेल्या या अमानुष अत्याचारांबाबत बरंचसं जग उदासीनच आहे. आतापर्यंतचा आमचा तसाच अनुभव आहे. दर वर्षी प्रतिष्ठेच्या नावाखाली महिलांना मारण्याचे (ऑनर क्राइम) अंदाजे सहा हजार प्रकार घडतात, असं म्हटलं जातं. पण हा झाला दाखवण्याचा आकडा. या पलीकडं घडणारे प्रकार म्हणजे आत्महत्या आणि 'अपघात' असतात. त्यांची तर गणतीच होत नाही.

काही देशांमध्ये, अशा प्रकारांविरोधी तक्रार करण्याचं धाडस असलेल्या महिलांचं आयुष्य वाचवण्यासाठी त्यांना तुरुंगात डांबलं जातं, असं सांगितलं जातं. काही स्त्रिया तर या कारणामुळं पंधरा पंधरा वर्षं तुरुंगात काढतात. त्यांना बाहेर काढता येत नाही, कारण हे काम फक्त त्यांचे वडील किंवा भाऊ करू शकतात. पण हीच माणसं त्यांच्या जिवावर उठलेली असतात, असंही म्हणतात. त्यामुळं एखादे वडील त्यांच्या मुलीला तुरुंगात सोडवायला आले तर तिचं पुढं काय होणार आहे ते समजून जायचं! माझ्या माहितीतल्या एक-दोन महिला आहेत. त्यांची तुरुंगातून सुटका झाली. पण नंतर त्यांना मारून टाकण्यात आलं.

जॉर्डनमधलं एक उदाहरण आहे. अशा प्रकारचं ते एकमेव उदाहरण आहे. जॉर्डनमध्ये एका कायद्यामधल्या तरतुदीनुसार खुन्याला अनेक वर्षं तुरुंगवासाची शिक्षा होते. पण या कायद्यात ९७ आणि ९८ अशी दोन लहान कलमं आहेत.

त्यात म्हटलंय की, ऑनर क्राइममध्ये दोषी आढळणाऱ्यांच्या बाबतीत न्यायाधीशांनी क्षमाशील असावं. यासाठी शिक्षा असते सहा महिने ते दोन वर्षं कारावास. दोषी ठरलेले शिक्षेचा कालावधीही काही वेळा पूर्ण करत नाहीत. स्थानिक महिला वकील या कलमांमध्ये बदल करण्यासाठी धडपड करत आहेत. बाकी काही कलमांमध्ये बदल झाले, पण ९७ आणि ९८ ही कलमं काही केल्या बदलली गेली नाहीत!

बरीच वर्षं आम्ही महिलांच्या काही संघटनांसोबत काम करत आहोत. या संघटनांनी महिलांबाबत होणाऱ्या हिंसाचाराला प्रतिबंध करण्यासाठी आणि हिंसाचाराच्या बळी ठरलेल्या महिलांना मदत करण्यासाठी उपक्रम सुरू केले आहेत. त्यांचं काम दीर्घकाळाचं आहे आणि त्यात अडथळ्यांच्या शर्यती आहेत. टप्प्याटप्प्यानं एकेक अडचण दूर होत्येय. इराणमधल्या महिलांनी नागरी हक्कांच्या बाबतीत चांगली प्रगती केली आहे. आपल्या देशात आपल्याशी संबंधित असलेले आणि आपल्याला अधिकार देऊ करणारे कायदे अस्तित्वात आहेत, याची जाणीव आखाती देशांतल्या महिलांना झाली आहे. संसदेकडं अपिल करण्यात आलं आहे. कायद्यातील काही कलमांमध्ये सुधारणा करण्यात आल्या आहेत.

हळूहळू हे गुन्हे अधिकाऱ्यांच्या लक्षात येतात. पाकिस्तानात मानवाधिकार आयोगाच्या अहवालात अधिकृत आकडेवारी प्रकाशित करण्यात येते. आखाती देशात सार्वजनिक आरोग्य कायदा अशा ज्ञात प्रकरणांची माहिती देतो आणि स्थानिक संघटना हिंसाचाराच्या प्रकरणात चौकशी करतात. अशा क्रूर परंपरा अजूनही पाळण्याची ऐतिहासिक आणि सध्याची कारणं काय आहेत, याविषयी संशोधन केलं जातं. मुली किंवा महिलांना मारलं जाण्याची आकडेवारी जाणून घेणारं पाकिस्तान असो वा आखाती देश किंवा तुर्कस्तान, अंधपणे आजही पुढच्या पिढ्यांकडे सरकत असलेल्या या प्रथेवर कायमची बंदी आणण्याची गरज आहे. अलीकडच्या काळात राजा हुसेन आणि प्रिन्स हसन यांनी ऑनर क्राइमविरोधी उघडउघड वक्तव्य केलं आहे. ते म्हणाले, "हे प्रतिष्ठेसाठी केलेले गुन्हे नाहीत, तर अप्रतिष्ठेची कृत्यं आहेत." कुराण आणि बायबलमध्ये ऑनर क्राइम हा प्रकार पूर्णपणे परकीय असल्याचं इमाम आणि धार्मिक ख्रिश्चन सातत्यानं सांगत आले आहेत.

आपण धीर आणि धाडस सोडून चालणार नाही. सुरगीरनं कायम संकटसमयी दार ठोठावून मदतीचा हात पुढं केला आहे. तोंडावर दार आपटलं जाण्याची मनाची तयारीही प्रसंगी ठेवली आहे. काही वेळा यशही हाती आलं आहे.

■

# भाग ५

# सुआद

# माझा मुलगा

आम्हाला दत्तक घेतलेल्या कुटुंबात मी मारूआनला सोडून निघून आल्यानंतर पहिल्यांदा मी त्यांना भेटायला गेले होते तेव्हा लॅटिशिया आणि नादिया तशा लहान होत्या. या छोट्या बहिणींना पाहिल्यावर मारूआनची प्रतिक्रिया काय असेल, याची मनात भीती वाटत होती. तो कुमारवयात येत होता. त्याच्याविना मी दुसरं नवं आयुष्य तयार केलं होतं. मी त्याच्या लक्षात राहिले असेन का, त्याला माझा राग आला असेल का, आमच्या नव्या विश्वाशी त्याला काही देणं-घेणं असेल का, याचा मला काहीच अंदाज नव्हता. मी भेटायला येत असल्याचं त्याच्या कुटुंबीयांना फोनवरून कळवत असे. माझी अस्वस्थताही त्यांच्यापर्यंत पोहोचायची. ते मला म्हणायचे, 'काही काळजी करू नकोस. मारूआनला माहीत आहे, तू ये केव्हाही.'

पण अनेकदा मारूआन तिथं नसायचा. मी त्यांच्याकडं त्याची चौकशी करायची आणि तो मजेत असल्याचा दिलासा ते मला देत राहायचे. वीस वर्षांत मी त्याला फक्त तीनदा बघितलं होतं. प्रत्येक वेळी मला कसंतरी वाटायचं. मी घरी गेले तेव्हा रडूच कोसळलं. मारूआन कोण आहे, हे माहीत नसतानाच तो माझ्या मुलींच्या समोर आला, त्याला मात्र त्या कोण आहेत ते माहीत होतं. त्यानं काहीच भावना व्यक्त केल्या नाहीत, काहीच मागितलं नाही. मीही शांत राहिले. मी अक्षरश: गळून गेले होते. त्यामुळं त्याच्याशी काहीही बोलू शकले नाही. आदल्या वेळी अँटोनिओ मला म्हणाला होता,

"तू आता तिकडं परत गेली नाहीस तर बरं होईल बहुतेक. तिथं गेलीस की तू नेहमी रडतेस, निराश होतेस. यातून काहीही साध्य होत नाही. त्याला त्याचं आयुष्य आहे, त्याचे आईवडील, त्याचं कुटुंब, मित्रमंडळी आहेत... त्याला त्यांच्यात राहू दे. त्यानं काही विचारलंच तर नंतर कधीतरी तू त्याला सगळं काय ते सांगून टाक."

मला अतिशय अपराधी वाटायचं. भूतकाळात आणखी खोल शिरायचं नव्हतं. मला एक मुलगाही आहे हे जॅकलिन आणि माझा नवरा वगळता कुणालाही ठाऊक नव्हतं. पण तो खरंच माझा मुलगा राहिला होता का? मला कौटुंबिक संघर्ष निर्माण

करायचा नव्हता. त्यानं परिस्थिती आणखी कठीण झाली असती.

मी मारूआनला शेवटच्या वेळी पाहिलं तेव्हा तो साधारण पंधरा वर्षांचा होता. त्याच्या बहिणींशी तो थोडा वेळ खेळलाही होता. आमचं बोलणं अगदी मोजकंच झालं. तेही काहीतरी क्षुल्लक.

"तू कसा आहेस? कसं चाललंय?"

"मजेत."

"आणि तू?"

जवळजवळ दशक लोटलं. मला वाटलं मी त्याच्या विस्मरणात गेली असेन. त्याच्या आयुष्यात आता माझ्या अस्तित्वाच्या खाणाखुणा राहिलेल्या नसतील, तो आता मोठा मुलगा झाला असेल. तो काम करायला लागला होता, या वयातली बाकीची तरुण मंडळी राहतात तसा एके ठिकाणी त्याच्या मैत्रिणीसोबत राहू लागला होता ते मला माहीत होतं.

लॅटिशिया तेरा आणि नादिया बारा वर्षांची होती. माझं सगळं लक्ष त्यांच्या शिक्षणावर केंद्रित झालेलं होतं. माझी जबाबदारी मी चोख पार पाडत्येय ना, यावर माझा कटाक्ष होता. नैराश्याच्या काळात मनाला उभारी येण्यासाठी मी स्वत:ला सांगत असे की तग धरून राहायचं असेल तर जुनं सगळं विसरलेलंच बरं. आनंदी असलेल्या लोकांचा मला हेवा वाटायचा. बालपणी कटू प्रसंगांनी नासलेली, दुहेरी आयुष्य जगत नसलेली, गुपितं दडवून जगत नसलेली माणसं मला सुखी वाटायची. सगळी ताकद लावून मला माझं पूर्वायुष्य पुसून टाकायचं होतं. या आनंदी लोकांसारखं बनायचं होतं. पण मी कोणत्याही कार्यक्रमात सहभागी झाले आणि तिथं मला माझ्या दुर्दैवी आयुष्याची कहाणी सांगायला लागली की, माझ्या आनंदाचा पाया पत्त्याच्या बंगल्याप्रमाणं ढासळू लागायचा. अँटोनिओनं हे पाहिलं होतं. जॅकलिनलाही याची जाणीव होती. माझी मन:स्थिती अगदी नाजूक झाली होती, पण ती तशी नसल्याचा आव आणण्याचा प्रयत्न मी करत होते.

एके दिवशी जॅकलिन मला म्हणाली,

"तू तुझ्या आयुष्यावर पुस्तक लिहिलंस तर तू बाकीच्या स्त्रियांसाठी खूप मोठं काम करशील."

"पुस्तक? पण मला जेमतेमच लिहायला येतं..."

"पण तू बोलू शकतेस ना?"

तुम्ही पुस्तकातून 'बोलू' शकता ते मला माहीत नव्हतं. पुस्तक म्हणजे काहीतरी खूप महत्त्वाचं असतं. दुर्दैवानं मी पुस्तक वाचणाऱ्यांमधली नव्हते. माझ्या मुली, अँटोनिओ पुस्तकं वाचतात. मला सकाळी वर्तमानपत्र वाचायला आवडतं. पुस्तक लिहिण्याच्या, स्वत:चं पुस्तक असण्याच्या नुसत्या कल्पनेनंच मी इतकी

भारावून गेले की डोक्यातून तो विषय जाता जाईना. माझ्या मुलींचं वाढतं वय पाहता कधी ना कधी मला त्यांना माझ्याविषयी आणखी बरंच सांगावं लागणार होतं. माझी सगळीच कथा एकदाच काय ती पुस्तकाच्या रूपात लिहिली गेली तर माझ्या मुलींना एकटीनं सामोरं जाण्याचा प्रसंग तरी टळला असता. त्यांना तोंड देण्यापेक्षा पुस्तकामुळं कमीच त्रास झाला असता. माझ्या शरीरावरून दिसणाऱ्या गोष्टींपुरताच तपशील मी त्यांना आजवर सांगितलेला होता. पण आज ना उद्या त्यांना सगळं सगळं जाणून घ्यायची इच्छा होणारच होती आणि मला ते सांगावंच लागलं असतं. त्यातून मला हजार सुया टोचल्या गेल्या असत्या.

भूतकाळातल्या तपशिलाची जुळवाजुळव करण्यासाठी माझ्या आठवणींच्या जंजाळात हात घालण्याची क्षमता उरलेली नाही असं मला वाटत होतं. एखादी गोष्ट विसरून जाण्याचा प्राणपणानं प्रयत्न केला तर तुम्ही ती विचारांतून, मनातून मुळापासून उपटून टाकू शकता. मी मानसशास्त्रज्ञांना भेटले होते. बसलेले धक्के, काळजी घेतली न गेल्यानं झालेला त्रास यामुळं असं होऊ शकतं असं त्यांना वाटत होतं. पण काळजीचा विषय होता तो म्हणजे मारूआन. त्याचं गुपित दडवून ठेवून मी नवं आयुष्य जगत आले होते.

मी स्वत:विषयी पुस्तक लिहायचं ठरवलं तर मला मारूआनविषयी सांगावंच लागणार होतं. हे करण्याचा मला अधिकार होता का? मला वाटतं 'नाही'. मी प्रचंड घाबरले होते. माझी आणि त्याची सुरक्षितता पणाला लागली असती. पुस्तक जगात सगळीकडं जाऊन पोहोचतं. ते माझ्या कुटुंबाच्या हातात पडलं आणि त्यांनी मला शोधून काढलं तर? त्यांनी मारूआनला काही इजा केली तर? ते असं करू शकतात, याची मला ठाम खात्री होती. एकीकडं, मला पुस्तक लिहायचं होतं. कधीही घेता न येणाऱ्या माझ्या सुडाविषयी मी अनेकदा दिवास्वप्न रंगवलेलं होतं. मी तिथं परत गेल्याचं मला दिसायचं. व्यवस्थित संरक्षक कवच घेऊन गेल्याचं दिसायचं. मग मी माझ्या भावाला शोधू लागत असे. माझ्या डोक्यात ते एखाद्या सिनेमासारखं घोळायचं. मी त्याच्या घरी जाऊन म्हणत असे,

असाद, मी आठवते का तुला? बघ मी जिवंत आहे अजून. माझ्या जखमांच्या खुणांकडं नीट बघ. तुझा मेहुणा हुसेननं मला जाळण्याचा प्रयत्न केला. पण मी अजूनही हयात आहे.

तुला आपली बहीण हनन आठवते का? तू तिचं काय केलंस नेमकं? तू तिला कुत्र्यांना खायला घातलंस का? आणि तुझी बायको कशी आहे? तिनं तुझ्या मुलग्यांना जन्म दिला त्याच दिवशी मला जाळून टाकण्याचा प्रयत्न का झाला? मी गरोदर होते. माझ्या पोटात वाढत असणाऱ्या मुलालाही तुला मारून टाकायचं होतं का? तू माझा एकुलता एक भाऊ होतास. तरीही तू माझ्या मदतीला का नाही आलास?

हा माझा मुलगा मारूआन. शहरातल्या रुग्णालयात दोन महिने आधीच त्याचा जन्म झाला. पण तो आता मोठा झालाय. देखणा झालाय. मस्त आयुष्य जगतोय. बघ त्याच्याकडं.

आणि हुसेन? तो म्हातारा झाला की मरण पावला? मला समोर जिवंत बघण्यासाठी तो अजूनही जिवंत असायला हवा, असं मला वाटतं. पण अपंग किंवा लुळा झालेला. मी त्याच्यामुळं जितका त्रास भोगला तितका त्रास त्याच्या नशिबी यायला हवा!

आणि माझ्या आईवडलांचं काय झालं? ते आहेत का जिवंत की गेले? कुठं आहेत सांग मला. जुने काही हिशेब चुकते करायचेत.

असा सूड उगवण्याची स्वप्नं मला अनेकदा पडायची. त्यातून मी या माणसांसारखीच हिंस्र होत असे. त्यांना मारून टाकावं असं मला वाटायचं. त्या सगळ्यांना वाटतं की मी मेले आहे. त्यांनी मला जिवंत असलेलं पाहावं, अशी माझी तीव्र इच्छा होती.

माझ्या मुलाला माझ्या कथेतून बाहेर करेपर्यंत मी पुस्तकासाठी तयार होणार नाही, असं जवळजवळ वर्षभर मी सांगत होते. माझ्या या निर्णयाचा जॅकलिननं आदर राखला. हे वाईट आहे असं तिला वाटत होतं, पण तिला माझ्या भावनाही समजत होत्या.

त्याच्याविषयी बोलल्याशिवाय मला माझ्याबद्दल पुस्तक लिहायचं नव्हतं आणि त्याच्याशी समोरासमोर बसून हा विषय तडीस नेण्याचं धाडस माझ्यात नव्हतं. आयुष्य पुढं सरकत होतं आणि मी स्वत:ला सांगत होते की तू पुस्तक लिही पण लगेच मन म्हणत होतं की नको, तू असं करू नकोस. पण मारूआनला कसं सांगायचं? त्याच्यापर्यंत कसं पोहोचायचं? मला वाटलं की एक दिवस त्याला काही न सांगताना फोन करावा आणि सरळ सांगून टाकावं की 'मारूआन, मला तुझ्याशी बोलायचं आहे.'

मी माझी ओळख कशी करून देणार होते? त्याची आई म्हणून? त्याच्यासमोर मी कशी वागू? त्याला मिठी मारू? आणि तो मला विसरून गेला असेल तर? मी स्वत:च त्याला बऱ्यापैकी विसरले असल्यानं त्यालाही तसं करण्याचा अधिकार होता.

मारूआन एखाद्या दिवशी त्याच्या एखाद्या बहिणीला भेटला आणि तो तिचा भाऊ असल्याचं तिला माहीत नसेल तर? ती त्याच्या प्रेमात पडली आणि त्याला घरी घेऊन आली तर काय करायचं?

ही शक्यता माझ्या लक्षातच आली नव्हती. आमच्यापासून फक्त वीस किलोमीटरचं अंतर. लॅटिशिया चौदा वर्षांची होणार होती. वयात येऊ लागणार होती. याच वयात

मित्र बनू लागतात. त्यामागोमाग नादिया होतीच. वीस किलोमीटरचं अंतर काही फार नव्हतं. जग अगदी लहान आहे. ही शक्यता लक्षात येऊनही माझं मन तयार होत नव्हतं.

त्यानंतर आणखी एक वर्ष उलटलं. नंतर गोष्टी आपोआपच उलगडत गेल्या. एकदा मारूआननं फोन केला. मी कामासाठी बाहेर गेले होते. नादियानं फोन घेतला. तो सहज म्हणाला, ''मी तुझ्या आईला ओळखतो. आम्ही एकाच फॉस्टर फॅमिलीत एकत्र होतो. तू तिला मला कॉल करायला सांगशील का?''

पण मी घरी आले तेव्हा नादियानं त्याचा नंबर लिहून घेतलेला कागद हरवला होता. तिनं तो सगळीकडं शोधला. मला निराश वाटलं. मी आणि मारूआन एकमेकांच्या संपर्कात येऊ नये, असं नशिबाला मंजूर आहे की काय, असा दुखरा विचार मनात येऊन गेला. तो आता कुठं राहतो किंवा कुठं काम करतो ते मला माहीत नव्हतं. त्याला दत्तक घेतलेल्या त्याच्या वडलांना फोन करून मी त्याच्याविषयी माहिती काढू शकले असते, पण माझ्यात ती हिंमत नव्हती. मला भीती वाटत होती. याबद्दल माझा मलाच संताप यायचा. आरशात बघत राहण्यापेक्षा नशिबात जे काही घडायचंय ते घडू द्यावं, असं वाटत होतं. त्यानं गुरुवारी पुन्हा कॉल केला. तो स्वतःच म्हणाला, ''आपण एकमेकांशी बोललं पाहिजे.'' दुसऱ्या दिवशी दुपारी भेटायचं ठरवलं आम्ही. मी माझ्या मुलाला सामोरी जाणार होते आणि माझ्यासमोर काय काय येणार आहे या कल्पनेनं शहारे येत होते. थोडक्यात, प्रश्न असा असणार होता, 'मी पाच वर्षांचा असताना मला दत्तक का दिलंस? तू मला तुझ्यासोबत का नाही ठेवलंस? मला याचं उत्तर दे.'

त्याला भेटायला जाताना चांगलं दिसावं असं मला वाटत होतं म्हणून मी केस नीट केले. मेक-अप केला. लांब हात आणि बंद गळ्याचा लाल ब्लाऊज आणि जीन्स घातली. आम्ही भर दुपारी भेटणार होतो. शहरातल्या एका रेस्टॉरंटसमोर.

रस्ता अरुंद होता. तो शहराच्या मुख्य भागाच्या दिशेनं येणार होता आणि मी रेल्वे स्टेशनच्या दिशेनं, जेणे करून आमची चुकामूक झाली नसती. हजारातूनही मी त्याला बरोब्बर ओळखेन, याची मला खात्री होती. हातात हिरवी स्पोर्ट्स बॅग घेऊन येताना त्याला मी लांबून पाहिलं. त्याची कुमारवयातली छबी माझ्या नजरेसमोर होती, पण आता तर तो मोठा झाला होता. एकदम देखणा पुरुष झाला होता. माझ्याशी हसत तो पुढं आला. माझ्या आयुष्यातल्या आवडत्या पुरुषाला जणू मी भेटायला आले होते, या विचारानं माझे हात-पाय थरथर कापू लागले, हृदय धडधडू लागलं. प्रेमात पडावं असं वाटल्यागत. तो उंच झाला होता. त्यामुळं माझी पापी घेण्यासाठी त्याला वाकावं लागलं. तो अगदी सहजपणे वाकला. जणू काय आदल्या दिवशीच तो कुठंतरी गेला होता. मीही त्याची पापी घेतली.

“तू कॉल केलास ते योग्य केलंस.”

“मी दोन आठवड्यांपूर्वीही कॉल केला होता. पण तू पुन्हा मला कॉल केला नाहीस. म्हणून वाटलं, मला भेटायची तुला इच्छा नाही की काय.”

नादियानं त्याचा नंबर हरवला ते मी त्याला सांगितलं.

“मी काल तुला कॉल केला नसता तर तू माझ्याशी संपर्क साधला असतास का?”

“माहीत नाही. मला नाही वाटत. तुझ्या आईवडलांमुळे माझं धाडस झालं नसतं. मला माहित्येय मम्मा वारली...”

“हो आणि पप्पा आता अगदी एकटे पडलेत. पण ठीक आहेत आणि तू?”

मला काय म्हणावं ते त्याला समजत नव्हतं. आमच्या फॉस्टर पालकांना ‘पप्पा’ आणि ‘मम्मा’ म्हणण्याची प्रथा मी सुरुवातीला सुरू केली होती. पण इथं ती उपयोगी पडत असल्याचं दिसेना.

मीच पुढं म्हटलं,

“मारूआन तू मला मम्मा म्हणू शकतोस किंवा मला सुआद म्हणालास तरी चालेल. मला लहान म्हण, मोठी म्हण. तुला आवडेल तशी हाक मार. देवाची इच्छा असेल तर आपण एकमेकांना लवकरच जाणून घेऊ.”

“बरं. आपण जेवण मागवू आणि खाता खाता बोलू.”

आम्ही एका टेबलाशी बसलो. मी त्याच्याकडं आतुरतेनं टक लावून बघत होते. तो बराचसा त्याच्या वडलांच्या वळणावर गेला होता. तीच छबी, तेच हावभाव, पण तरीही तो वेगळा होता. तो थोडासा माझ्या भावासारखाही दिसत होता, पण शांत. आयुष्य जसं समोर येईल तसं कटकट न करता स्वीकारण्याची त्याची वृत्ती होती. अतिशय साधा आणि थेट वृत्तीचा होता.

“तुला कसं पेटवण्यात आलं ते मला सांग.”

“म्हणजे मारूआन, तुला हे माहीत नाही?”

“नाही. मला आतापर्यंत कुणीही काहीही सांगितलेलं नाही.”

मी त्याला सगळं सांगू लागले. जसजशी मी बोलत होते, तसतसे त्याचे हावभाव बदलत जात होते. मी आगीच्या ज्वाळांमध्ये कशी लोटली गेले हे जेव्हा मी सांगत होते, तेव्हा त्यानं पेटवायला घेतलेली सिगरेट नकळत त्याच्या हातातून खाली ठेवली गेली.

“मी तुझ्या पोटात होतो तेव्हा?”

“हो. तू तेव्हा माझ्या पोटात वाढत होतास. मी एकाकी परिस्थितीत तुला जन्म दिला. माझ्या अंगावरच्या भाजल्याच्या जखमांमुळे मला तुझा जन्म होत असल्याची जाणीवही झाली नाही. मी तुला बघितलं मात्र. माझ्या दोन्ही पायांच्या मध्ये होतास

तू. नुकताच माझ्या पोटातून या जगात आलेला. इतकंच. त्यानंतर त्यांनी तुला माझ्या नजरेसही पडू दिलं नाही. माझ्यापासून तुला लांब घेऊन गेली ती माणसं. तुला आणि मला त्या देशातून बाहेर काढून सुरक्षित ठिकाणी घेऊन जायचं म्हणून जॅकलिननं तुला शोधून काढलं. आपण एके ठिकाणी नऊ महिने राहिलो. नंतर आपण पप्पा आणि मम्मा यांच्या घरी राहायला गेलो.''

''माझ्यामुळं तुला जाळून टाकण्याचा प्रयत्न झाला का?''

''नाही रे, तुझ्यामुळं नाही! कधीच नाही! दुर्दैवानं आमच्या देशातली ही प्रथा आहे. तिथले पुरुष स्वत:चे कायदे करतात आणि ते महिलांवर लादतात. दोष कुणाला द्यायचाच असेल तर तो माझ्या आईवडलांना, माझ्या मेव्हण्याला द्यायला हवा. पण तुला नक्कीच नाही.''

तो माझ्या जखमांच्या खुणांकडं, माझ्या कानाकडं, माझ्या मानेकडं बघत राहिला. नंतर त्यानं माझ्या खांद्यावर हळुवारपणे हात ठेवला. मला शांत करावं असा त्याचा प्रयत्न होता ते मला कळलं. पण त्यानं जखमांच्या खुणा दाखवायला मला सांगितल्या नाहीत. हे विचारायला तो घाबरला असेल का?

''तुला माझ्या खुणा बघायच्या नाहीत का...?''

''नाही. तुझी कहाणी ऐकून आधीच मी हादरून गेलोय. दुखावलोय. आता या खुणा बघितल्या तर आणखी त्रास होईल. माझे वडील कसे दिसायचे? मी त्यांच्यासारखा दिसतो का?''

''हो, तुझ्या चेहऱ्याचा वरचा भाग अगदी त्यांच्यासारखा आहे. मी तुला फार चालताना पाहिलेलं नाही, पण तुझी चालायची पद्धत त्यांच्यासारखी आहे, सरळ, ऐटीत. तुझी मान, तोंड आणि मुख्य म्हणजे तुझे हात, अगदी नखंही वडलांच्या वळणावर गेलेली आहेत. ते तुझ्यासारखेच काहीसे उंच, पीळदार शरीराचे होते. देखणे दिसायचे. अगोदर मी तुझ्या खांद्यांकडं पाहिलं तेव्हा मला वाटलं की मी तुझ्या वडलांनाच बघतेय.''

''तू त्यांच्यावर खूप प्रेम केलं असशील ना? त्यामुळं तुला जास्त त्रास झाला असेल आमच्यातल्या या साम्याचा.''

''हो तर, मी जिवापाड प्रेम केलं त्यांच्यावर. त्यांनी मला लग्नाचं वचन दिलं होतं. पण आमच्या प्रेमाचा अंश माझ्या पोटात वाढतोय, हे कळल्यावर ते पुन्हा कधीही माझ्याकडं परत आले नाहीत.''

''तुला असं सोडून निघून जाणं किती चुकीचं होतं. शेवटी, हे सगळं माझ्यामुळं घडलं.''

''नाही रे मारूआन. असा विचार अजिबात करू नकोस. या सगळ्याला तिथले पुरुष जबाबदार आहेत. तुला तिथल्या संस्कृतीची नीट माहिती होईल तेव्हा लक्षात

येईल तुझ्या.''

"मला खरंच त्या माणसाला भेटायला आवडेल. आपण तिथं कधी जाऊ शकणार नाही का? फक्त आपण दोघंच. तिथं जायचं आणि फक्त बघायचं तो काय करतोय ते. त्याचा चेहरा बघायचाय मला. मी जिवंत आहे हे त्याला माहित्येय का?''

"मीच त्याला परत कधीही बघितलेलं नाही. नंतर तिथं युद्ध झालं. ती माणसं परत कधीही न दिसणं हेच आपल्यासाठी चांगलं आहे.''

"तू सहाव्या की सातव्या महिन्यात मला जन्म दिलास ते खरं आहे का?''

"हो, खरंय ते. तू झालास तेव्हा मी एकटीच होते तिथं. मी बराच वेळ तुला बघू शकले नाही. पण तू इवलासा होतास एकदम.''

"केव्हा झालं हे?''

"वेळ मला नाही माहीत. तो ऑक्टोबरचा पहिला दिवस होता, हे त्यांनी मला नंतर सांगितलं. माझ्यासाठी इतकंच महत्त्वाचं होतं की तू नखशिखांत सुरक्षित होतास.''

"तू पप्पा आणि मम्मा यांना भेटायला यायचीस तेव्हा माझ्याशी का बोलायची नाहीस?''

"तुला दत्तक घेणारे पप्पा आणि मम्मा यांच्यासमोर बोलण्याचं माझं धाडसच झालं नाही. मला त्यांना दुखवायचं नव्हतं. त्यांनी तुला वाढवलं. तुझ्यासाठी जे जे करणं शक्य आहे ते त्यांनी केलं.''

"मला तू अजूनही आठवतेस. एकदा तू खोलीत मला योगर्ट आणून दिलं होतंस खायला. ते खाताना माझा एक दात पडला. दातातून रक्त आलं. त्यातलं रक्त योगर्टवर लागलं होतं. मला ते खायचं नव्हतं, पण तू मला बळेबळे खायला लावलं होतंस. मला हा किस्सा अजूनही आठवतो.''

"मला नाही आठवत पण. त्या वेळी मी तिथल्या बाकीच्या मुलांना पण सांभाळत होते. पण मी जास्त वेळ तुझ्याबरोबर घालवतेय आणि बाकीच्यांकडं दुर्लक्ष करतेय असं मम्मांना वाटायचं. त्यांनी मला तसं बोलूनपण दाखवलं होतं. जेवणासाठी किती पैसे पडतात याचा विचार करून आणि बाकी मुलांचापण विचार करून आपण कधीही अन्न टाकायचो नाही.''

"मी चौदा किंवा पंधरा वर्षांचा होतो तेव्हा तुझ्यासाठी फार वेडा झालो होतो, माहीत्येय तुला... मला असूया वाटायची.''

"कुणाविषयी असूया?''

"तुझ्याविषयी. मला कायम तुझ्याबरोबरच राहायचं असायचं.''

"आणि आता? आज?''

"मला तुला जाणून घ्यायचंय. बाकी खूप गोष्टी समजून घ्यायच्यात."

"मला आणखी दोन मुली असल्याचा तुला राग नाही आला?"

"मला बहिणी आहेत म्हणजे मस्तंच आहे. मला त्यांच्याविषयी पण जाणून घ्यायला आवडेल."

त्यानं घड्याळ्यात पाहिलं. माझीही कामावर जाण्याची वेळ झाली होती. मला आता निघणं भाग होतं.

"तुला सोडून जाताना मला कसंतरीच वाटतंय. मला इथंच तुझ्याजवळ थांबायला आवडलं असतं." मारूआन म्हणाला.

"हो, पण जायला तर हवंच. उद्या घरी येशील का तू?"

"इतक्या लवकर नको. आपण आधी बाहेरच भेटू कुठंतरी."

"ठीक आहे. मग उद्या संध्याकाळी सात वाजता याच ठिकाणी भेटू. मी मुलींनाही घेऊन येईन."

त्याला खूप आनंद झाल्याचं दिसत होतं. हे इतक्या सहज घडेल असं मला स्वप्नातही वाटलं नव्हतं. मी त्याची आई असूनही त्याला दत्तक दिलं म्हणून तो थयथयाट करेल, मला दोष देईल, असं मला वाटलं होतं. पण तसं काही झालंच नव्हतं. त्यानं तसले काही प्रश्नही विचारले नव्हते. आम्ही एकमेकांना आलिंगन दिलं. दोघांनी एकमेकांना उद्यापुरता निरोप दिला.

त्यानंतर माझी मी कामाला लागले. माझ्या डोक्यात मधमाशांचं वादळ घोंघावत होतं. मनावरचं मोठं ओझं उतरलं होतं. बरीच वर्षं मला कुरतडत असलेली कालवाकालव आता संपली होती. पुढं काहीही होवो. पण त्या क्षणी जे घडलं होतं त्यावर विश्वासच बसत नव्हता. माझ्या मुलाला माझ्यासोबत ठेवून आई म्हणून त्याला वाढवू न शकल्याचं शल्य मला इतकी वर्षं खुपत होतं. माझं आयुष्य नव्यानं रचण्याच्या प्रयत्नांसाठी त्याला मागं ठेवून यावं लागल्याबद्दल मला माफ करण्याची विनंती मी त्याला करणार होते. माझं मन थाऱ्यावर नव्हतं. त्या क्षणी मी काय करत्येय ते मलाच समजत नव्हतं. काहीच वास्तव नाही, असं वाटत होतं. मी वेगळ्याच विश्वात गेले होते. त्याच्या वडलांनी आम्हाला दोघांनाही वाऱ्यावर सोडून दिलं होतं तरी मी त्या माणसावर खूप प्रेम केलं ते मला त्याला सांगायचं होतं. तोही बाकीच्यांसारखा पळपुटा निघाला, यात माझा काही दोष नव्हता. मला त्याला हेही सांगायचं होतं, 'मारूआन, मी इतकी घाबरले होते की गर्भपात व्हावा म्हणून माझ्या पोटावर जोरजोरात मारत होते.' हे असं केल्याबद्दलही त्यानं मला माफ करावं असं मला वाटत होतं. माझ्या गर्भात वाढणारा तो जीव संपून जावा, मला रक्तस्राव व्हावा आणि माझी सुटका व्हावी, हा एकच विचार त्या वेळी माझ्या डोक्यात होता. माझंच खूप दुर्लक्ष झालं. जीवघेण्या भीतीनं मला भानच राहिलं

नव्हतं. तो हे समजून घेऊन मला क्षमा करेल का? मी त्याला हे सगळं सांगून टाकावं का? आणि माझ्या मुलींना? माझी तिन्ही मुलं माझ्या बाबतीत काय विचार करतील हे सगळं कळल्यावर?

डोक्यात विचारांचा इतका भुंगा सुरू होता की त्या रात्री मला झोपही लागली नाही. पुन्हा एकदा माझ्याभोवती आगीच्या ज्वाळा दिसू लागल्या. मी बागेत सैरावैरा धावत सुटले.

माझी ही वादळं अँटोनिओ मला एकटीलाच सोडवू देतो. त्या क्षणापुरता तो त्यात अजिबात पडत नाही. पण माझी काय वाईट अवस्था होते, ते त्यानंही पाहिलंय.

"तू मुलींशी बोललीस का?"

"नाही अजून. उद्या बोलेन कदाचित. आम्ही तिघी उद्या रात्री मारूआनसोबत जेवायला जाणार आहोत. त्यांना सांगण्याची ही चांगली संधी आहे. पण मला भीती वाटत्येय अँटोनिओ."

"सगळं नीट होईल. आता पाऊल मागे घेऊ नकोस."

पहाटे तीन वाजून सत्तावन्न मिनिटांनी माझ्या पोर्टेबल फोनवर मारूआनचा मेसेज आला, "मी ठीक आहे, इतकंच तुला कळवायचं होतं. आई, उद्या भेटेपर्यंत तुला गोड पापा."

ते वाचून मला रडू कोसळलं.

■

# घर उभारण्यासाठी

त्या संध्याकाळी अँटोनिओ मुलींना माझ्यापाशी ठेवून मित्राबरोबर बाहेर गेला. त्या दिवशी शनिवार होता. १६ नोव्हेंबर २००२ हा दिवस. संध्याकाळचे सात वाजले. जेवण मस्त होतं. पोरांनी चापून खाल्लं. हसणं-खिदळणं सुरू होतं. लॅटिशिया खूप बडबडी आहे. नेहमीप्रमाणे तिची बडबड सुरू होती. मारूआन त्याच्या प्रेयसीला घेऊन आला होता. तोपर्यंत माझ्या मुलींसाठी मारूआन म्हणजे आमच्या फॉस्टर फॅमिलीतला एक असाच होता. त्यामुळं त्याला बघून या दोघींना जराही आश्चर्य वाटलं नाही. उलट, सगळे जण मिळून शनिवारी संध्याकाळी बाहेर जायचं, याची त्यांना मजाच वाटली.

ही तिन्ही भावंडं कधीही एकत्र वाढली नाहीत, पण तरीही एकमेकांमध्ये मस्त रमली होती. आमच्या या भेटीत काहीतरी गडबड होईल, असं मला सारखं वाटत होतं. ही अस्वस्थता अँटोनिओच्या लक्षात आली होती. त्यालाही काळजी होतीच. जाण्यापूर्वी तो मला म्हणाला, "माझी गरज लागली तर मला कॉल कर. मी येईन लगेच तिकडं."

हे सगळं विचित्र होतं, पण तरीही मला बरं वाटत होतं. भीती जवळजवळ गायबच झाली होती. माझ्या दोघी मुलींचाच विचार फक्त मनात येत होता. मारूआन माझ्या मोठ्या मुलीला म्हणाला,

"लॅटिशिया, ये, माझ्या बाजूला बस."

त्यानं तिला त्याच्याजवळ खेचलंच. तो विनोद सांगत होता. ती माझ्याकडं वळून हळूच पुटपुटली,

"आई, हा किती चांगला आहे. किती मस्त दिसतो!"

"होय, चांगला दिसतो."

माझ्या तिन्ही मुलांचे चेहरे मी न्याहाळत होते. मारूआन आणि लॅटिशियाच्या चेहऱ्यात थोडंसं साम्य होतं. कदाचित त्यांच्या कपाळाचा वरचा भाग सारखा असावा. नादियाची वैशिष्ट्यही काही वेळा त्याच्यामध्ये डोकावत होती. ती आतल्या गाठीची होती. सगळ्यांपासून अलिप्त राहणारी. लॅटिशिया तिला काय वाटतंय ते

नेहमी व्यक्त करायची. तिच्या प्रतिक्रिया अनेकदा उत्स्फूर्त असायच्या. व्यक्तिमत्त्वात असलेली इटालियन व्यक्तीची झलक तिनं तिच्या वडलांकडून घेतली होती. नादिया मात्र तिचे विचार आणि भावना स्वत:पुरत्याच ठेवायची.

त्यांना सगळं समजणार आहे का? त्यांच्यामध्ये मला अजूनही तीन तीन वर्षांची लहान मुलं दिसायची. आईवडलांच्या सुरक्षित छायेत वाढत असलेली. लॅटिशियाच्या वयाची असताना माझ्या आईचं लग्न झालेलं होतं आणि तिला दिवसही गेलेले होते.

"तो किती छान दिसतो..." असं ती नुकतीच मला म्हणाली होती. ती स्वत:च्याच भावाच्या प्रेमात पडण्याची शक्यता नाकारता येत नव्हती. माझ्या मौनामुळं बरंच काही घडलं असतं. थोडं मद्यपान केलेल्या एका माणसाची खिल्ली उडवत ते मोठमोठ्यानं हसत होते. त्या माणसानं आमच्याकडं बघितलं आणि तो मारूआनवर जोरात खेकसला,

"नशीबवान आहेस, बायकांसोबत आलायस. चार चार जणी आहेत सोबत तुझ्या आणि मी इथं एकटाच बसलोय!"

मारूआन वैतागला. म्हणाला,

"मी तिथं जाऊन त्याचं थोबाड फोडीन."

"नाही, आहेस तिथं बस."

"ठीक आहे."

रेस्टॉरंटच्या मालकानं आतल्या या गोष्टी सांभाळून घेतल्या. आमचं जेवण झकास झालं, हसतखेळत.

आम्ही मारूआन आणि त्याच्या मैत्रिणीला रेलरोड स्टेशनपर्यंत सोडायला जाणार होतो. माझा मुलगा उद्यानांची काळजी घेतो, त्यांची देखभाल करतो. त्याला त्याचं काम आवडत असावं. त्याच्या कामाविषयी जेवताना तो थोडं बोलला होता. पुढं काय करणार याबद्दल लॅटिशिया आणि नादिया यांच्यासमोर लख्ख विचार नव्हते. नादियाला बहुदा फॅशन डिझायनिंगमध्ये रस आहे. लॅटिशियाचे विचार सारखे बदलत असतात. हे तिघंही माझ्यापुढं एकत्र चालले होते. रेलरोड स्टेशनकडं जाणाऱ्या रस्त्यावर आम्ही चालत होतो. मारूआन मध्ये होता आणि त्याचा एक हात लॅटिशियानं आणि दुसरा नादियानं पकडला होता. आयुष्यात पहिल्यांदाच ही तीन भावंडं अशी जात होती. मी अजून या दोघींना काहीही सांगितलेलं नव्हतं. मारूआनचा दृष्टिकोन चांगला होता. तो फार विचार न करता गोष्टी जशा घडताहेत तशा घडू देत होता. या दोघी बहिणींना तो खूप वर्षं ओळखत असल्यासारखा त्यांच्याशी गप्पा मारत होता. अँटोनिओशी लग्न होण्यापूर्वी आणि या दोन्ही मुलींचा जन्म होण्यापूर्वी मला कसलाही आनंद मिळाला नाही. मारूआनचा जन्मही भयानक

परिस्थितीत झाला. त्याला वडलांचा आधार नव्हता आणि या दोघी मात्र कौतुकानं जन्माला आल्या, त्यांना वडलांचं प्रेम मिळालं. या तिघांचंही नशीब वेगवेगळं होतं. पण त्यांच्याकडं बघून हा फरक जाणवतच नव्हता. हसण्याखेळण्यात ती इतकी रमली होती आणि इतकी एकमेकांत मिसळून गेली होती की, मीही त्यांना इतक्या छान प्रकारे एकत्र आणू शकले नसते. माझ्या मनात वेगळ्या भावना उमलत होत्या. त्यांचा अभिमान वाटत होता त्या क्षणी. त्या संध्याकाळी मला सगळं भरून पावलं. कसलंच दुःख, कसलीच उणीव नव्हती तेव्हा माझ्या आयुष्यात. कित्येक वर्षांनी मनाला शांतता मिळाली होती.

स्टेशन आल्यावर प्लॅटफॉर्मवर लॅटिशिया मला म्हणाली,

"मारूआनशी जितक्या सहजपणे मी बोलू शकले, तितकं चांगलं कधीच कुणाशी वागताना मला वाटलं नव्हतं."

त्यावर नादिया म्हणाली,

"मलाही..."

"आम्हाला मारूआन आणि त्याच्या मैत्रिणीबरोबर त्याच्या घरी जायला आवडेल. उद्या दुपारी आम्ही एकत्र जेवू आणि मग ट्रेन पकडून घरी परत येऊ."

"नको, आपल्याला घरी जायला हवंय लॅटिशिया. तुमचे बाबा आपली वाट बघत असतील."

"जाऊ दे ना आई. तो किती चांगला आहे. मला खरंच आवडला. किती छान दिसतो तो... बघ ना आई तो किती देखणा आहे."

त्यानंतर नादिया मला विचारू लागली,

"आपण त्याला परत कधी भेटायचं?"

"कदाचित उद्या किंवा परवा. मीच स्वतःहून ठरवेन भेटायचं."

"नादिया, ती काय म्हणत्येय?"

"आपण उद्या मारूआनला भेटू शकतो का ते मी आईला विचारतेय. हो ना आई? चालेल ना?"

"माझ्यावर विश्वास ठेवा. मीच आणेन तुम्हाला त्याला भेटायला."

ट्रेन निघून गेली. मी स्टेशनातल्या घड्याळ्यात पाहिलं. मध्यरात्रीचे दोन वाजायला आले होते. ट्रेन पळू लागली तरी या दोघींचं निरोप देणं सुरूच होतं. ट्रेनबरोबर धावत त्याही मारूआनला दोन्ही हातांनी पाप्या देत होत्या. तो क्षण माझ्यासाठी अविस्मरणीय होता! युरोपात राहायला आल्यापासून माझं आणि घड्याळाचं नातं जडलं होतं. ही सवय नाही, तर नादच लागला होता तो. मला मागच्या अनेक गोष्टी ऐनवेळी आठवत नाहीत. त्यामुळं सध्याची एखादी महत्त्वाची गोष्ट लक्षात ठेवायची असेल तर मी इतकी काळजी घेते. कधीकधी

याचं हसायला येतं. मारूआन आदल्याच दिवशी मला त्याच्या जन्माची वेळ विचारत होता. पण पूर्वायुष्यातल्या गोष्टी मला तितक्या पटकन आठवत नाहीत. खूप ताण दिल्यावर त्याला जन्म दिला ती रात्र कशी होती ते मला आठवलं. मला ठेवलं होतं त्या रुग्णालयातल्या व्हरांड्यात मी उजेड पाहिला. डॉक्टर आले आणि माझ्या मुलाला घेऊन गेले, इतकंच त्या उजेडात जाणवलं. पण नेमकी वेळ काय होती? 'नेमकी वेळ' ही पाश्चिमात्य संकल्पना आहे. आमच्या देशात घड्याळ फक्त पुरुषांकडं असत. तब्बल वीस वर्षं माझं घड्याळ सूर्य आणि चंद्रावर अवलंबून होतं. चंद्रप्रकाशाच्या काळात तुझा जन्म झाला, इतकं मी मारूआनला सांगू शकते.

आम्ही घरी पोहोचल्यावर मी त्याच्या सेल फोनवर मेसेज पाठवला. ते दोघे सुखरूप घरी पोहोचले की नाही ते पाहिलं. त्याचं उत्तर आलं, 'धन्यवाद. गुड नाईट. उद्या भेटू.'

खूप उशीर झालेला होता. मुलींना लगेच झोपायला सांगायला हवं होतं. अँटोनिओही तोपर्यंत जागाच होता.

''कशी झाली तुमची भेट?''

''मस्त.''

''तू मुलींशी बोललीस का?''

''नाही अजून. पण उद्या बोलेन मी त्यांच्याशी. आता थांबायची काहीच गरज नाही. मारूआन त्यांना पाहताच आवडला. तुला ऐकून विचित्र वाटेल, पण त्या त्याच्याशी असं वागत होत्या जसं काय त्याला खूप वर्षं ओळखतात.''

''मारूआन काहीच बोलला नाही? त्यानं काही उल्लेखही केला नाही?''

''अजिबात नाही. तो मस्त मिसळला होता त्यांच्यात. लॅटिशियाची आणि त्याची लगेच गट्टी झाली आणि गंमत म्हणजे नादियाही. त्यांची खूप मजा सुरू होती. त्या त्यांच्या मित्रमंडळींशीही इतक्या मोकळेपणे आणि मजेत वागलेल्या नाहीत. कधीच नाही...''

''तुला कसंतरी वाटतंय?''

''मला कसंतरी वाटत नाहीये, माझी उत्सुकता वाढलीये. बहीण आणि भाऊ अशा प्रकारे एकमेकांना ओळखू शकतात का? त्यांचा एकमेकांशी काहीतरी संबंध आहे, अशी जणू आतून जाणीव होऊन ते एकमेकांशी इतके छान कशामुळं वागले असतील? त्यांच्याही नकळत त्यांना काही खाणाखुणा किंवा बाकी काही जाणवलं असेल का? एकाच वेळी मी काहीतरी अपेक्षा करत होते आणि काही अपेक्षाही नव्हती मला. पण त्यांच्यात इतकी आपुलकी दिसेल, असं जराही वाटलं नव्हतं.''

"कदाचित तू एखाद दुसरा दिवस थांबावंस."

"नको अँटोनिओ. उद्या रविवार आहे. मी उद्या ऑफिस कॅफेटेरियात जाईन. तिथं कोणी नसेल उद्या. तिथं मला लॅटिशिया आणि नादियाशी शांतपणे बोलता येईल. बघू काय होतंय ते."

मुलींना सांगितल्यावर आणखी काही जणांना मला हे गुपित सांगायला हवं होतं. शेजाऱ्यांना कळवायला हवं होतं. मुख्य म्हणजे, ऑफिसात सांगायला हवं होतं. तिथं काही वर्षं मी काम करत होते. लहान लहान समारंभ आयोजित करण्याचं काम मी करत होते. ऑफिस म्हणजे घरासारखंच होतं मला. तिथल्या सगळ्यांशी असलेली मैत्री मला लाखमोलाची होती. पण दहा वर्षांनंतर मारूआनची ओळख माझा मुलगा म्हणून कशी करून द्यायची?

मला मुलींबरोबर एकटीनंच बोलायचं होतं. वीस वर्षं मी जी गोष्ट लपवून ठेवली त्यावरून त्या माझं मूल्यमापन करणार होत्या किंवा आता त्यांच्यासमोर इतकी वर्षं मुलाचा संदर्भ दडवून ठेवणारी मारूआनची आई म्हणून एक बाई बसली आहे, असा विचार त्यांनी केला असता. त्यांची आई म्हणूनही मी होतेच. त्यांच्यावर खूप प्रेम करणारी आणि त्यांची काळजी घेणारी. त्यांचं या जगात येणं म्हणजे माझ्यासाठी अत्यंत आनंदाचे क्षण होते, हे मी कितीतरी वेळा त्यांना सांगितलेलं होतं. पण मारूआनचा जन्म झाला त्या वेळची परिस्थिती किती भयंकर होती आणि मला त्या सगळ्याविषयी गप्प बसणंच कसं भाग होतं, हे त्या कसं काय समजून घेणार होत्या, ते माहीत नव्हतं.

दुसऱ्या दिवशी, रविवारी सकाळी मी नेहमीप्रमाणे नऊच्या दरम्यान उठले. माझ्यासाठी कॉफी करू का, असं लॅटिशियानं विचारलं. सकाळच्या वेळी ती नेहमी असं विचारायची आणि मी म्हणत असे, "हो, चालेल ना." नम्रपणा आणि एखाद्याचा आदर राखणं या गोष्टी मी कायम पाळल्या. इथं मुलांना वाढवण्याची पद्धत अनेकदा चुकीची असते, असं मी खूपदा पाहिलं होतं. शाळेत त्यांच्या कानांवर वाईट भाषा पडत असते. मला आणि अँटोनिओला हे प्रकार अजिबात खपत नाहीत. नीट बोलली नाही म्हणून लॅटिशियाला तिच्या बाबांकडून एकदा तरी ओरडा खावा लागायचा. मी तर फक्त गुलामगिरीचं शिक्षण घेतलं होतं.

लॅटिशिया माझ्यासाठी कॉफी आणि गरम पाणी घेऊन आली. ती सहज मला मिठी मारायची. नादियासुद्धा. या दोघी आणि त्यांचे वडील रोज माझ्यावर जी माया करायचे त्याचं मला फार आश्चर्य वाटायचं. माझं इतकं भाग्य कसं काय, असं वाटायचं नेहमी. पण तेव्हा मला जे काम करायचं होतं ते काही वेगळ्या कारणांनी मला अतिशय कठीण वाटलं होतं.

"मला तुमच्याशी एका अत्यंत महत्त्वाच्या विषयावर बोलायचंय."

"हो ममा, आम्ही ऐकतोय."

"आपण ते बोलण्यासाठी ऑफिस कॅफेटेरियात जाऊ या," असं मी त्यांना म्हटलं.

"पण आज तर तुला सुटी असते! तुला माहितीये, मी पुन्हा काल रात्रीचा विचार करत होते. काय मजा आली ना. मारूआननं तुला कॉल केला होता का?"

"आपण रात्री उशिरापर्यंत बाहेर होतो. तो झोपला असेल अजून."

तो तिचा भाऊ नसता तर मला काळजीच वाटली असती तिच्या या वागण्या-बोलण्याबद्दल. त्या त्यांच्यातच बोलत होत्या. रविवारी सकाळी ऑफिसात यायचं, याकडं त्यांचं पार दुर्लक्ष झालेलं होतं. मला मात्र काळजी लागून राहिली होती. त्या त्यांच्या आईबरोबर तिच्या ऑफिसातल्या कॅफेत आल्या होत्या. आई ऑफिसात कसल्याशा कामाला जाते रोज... बाकी कशाशीही त्यांचं देणं-घेणं नव्हतं. माझ्यावर विश्वास होता त्यांचा.

"काल संध्याकाळी आपण खरंच खूप धम्माल केली. तुला आमच्याशी त्याविषयी बोलायचंय का?"

"थांबा, एकेक गोष्ट बोलू... काल मारूआनसोबत आपला वेळ मस्त गेला. यावरून, मारूआनबद्दल तुमच्या डोक्यात काही विचार येताहेत का? यातून तुम्हाला काही जाणवलं नाही का?"

"मारूआन म्हणजे एक चांगला मुलगा आहे. तुझ्या दत्तक पालकांसोबत राहायचा. त्यानं सांगितलं तसं... तो दिसतो छान. आहेही चांगला."

"त्याचं आकर्षक दिसणं किंवा तो इतका चांगला असणं तुला त्याच्याकडं आकर्षित करतं का?"

"एकंदरीत सगळंच. तो अगदी हळुवार आहे."

"खरंय. तुला आठवतं का मला जेव्हा जाळून टाकण्याचा प्रयत्न झाला तेव्हा मी आई होणार होते? मी याविषयी तुला बोलले होते मागे."

"होय, तू म्हणाली होतीस."

"पण ते बाळ कुठं असेल, असं तुला वाटतं?"

त्या विचित्रपणे माझ्या नजरेत नजर मिसळून बोलत होत्या.

"नाही. ते बाळ कुठं असेल याचा तुम्हाला काहीच अंदाज नाहीये का? तुमच्यात साम्य असलेली कोणी व्यक्ती तुम्हाला कधीच जाणवली नाही का? काय गं लॅटिशिया? आणि तुला नादिया? किंवा माझ्यासारखा काहीसा भास होणारं कोणी आढळलं नाही का? माझ्यासारखा आवाज किंवा माझ्यासारखी

चाल असलेलं?''

''नाही गं आई. खरंच नाही.''

''नाही आई.''

आपली बहीण परत काय सांगत्येय ते ऐकून नादियाचं समाधान झालेलं दिसलं. साधारणपणे बोलण्याचं काम लॅटिशिया करायची. पण यावेळी या दोघींशी बोलताना मला नादियामध्ये थोडे वेगळे भाव जाणवले होते. लॅटिशियाविषयी असूया दिसली होती. लॅटिशिया मारूआनशी जास्त हसतखेळत बोलत होती. त्यानं नादियाकडं तिच्यापेक्षा कमी लक्ष दिलं होतं. मी काय बोलतेय ते ती काळजीपूर्वक ऐकू लागली. माझ्याकडं रोखलेल्या डोळ्यांची पापणीही हलू न देता.

''किंवा तू नादिया? तुलाही माहीत नाही?''

''नाही आई.''

''लॅटिशिया तू मोठी आहेस. तुला काही आठवतंय का? तू आमच्या दत्तक पालकांच्या घरी नक्कीच ते बघितलेलं आहेस.''

''खरंच सांगत्येय, काही नाही.''

''बरं ठीक आहे. तो मारूआन आहे!''

''काय? मारूआन तुझा मुलगा आहे? आपल्याबरोबर काल रात्री जो होता तो तुझा मुलगा आहे?''

त्या दोघींनाही रडू कोसळलं.

''तो आमचा भाऊ आहे? तोही तुझ्याच पोटी जन्माला आलाय?''

''तो तुमचा भाऊ आहे. तो माझ्याच पोटी जन्माला आलाय आणि मी त्याला एकाकीपणे जन्म दिला. पण मी त्याला तिथंच सोडून दिलं नाही. त्याला इकडं घेऊन आले.''

त्यानंतर सगळ्यात कठीण स्पष्टीकरण द्यायचं होतं. त्याला दत्तक का दिलं मी, ते सांगायचं होतं मला. मी विचारपूर्वक शब्द वापरत होते. मानसशास्त्रज्ञाकडनं जे शब्द ऐकले ते वापरत होते... 'नवं आयुष्य घडवणं', 'स्वत:चा स्वीकार', 'पुन्हा स्त्री बनणं', 'पुन्हा आई होणं'...

''आई, तू हे गुपित वीस वर्षं जपून ठेवलंस! आम्हाला आधीच का नाही सांगितलंस?''

''तुम्ही खूप लहान होतात. हे ऐकल्यावर तुमची काय प्रतिक्रिया होईल ते माहीत नव्हतं मला. तुम्ही पुरेशा मोठ्या झाल्यावर मला हे तुम्हाला सांगायचं होतं. माझ्या व्रणांविषयी, आगीविषयी सांगतानाही मी हाच विचार केला... हे घर उभारण्यासारखं आहे. घर बांधताना कसं आपण एकेक वीट ठेवतो. खालची वीट मजबूत नसेल तर काय होईल? बाकीच्या विटा कोसळतील. हेही तसंच आहे.

मलाही माझं घर पुन्हा उभं करायचं होतं. हे नंतर सांगितलं तर तोपर्यंत पाया मजबूत झालेला असेल, असं वाटलं. मारूआनला घरात स्थान देण्याइतकं मजबूत आणि उंच झालेलं असेल. नाही तर सगळंच कोसळलं असतं आणि मी ते सावरण्यासाठी काहीही करू शकले नसते. पण आता परिस्थिती वेगळी आहे. यातून पुढं काय करायचं ते आता तुमच्यावर अवलंबून आहे.''

''तो आमचा भाऊ आहे आई. त्याला आपल्यासोबत राहायला यायला सांग. हो ना नादिया? तुला काय वाटतं? आम्हाला मोठा भाऊ आहे आणि मला मोठा भाऊ असायला हवा असं सारखं वाटायचं. माझ्या मैत्रिणींना जसे मोठे भाऊ आहेत तसा मलाही हवा होता. आता माझं हे स्वप्न पूर्ण झालंय. मारूआन आहे तो, माझा स्वप्नातला मोठा भाऊ. हो की नाही नादिया?''

''मी माझी खोली स्वच्छ करेन आणि माझा बेडही त्याला झोपायला देईन!''

नादिया तशी उदार आहे, पण तिच्या वस्तू तितक्या सहज देत नाही कुणाला. तिच्या भावासाठी मात्र तिनं वाटेल ते देऊन टाकलं असतं. हे खरंच मस्त होतं. आतापर्यंत नसलेला भाऊ अचानक कुठून तरी आला आणि त्यासाठी सगळं द्यायला ती तयार! अशा प्रकारे आजवर माहीत नसलेला मोठा भाऊ आमच्या घरात आला. खोली रिकामी करण्याइतका आणि तिचा बेड देण्याइतका सहज. आम्ही लवकरच नवीन घर घेणार आहोत. त्या घरात त्याच्यासाठी खास खोली असेल. मी आनंदात न्हाऊन निघाले आहे. ते तिघं बराच वेळ एकमेकांशी फोनवर बोलत, एकमेकांची वाट बघत. किरकोळ गोष्टींवरून भांडत बसायला त्यांना फार दिवस हे करावं लागणार नाही, असं मी स्वतःला सांगायची. पण मारूआन मोठा भाऊ होता आणि त्यानं लगेच आपल्या बहिणींवर हक्क गाजवायला सुरुवात केली होती, ''लॅटिशिया आईला अशा स्वरांत उत्तर नाही द्यायचं! तिनं तुला टीव्ही बंद करायला सांगितलाय आणि तू तिचं ऐकायला हवंस! तू नशीबवान आहेस की तुझे आईवडील तुझ्याजवळ आहेत. तू त्यांचा आदर राखायला पाहिजेस.''

''होय, होय. चुकलं माझं. आता पुन्हा नाही असं करणार, नक्की...''

''मी इथं भांडणं करायला नाही आलो. पण आई आणि बाबा दोघंही कामाला जातात. मग या विस्कटलेल्या खोलीचं काय?''

''पण आम्हाला शाळेत खूप अभ्यास असतो. तूही शिकलाहेस आणि किती कठीण असतं शाळेत ते माहीत्येय तुला.''

''होय, पण आई आणि बाबांशी असं वागण्यासाठी हे कारण चुकीचं आहे.''

नंतर मारूआन मला बाजूला घेऊन गेला.

''आई, अँटोनिओंना काय वाटतं? मी मुलींना ओरडलो तर त्यांना राग येत नाही ना?''

“तू जे काय करतोयस त्यावर अँटोनिओ फार खूश आहे.”

“या त्यांच्या मुली आहेत. त्यामुळं ते एक दिवस मला यात न पडायला सांगतील कदाचित.”

अँटोनिओ असं काहीच म्हणाला नव्हता. उलट, त्याचा त्रास थोडा कमी झाल्याचा त्याला आनंदच झाला होता. सगळ्यात बरं वाटलं होतं. मुली त्यांच्या आईचं किंवा बाबांचं ऐकण्यापेक्षा भावाचं नीट ऐकत होत्या. आमच्याशी त्या वाद घालायच्या. दार धाडकन लावून घ्यायच्या. पण त्याच्याशी तसं वागायच्या नाहीत. हे कायम असंच राहू दे, असं मी मनोमन म्हणत होते. काही वेळा परिस्थिती ताणली जायची. लॅटिशिया माझ्याकडं तक्रार घेऊन यायची.

मग मी तिला म्हणत असे, “त्याचं बरोबर आहे. तुझे बाबा कसे ओरडतात तुला. तसाच आहे तो. बोल त्याच्याशी.”

“आम्ही त्याचं ऐकलं नाही तर तो लांब निघून जाईल, असं का म्हणतो तो? तो इथं काय आम्हाला ओरडायला आलाय का?”

“हे साहजिक आहे. मारूआन तुमच्यासारखा नशीबवान नव्हता. फार कठीण काळात वाढलाय तो. तुम्हाला ते कधीच नाही कळणार. त्याच्यासाठी आईवडलांचं अस्तित्व खूप महत्त्वाचं आहे. त्याला आईचा सहवास कधीच मिळाला नसल्यामुळं त्याला तो मोलाचा वाटतो. नाही का?”

माझ्या मनात एकच अपराधीपणाची भावना मधेच डोकं वर काढायची. मला माझी त्वचा बदलता आली असती तर, असं वाटायचं. मारूआनची हरकत नसेल तर आमची कथा पुस्तकाच्या रूपात आणायचा माझा विचार असल्याचं मी त्याला म्हटलं होतं.

“ते पुस्तक म्हणजे आपल्या कुटुंबाचं प्रतिबिंब असेल. ऑनर क्राइमच्या विरोधातला एक साक्षीदारही.”

“एक दिवस मी जाणार आहे तिकडं.”

“तू कशासाठी जाणारेस तिकडं मारूआन? सूड घ्यायला? रक्त सांडायला? तुझा जन्म तिथला असला तरी तिथले पुरुष कसे आहेत याची तुला कल्पना नाही. मलाही तसं करावंसं वाटायचं. माझा संतापही व्हायचा. तुला घेऊन माझ्या गावात गेल्यावर मला बरं वाटेल, असं वाटायचं. मी त्यांना ओरडून ओरडून सांगेन बघा, हा मारूआन आहे. माझा मुलगा! तुम्ही आम्हाला जाळलं होतंत, पण आम्ही मेलो नाही! बघा तो किती देखणा, हुशार आणि मजबूत आहे!”

“मला माझ्या वडलांचा चेहरा बघायचाय. तुझ्यावर काय परिस्थिती ओढवणार आहे ते माहीत असतानाही त्यांनी तुला का सोडलं, ते असं का वागले, त्याचा जाब विचारायचंय त्यांना.”

"कदाचित. पण ते सगळं या पुस्तकात असल्यानं तुला ते जास्त चांगलं समजेल. तुला अजूनही जे माहीत नाहीये, बाकी अनेक जणांना माहीत नाहीये ते सगळं मी या पुस्तकात सांगणार आहे. ऑनर किलिंगमधून फार स्त्रिया वाचलेल्या नाहीत. ज्या काही वाचल्या आहेत त्या अनेक वर्षं लपूनछपून राहात आहेत. त्यांच्यावर अजूनही भीतीचं सावट आहे आणि त्या या भीतीसोबतच जगत राहणार आहेत. मी त्यांच्यासाठी साक्षीदार बनणार आहे."

मला भीती नाही का वाटत, असं त्यानं मला विचारलं. त्यावर, थोडीशी भीती वाटत असल्याचं मी मान्य केलं. माझी मुलं आणि प्रामुख्यानं मारूआन सूडबुद्धी घेऊन जगतील, अशी मला भीती वाटते. हा सूड जो पिढ्यान्‌पिढ्या वारशानं दिला जात आहे तो त्यांच्याही मनात राहील, असं वाटतं. मारूआननंही एकेक वीट लावून घर रचायला हवं. घर उभारण्यासाठी हे पुस्तक योग्य ठरेल.

मला माझ्या मुलानं पत्र लिहिलं. सुंदर गोल हस्ताक्षरात. मी हे कठीण काम हाती घ्यावं असं त्याचं म्हणणं होतं. त्यानं पुन्हा एकदा मला रडवलं.

आई,

तुझ्याशिवाय इतकी वर्षं जगल्यानंतर, अखेरीस तुला भेटल्यावर आणि इतकं काही घडून गेल्यानंतरही मला जगण्याची नवी उमेद मिळाली आहे. मी तुझा आणि तुझ्या धाडसाचा विचार करतो. आमच्यासाठी हे पुस्तक लिहिल्याबद्दल मनापासून आभार. यामुळं मलाही प्रेरणा मिळेल. आई, खरंच तू खूप आवडतेस मला.

तुझाच मुलगा,<br>
मारूआन

ज्या गोष्टी माझ्या मनाच्या तळाशी मी सक्तीनं पुरून टाकल्या होत्या त्या पुन्हा प्रयत्नपूर्वक उकरून काढून मी माझ्या आयुष्याची कहाणी सांगितली. लोकांसमोर जाऊन बोलण्यापेक्षा आणि माझ्या मुलांच्या प्रश्नांना सामोरी जाण्यापेक्षा हे जास्त कठीण वाटलं मला. हे पुस्तक जगभर प्रवास करेल आणि एके दिवशी पॅलेस्टिनी भूमीत पोहोचेल आणि तिथले पुरुष ते जाळून टाकणार नाहीत, असं मला वाटतं.

आमच्या घरात हे पुस्तक आमच्या पुस्तकांसाठीच्या कपाटात ठेवलं जाईल. मी ते छानसं कव्हर घालून ठेवीन म्हणजे ते खराब होणार नाही. त्यावर सुवर्णाक्षरांनी लिहीन.

धन्यवाद.
सुआद
युरोपात कुठंतरी

■